AF741842

സ്വാമി ആനന്ദതീർത്ഥൻ
ജീവിതവും പ്രവൃത്തികളും

swami anandhatheerthan jeevithavum pravarthikalum
jeevithacharithram

•

original title
swami anandhatheerthan
untouchability gandhidan solution on trail
a m ayrukuzhiyil

•

translation
k c varghese

•

first chintha edition
march 2018

•

second edition
april 2019

•

published & typesetting
chintha publishers, thiruvananthapuram

•

cover
midas

വിതരണം

ദേശാഭിമാനി ബുക്ക് ഹൗസ്
H O തിരുവനന്തപുരം-695 035
Ph: 0471-2303026, 6063020
www.chinthapublishers.com
chinthapublishers@gmail.com

ബ്രാഞ്ചുകൾ

ഹെഡ്ഡാഫീസ് ബ്രാഞ്ച് കുന്നുകുഴി • സ്റ്റാച്യു തിരുവനന്തപുരം • കെ എസ് ആർ ടി സി ബസ് സ്റ്റേഷൻ ആലപ്പുഴ • കെ എസ് ആർ ടി സി ബസ് സ്റ്റേഷൻ എറണാകുളം • മച്ചിങ്ങൽ ലെയ്ൻ തൃശൂർ • ഐ ജി റോഡ് കോഴിക്കോട് • മാവൂർ റോഡ് കോഴിക്കോട് • എൻ ജി ഒ യൂണിയൻ ബിൽഡിങ് കണ്ണൂർ • സെൻട്രൽ ബസ് ടെർമിനൽ കോംപ്ലക്സ് താവക്കര കണ്ണൂർ

CR - 2095 / 5015
ISBN - 978-93-87842-05-2

സ്വാമി ആനന്ദതീർത്ഥൻ ജീവിതവും പ്രവൃത്തികളും

(ജീവചരിത്രം)

എ എം അയിരൂക്കുഴിയിൽ

പരിഭാഷ:

കെ സി വർഗീസ്

ചിന്ത പബ്ലിഷേഴ്സ്
തിരുവനന്തപുരം-695 035

കെ സി വർഗീസ്

ജനനവും (1950) ബാല്യവും കോട്ടയം ജില്ലയിലെ പാമ്പാടിയിൽ. ഇംഗ്ലീഷിലും മലയാളത്തിലും ബിരുദാനന്തര ബിരുദം. ബാംഗ്ലൂർ യു ടി സിയിൽനിന്നു തിയോളജിയിൽ ഉപരിപഠനം. ട്രഷറി ഡിപ്പാർട്ട്മെന്റിൽ 32 വർഷത്തെ സേവനം. കണ്ണൂർ ജില്ലയിലെ തളിപ്പറമ്പ് താലൂക്കിൽ കുടിയേറ്റകർഷകൻ. രണ്ട് നോവൽ, ആറ് വിവർത്തനഗ്രന്ഥങ്ങൾ എന്നിവ പ്രസിദ്ധീകരിച്ചിട്ടുണ്ട്.

ഭാര്യ : മേരിക്കുട്ടി

മക്കൾ : പ്രിയ, പ്രഭാത്, പ്രീതി

വിലാസം : അർക്കാഡിയ, പി ഒ കരിമ്പം,
തളിപ്പറമ്പ്, കണ്ണൂർ-67-142
ഫോൺ : 0460 2202660, 9446268581

ഉള്ളടക്കം

പ്രസാധകക്കുറിപ്പ്

സാമൂഹ്യമാറ്റത്തിനുള്ള സ്രോതസ്സ് വിവിധങ്ങളാണ്. സമൂഹത്തെയും രാഷ്ട്രങ്ങളെയും മാറ്റിമറിച്ച സൈദ്ധാന്തിക അടിത്തറയുള്ള വിപ്ലവകരമായ മാറ്റങ്ങൾ, നവോത്ഥാന ആശയങ്ങളുടെ അടിസ്ഥാനത്തിലുള്ള മാറ്റങ്ങൾ എന്നിങ്ങനെ പലതും. സമഗ്രമായ പരിവർത്തനത്തിലേക്കു നയിക്കുന്ന മാറ്റങ്ങളും സമൂഹാവസ്ഥ മെച്ചപ്പെടുത്തുന്നതിലേക്കു നയിക്കുന്ന മാറ്റങ്ങളും ഉണ്ട്. ചില മാറ്റങ്ങൾ മനുഷ്യരുടെയും സമൂഹങ്ങളുടെയും വളർച്ചയിൽനിന്നും ഉൽഭൂതമാവുന്നതും മറ്റു ചിലത് ജനങ്ങളുടെ പോരാട്ടങ്ങളിലൂടെ നേടിയെടുക്കുന്നതും.

അയിത്തവും തൊട്ടുകൂടായ്മയും തലമുറകളെ ഞെരിച്ചമർത്തുന്ന വമ്പിച്ച സാമൂഹ്യ ദുരാചാരമാണ്. ഇന്ത്യയിൽ സ്വാതന്ത്ര്യസമരപ്രസ്ഥാനത്തിന്റെയും ഉപഭാഗമായി അനാചാരങ്ങൾക്ക് അറുതി വരുത്തുന്ന പ്രസ്ഥാനങ്ങളും മുളയെടുത്തിരുന്നു. അയിത്തോച്ചാടനം ഒരു മുഖ്യ അജണ്ടയായി കണ്ട ഒരു മഹാരഥനായിരുന്നു മഹാത്മാഗാന്ധി. അഭിജാത ഹിന്ദുക്കളുടെ മതപരിവർത്തനത്തിലൂടെ അയിത്തം മാറ്റിയെടുക്കുന്നതിനുള്ള പ്രവർത്തനങ്ങളുമായാണ് അദ്ദേഹം മുന്നോട്ടു നീങ്ങിയത്.

അയിത്തവും ഏതൊരു രൂപത്തിലുമുള്ള അരികുവല്ക്കരണവും ഇല്ലായ്മ ചെയ്യുന്നതിന് സംഘടിതജനമുന്നേറ്റം ആവശ്യമാണെന്ന അടിസ്ഥാനത്തിൽ ക്രിയാത്മകമായ പ്രവർത്തനങ്ങളിലേർപ്പെട്ട ജനനേതാക്കൾ പലരും ഉണ്ടായിരുന്നു. സ്വാമി ആനന്ദതീർത്ഥൻ അത്തരം ഒരു മഹദ് വ്യക്തിയായിരുന്നു.

ആനന്ദതീർത്ഥന്റെ ജീവിതവും പ്രവർത്തനങ്ങളും വായനക്കാരുടെ മുന്നിൽ അവതരിപ്പിക്കുന്നത് പ്രശസ്ത ഗ്രന്ഥകാരനും പരിഭാഷകനും കലാസാംസ്കാരികപ്രവർത്തകനുമായ കെ സി വർഗ്ഗീസ് ആണ്.

അവശ്യം വായിച്ച് അറിയേണ്ട ഈ ഗ്രന്ഥം ഞങ്ങൾ വായനാ ലോകത്തിനു സമർപ്പിക്കുന്നു. സദയം സ്വീകരിക്കുക.

ചിന്ത പബ്ലിഷേഴ്സ്

തുടക്കം

ഈ പുസ്തകത്തിന്റെ ആദ്യ പതിപ്പ് Swamy Ananda Theertha - Untouchability Gandhian Solution on Trial എന്ന പേരിൽ ബാംഗ്ലൂരിലെ ക്രിസ്ത്യൻ ഇൻസ്റ്റിറ്റ്യൂട്ട് ഫോർ ദി സ്റ്റഡി ഓഫ് റിലിജിയൻ ആന്റ് സൊസൈറ്റി എന്ന എൻ ജി ഒ സ്ഥാപനം 1986 ൽ പ്രസിദ്ധീകരിക്കുകയുണ്ടായി. അന്തരിച്ച സാമൂഹ്യ ശാസ്ത്ര ഗവേഷകൻ ശ്രീ. എബ്രഹാം അയിരൂക്കുഴിയിലായിരുന്നു മൂല ഗ്രന്ഥകാരൻ. ഈ പുസ്തകത്തിനൊരു മലയാള പതിപ്പുണ്ടായിക്കാണണമെന്ന ആഗ്രഹത്തോടെ ശ്രീ. അയിരൂക്കുഴിയിൽ എന്നെ സമീപിക്കുകയായിരുന്നു. മലയാളം സംസാരിക്കാനല്ലാതെ എഴുതാൻ വശമില്ലാതിരുന്ന അദ്ദേഹം പുസ്തകം മൊഴിമാറ്റം ചെയ്യാൻ എന്നെ ഏല്പിച്ചു. ഉപരി ആലോചനയിൽ- മലയാളത്തിലെ സാധാരണ വായനക്കാർക്കിണങ്ങുന്ന രീതിയിൽ ഇംഗ്ലീഷ് ഗവേഷണ പ്രബന്ധങ്ങളുടെ സാങ്കേതിക ജഡിലതകൾ ഒഴിവാക്കിയുള്ള ഒരു പുനർനിർമ്മിതിയായിരിക്കും ഗുണം ചെയ്യുക എന്ന അഭിപ്രായം ശ്രീ. അയിരൂക്കുഴിയിൽ തന്നെ മുന്നോട്ടുവെച്ചു. അങ്ങനെ ഒരു പുനഃസൃഷ്ടി തന്നെ പുസ്തകത്തിനു നല്കി. എന്റെ നേതൃത്വത്തിൽ പ്രവർത്തിച്ചിരുന്ന ഡയലോഗ് ബുക്സ് വഴി പുസ്തകം പ്രസിദ്ധീകരിക്കുകയായിരുന്നു. കേരള ഗവൺമെന്റിന്റെ സാംസ്കാരിക വകുപ്പിൽനിന്നുള്ള ധനസഹായവും പുസ്തക പ്രസാധനത്തിനു ലഭിക്കുകയുണ്ടായി. ഈ പുസ്തകത്തിനു ഒരു പതിപ്പു പ്രസിദ്ധീകരിക്കാൻ തയ്യാറായ ചിന്ത പബ്ലിഷേഴ്സിനെ ഞാൻ അഭിനന്ദിക്കുന്നു. ആശംസകൾ അർപ്പിക്കുന്നു.

കെ സി വർഗീസ്

അവതാരിക

സാമൂഹ്യമാറ്റത്തെക്കുറിച്ചു വാതോരാതെ സംസാരിക്കുക എന്നത് ഇന്നൊരു ഫാഷനായിട്ടുണ്ട്. വിപ്ലവമെന്നാൽ ജലപ്രളയം പോലെ പെട്ടെന്നുണ്ടാവുന്ന ഒന്നാണെന്നും സാമൂഹ്യ പരിവർത്തനത്തിലേക്കുള്ള എടുത്തുചാട്ടമാണെന്നും ധരിച്ചു വശായിട്ടുള്ളവരാണ് ഇത്തരക്കാർ. പെട്ടെന്നുള്ള വിപ്ലവത്തിലൂടെ മാത്രമല്ല പടിപടിയായുള്ള സാമൂഹ്യ പരിണാമത്തിലൂടെയും പ്രധാനപ്പെട്ട സാമൂഹ്യമാറ്റങ്ങൾ സംഭവിക്കാറുണ്ട്. ഉദാഹരണത്തിന് കൂട്ടു കുടുംബവ്യവസ്ഥയിൽനിന്ന് ചെറിയ കുടുംബവ്യവസ്ഥയിലേക്കുള്ള (Nuclear Family) പരിവർത്തനം മുതലാളിത്ത വ്യവസ്ഥയുടെ അനന്തരഫലമായി സംഭവിച്ച ഒരു സാമൂഹ്യമാറ്റമാണ്. സാമൂഹ്യപരിവർത്തനത്തിന്റെ കാര്യത്തിൽ വിപ്ലവത്തിന്റെയും പരിണാമത്തിന്റെയും മദ്ധ്യത്തിൽ എന്നും വിളിക്കാവുന്ന ഒരു പ്രതിഭാസം ഉണ്ട്. ഞാനർത്ഥമാക്കുന്നത് സൃഷ്ടിപരമായ കഴിവുകളുള്ള വ്യക്തികൾ പുതിയ പ്രത്യയശാസ്ത്രങ്ങളുടെയും മൂല്യങ്ങളുടെയും പ്രതീകങ്ങളുടെയും സ്രോതസ്സുകളായി വർത്തിച്ചുകൊണ്ട് സാമൂഹ്യ പരിവർത്തനങ്ങളിൽ ഇടപെടുന്നതിനെയാണ്. കാലത്തിന്റെ പ്രവാഹത്തിൽ അത്തരം ആശയങ്ങളും മൂല്യസങ്കല്പങ്ങളും പ്രതീക്ഷകളും ചുരുങ്ങിയ പക്ഷം ഒരു ചെറിയ വിഭാഗം ബുദ്ധിജീവികളെയെങ്കിലും ആകർഷിക്കുകയും സാവധാനം സമൂഹത്തിന്റെ താഴെത്തട്ടുകളിലേക്ക് വ്യാപിക്കുകയും ചെയ്യുമെന്നത് തീർച്ചയാണ്. ഈ പുതിയ തിരിച്ചറിവ് ഉല്പാദിപ്പിക്കുന്ന മാറ്റങ്ങൾക്ക് വിപ്ലവത്തിന്റെ തിളക്കം (Glamour) ലഭിച്ചില്ലെങ്കിലും അവ അടിസ്ഥാനപരങ്ങളായി ഭവിച്ചെന്നു വരാം. ഇത്തരം മാറ്റങ്ങൾക്കു കാരണക്കാരായ വ്യക്തികൾ തങ്ങളുടെ തലമുറയ്ക്കപ്പുറത്തേക്ക് തോളും തലയും ഉയർത്തി നില്ക്കുന്നവരും തങ്ങളുടെ കാലഘട്ടത്തെ മറികടന്നു ചിന്തിക്കുന്നവരു

മായിരിക്കും. അത്തരം വ്യക്തികൾ വിസ്മരിക്കപ്പെടുക എന്നത് ചരിത്രത്തിലെ ദാരുണമായ ഒരു വസ്തുതയാണ്.

സ്വാമി ആനന്ദതീർത്ഥൻ അത്തരമൊരു വ്യക്തിയാണ്. ഈ പുസ്തകത്തിന്റെ കൈയെഴുത്തുപ്രതി ഞാൻ വായിച്ചുകഴിഞ്ഞപ്പോൾ എനിക്കോർമ്മവന്നത് മഹാനായ ജർമ്മൻ തത്ത്വചിന്തകൻ ഹൈഡ്ഗറുടെ ഒരു വാചകമാണ്. അദ്ദേഹം പറഞ്ഞു. "ഒരു മഹത്തായ കാര്യം മാത്രം ചിന്തിക്കുന്നവരാണ് എല്ലാ മഹാന്മാരും." സ്വാമി ആനന്ദതീർത്ഥൻ ഒരു മഹത്തായ കാര്യത്തിൽ തന്റെ ചിന്തയെ കേന്ദ്രീകരിച്ചു. അയിത്തോച്ചാടനം എത്ര മഹത്തായ കാര്യമായിരുന്നു. തന്റെ ഈ ആശയത്തെ പ്രാവർത്തികമാക്കാൻ ഇറങ്ങിത്തിരിച്ചപ്പോൾ ഗാന്ധിജിയെപ്പോലുള്ള ഒരുന്നത വ്യക്തിയുമായിപോലും വിയോജിപ്പു പ്രകടിപ്പിക്കാനുള്ള ധൈര്യം അദ്ദേഹം കാണിച്ചു. ഗാന്ധിജിയും അയിത്താചാരണത്തിന്റെ ശക്തനായ എതിരാളിയായിരുന്നല്ലോ. എന്നാൽ, അദ്ദേഹം സവർണ്ണഹിന്ദുക്കളിൽ മനഃപരിവർത്തനം വരുത്തി ഈ ദുരാചാരത്തിനറുതി വരുത്താമെന്ന വിഫലമായ വ്യാമോഹത്തിനടിപ്പെട്ടിരുന്നു. ആനന്ദതീർത്ഥനാകട്ടെ, നേരേമറിച്ച് അധഃകൃത വിഭാഗം സ്വയം സംഘടിച്ച് പോരാടുന്നതിലൂടെ മാത്രമേ പ്രശ്നപരിഹാരം സാദ്ധ്യമാകൂ എന്ന് വിശ്വസിച്ചിരുന്നയാളാണ്. അദ്ദേഹത്തിന്റെ വിശ്വാസം ശരിയാണെന്ന് ചരിത്രം തെളിയിച്ചിരിക്കുന്നു. ഇന്ത്യൻ സമൂഹത്തിൽ മൊത്തമായോ ഹിന്ദുമതത്തിൽ പ്രത്യേകിച്ചോ അർത്ഥവത്തായ മാറ്റങ്ങളൊന്നും സംഭവിച്ചുവെന്നു പറയാൻ കഴിയില്ല. പ്രത്യേകിച്ചും സവർണ്ണഹിന്ദുവിന്റെ മനഃപരിവർത്തനത്തിന്റെ ഫലമായി ഉണ്ടായതെന്നു പറയാവുന്ന മാറ്റങ്ങളൊന്നും ആർക്കും ചൂണ്ടിക്കാണിക്കാൻ കഴിയില്ല. ഉണ്ടായ മാറ്റങ്ങൾ; പണത്തിൽ കേന്ദ്രീകരിച്ച സമ്പദ് വ്യവസ്ഥയുടെ കർശനമായ നിയന്ത്രണങ്ങൾക്കു വിധേയപ്പെടാൻ നിർബ്ബന്ധിതരായതുകൊണ്ടോ അയിത്താചാരങ്ങളുടെ ദോഷ ഫലങ്ങൾക്കിരയായ ജനവിഭാഗങ്ങളുടെ ചെറുത്തു നില്പിന്റെയും പോരാട്ടത്തിന്റെയും ഫലങ്ങളെന്ന നിലയിലോ സംഭവിച്ചവ മാത്രമാണ്. ഈ വീക്ഷണകോണിലൂടെ നോക്കുമ്പോൾ ഈ പുസ്തകം കേവലം ഒരു വ്യക്തിയുടെ ധാരണകളുടെയോ പോരാട്ടത്തിന്റെയോ കഥ മാത്രമല്ല അതിലുപരി ഭാവിയിലേക്കുള്ള ഒരു വഴികാട്ടിയും ഗാന്ധിയൻ സമീപനത്തിന്റെ അവ്യക്തതകളെക്കുറിച്ചുള്ള ഗൗരവതരമായ ഒരു വിധിപ്രഖ്യാപനവും കൂടിയാണ്.

ഗ്രന്ഥകർത്താവ് ലഭ്യമായ എല്ലാ വിവരങ്ങളും മുൻനിർത്തിക്കൊണ്ട് സ്വാമി ആനന്ദതീർത്ഥന്റെ ജീവിതത്തിന്റെ സമ്പൂർണ്ണ ചിത്രം വരച്ചുവെച്ചിട്ടുണ്ട്. അതോടൊപ്പം സ്മര്യപുരുഷന്റെ വന്ദ്യഗുരുനാഥനായിരുന്ന ശ്രീനാരായണഗുരുവിന്റെ പ്രവർത്തനങ്ങളിലേക്ക് വെളിച്ചം വീശുന്നുമുണ്ട്. കേരളത്തിലെ ഈഴവനവോത്ഥാനത്തിന്റെ മുന്നണിപ്പോരാളിയായിരുന്ന നാരായണഗുരുവും സ്വാമി ആനന്ദതീർത്ഥനും ഹിന്ദുമതത്തെ തീവ്രമായ ഒരു വിമർശനത്തിനു വിധേയമാക്കി. ആ വിമർശനമാകട്ടെ ഹിന്ദുമതത്തിലെ ജാതിസമ്പ്രദായത്തിന്റെ കാര്യത്തിൽ ഒരു സാമൂഹ്യ

പരിഷ്കർത്താവിന്റേതിനപ്പുറം പോകാത്ത ഗാന്ധിയുടെ വീക്ഷണത്തിൽ നിന്നത്രയൊന്നും അകലെയല്ലായിരുന്നു. യഥാർത്ഥത്തിൽ ഈ ഗുരുശിഷ്യന്മാരുടെ ചിന്ത ഇന്ത്യൻമണ്ണിൽ ഒരു പുതിയ മാനവികതയുടെ വിത്തുപാകുക എന്നതായിരുന്നു. ഹിന്ദുപുനരുദ്ധാരണ വാദികൾ ഹിന്ദുരാഷ്ട്രത്തിനുവേണ്ടിയുള്ള അപകടകരമായ മുദ്രാവാക്യങ്ങൾ പുരമുകളിൽനിന്നും ഘോഷിക്കുന്ന ഈ കാലഘട്ടത്തിൽ ഇവരിരുവരുടേയും ചിന്തകൾ ഏറെ പ്രസക്തമാണ്. മറ്റു മതാനുയായികൾ രണ്ടാംതരം പൗരന്മാരായി തരം താഴ്ത്തപ്പെടുന്നു എന്നതാണ് 'ഹിന്ദുരാഷ്ട്രം' എന്ന വാദത്തിന്റെ പിന്നിലുള്ള അപകടം.

സ്വാമി ആനന്ദതീർത്ഥരും ശ്രീനാരായണഗുരുവും അവരുടെ കാലഘട്ടത്തിന്റെ സന്തതികളാണ്. അതുകൊണ്ടുതന്നെ അതിന്റേതായ പരിമിതികളും അവർക്കുണ്ട്. വർത്തമാനകാലനിലവാരം വെച്ചുകൊണ്ട് ഭൂതകാലത്തെ വിലയിരുത്തുന്നത് ശരിയല്ലെങ്കിലും ചില കാര്യങ്ങൾ സൂചിപ്പിക്കുന്നത് ഉചിതമായിരിക്കും. ഈഴവരും മറ്റധഃകൃതവിഭാഗങ്ങളും ഹിന്ദുസമൂഹത്തിൽ ലയിച്ചുപോരണം എന്നുള്ള അവരുടെ വാദഗതികൾക്ക് ഉപോൽബലകമായി ഉന്നയിച്ച ന്യായങ്ങൾ ദുർബ്ബലമായിരുന്നു. ഈഴവരുൾപ്പെടെയുള്ള മറ്റ് അവർണ്ണജാതികൾക്ക് ഗോത്രവർഗ്ഗകാലഘട്ടത്തിലേക്കുപോലും വേരുകളുള്ള ഒരു തനതു സാംസ്കാരിക പാരമ്പര്യം ഉണ്ടായിരുന്നു. ഹിന്ദുമതത്തിന്റെ പ്രധാന ധാരയേക്കാളധികം സമ്പന്നവും മാനവികവും ആയിരുന്നു ഈ തനതു പാരമ്പര്യം. അങ്ങനെയിരിക്കെ ശ്രീനാരായണഗുരുവും അദ്ദേഹത്തിന്റെ ശിഷ്യന്മാരും ഈഴവരുൾപ്പെടെയുള്ള ഈ അവർണ്ണ ജനവിഭാഗത്തെ ഹിന്ദുമതത്തിലെ അനേകജാതികളിൽ മറ്റൊരു ജാതിയായി ഇഴുകിച്ചേരാനാണ് സഹായിച്ചതെന്നു വന്നുചേരുന്നു. ഒരു വർഗ്ഗരഹിത സമുദായത്തെക്കുറിച്ചവർക്കുണ്ടായിരുന്ന സങ്കല്പത്തിനും പ്രതിബദ്ധതയ്ക്കും കടകവിരുദ്ധമായിരുന്നു ഇതെന്ന കാര്യം വ്യക്തമാണല്ലോ. ഈ വിമർശനം കേരളത്തിന്റെ സാംസ്കാരിക നവോത്ഥാനത്തിൽ ഇവർ നിർവ്വഹിച്ച മഹത്തായ പങ്കിനെ ഒരുതരത്തിലും കുറച്ചുകാണിക്കാൻ വേണ്ടി ഉന്നയിച്ചതല്ല.

കേരളത്തിന്റെ സാംസ്കാരിക ചരിത്രത്തിലെ നിർണ്ണായക ഘട്ടത്തെക്കുറിച്ചറിയാൻ തല്പരരായവർക്കു വേണ്ടതെല്ലാം ലഭ്യമാക്കുക എന്ന ഉദ്ദേശ്യത്തോടെ രചിക്കപ്പെട്ടതല്ല അയിരൂക്കുഴിയുടെ ഈ പുസ്തകം. എന്നാൽ ഇതുവരെയും ഇന്ത്യൻ സമൂഹത്തിൽ അവഗണിക്കപ്പെട്ടുകിടന്നവരും പുറന്തള്ളപ്പെട്ടു കിടക്കുന്നവരുമായ ഒരു വിഭാഗത്തിന്റെ ഉന്നമനത്തിനുവേണ്ടി സമർപ്പിക്കപ്പെട്ടു പ്രവർത്തിക്കുന്ന പൊതുപ്രവർത്തകർക്കു തീർച്ചയായും ഈ പുസ്തകം സഹായകരമായിരിക്കും.

തിരുവനന്തപുരം **സെബാസ്റ്റ്യൻ കാപ്പൻ**
29-9-1989

എ എം അയിരൂക്കുഴിയിൽ

ആയിരത്തിത്തൊള്ളായിരത്തിയെൺപതിൽ ഡയലോഗ് ബുക്സ് എന്ന പ്രസിദ്ധീകരണസ്ഥാപനത്തിന്റെ അമരക്കാരനായി ഞാൻ പ്രവർത്തിച്ചു വരുന്ന കാലം. ക്രൈസ്തവ-മാർക്സിസ്റ്റ് സംവാദാത്മക സഹകരണത്തിന് ഒരു പുത്തൻ ഊർജ്ജം പകർന്നുകൊണ്ട് വിമോചന ദൈവശാസ്ത്ര ദർശനങ്ങൾ ലോകവ്യാപകമായിത്തുടങ്ങി. ക്രിസ്തുമതവും കമ്യൂണിസവും തമ്മിലുള്ള പരമ്പരാഗത ശത്രുത്വം അവസാനിപ്പിച്ച് മനുഷ്യവിമോചനം എന്ന ഏകലക്ഷ്യത്തിലേക്കു പരസ്പരം കൈകോർത്തു പിടിച്ചു മുന്നേറാൻ കഴിയുമെന്നുള്ള തിരിച്ചറിവ് പല കേന്ദ്ര ങ്ങളിലും ശക്തമായി. ഇതോട് ബന്ധപ്പെട്ട് ഇംഗ്ലീഷിൽനിന്നുള്ള പരിഭാ ഷയുൾപ്പെടെ 10 ഓളം പുസ്തകങ്ങൾ പ്രസിദ്ധീകരിച്ചതിന്റെ ചാരി താർത്ഥ്യത്തിൽ ഇരിക്കുമ്പോഴാണ് യാതൊരു മുന്നറിയിപ്പും കൂടാതെ ഏറ ക്കുറെ ഒരു ദൈവദൂതനെപ്പോലെ റവ. എബ്രഹാം അയിരൂക്കുഴിയിൽ എനിക്കു മുമ്പിൽ പ്രത്യക്ഷപ്പെടുന്നത്. പ്രായത്തിൽ എന്നേക്കാൾ ഏതാനും വർഷങ്ങളുടെ കൂടുതൽ. ജന്മനാട് തിരുവല്ല. അപ്പോൾ പ്രവൃത്തി ചെയ്യുന്നത് ബാംഗ്ലൂരെ സി ഐ എസ് ആർ എസ് (Christian Institutes for the study of Religion and society) എന്ന എൻ ജി ഒ സ്ഥാപന ത്തിന്റെ അസോഷ്യറ്റ് ഡയറക്ടറെന്ന നിലയിൽ. അവിടെ ചേരുന്നതിനു മുമ്പ് കത്തോലിക്കാ സഭയിൽ ഒരു വൈദികനായിരുന്നു. വൈദികനായി ജോലി ചെയ്യാൻ വിവാഹജീവിതം ഒരു തടസ്സമല്ലെന്നു തോന്നിയതിനാൽ അദ്ദേഹം തനിക്കിഷ്ടപ്പെട്ട ഒരു ജീവിത പങ്കാളിയെ കണ്ടെത്തി. അവർ വിവാഹിതരായി, അതിൽ പ്രകോപിതരായ അദ്ദേഹത്തിന്റെ മാതൃസഭ അദ്ദേഹത്തിനു പുറത്തേക്കുള്ള വാതിൽ കാണിച്ചു കൊടുത്തു. തിരുവല്ലാ പ്രദേശത്ത് സജീവമായിരുന്ന സി എസ് ഐ സഭ അദ്ദേഹത്തെ സ്വീകരി

ച്ചു. പ്രസിദ്ധ വിമോചന ദൈവശാസ്ത്രഗ്രന്ഥകാരനായ ഡോ. എം എം തോമസ് അക്കാലത്ത് - ബാംഗ്ലൂർ സി ഐ എസ് ആർ എസിന്റെ ഡയറക്ടറായി പ്രവർത്തിക്കുന്നുണ്ടായിരുന്നു. അദ്ദേഹം നേരത്തെ സഭകളുടെ ലോക കൗൺസിലിന്റെ അദ്ധ്യക്ഷനായി പ്രവർത്തിച്ചിരുന്നു. അന്തരിച്ച ഡോ. നൈനാൻ കോശി അദ്ദേഹത്തോടൊപ്പം ലോകസഭാ കൗൺസിലിന്റെ ആസ്ഥാനമായ ജനീവയിൽ ജോലി ചെയ്തിരുന്നു. ലോകസഭാ കൗൺസിലിന്റെ ആസ്ഥാനമായ ജനീവ ഒരർത്ഥത്തിൽ ഒരു സമാന്തര വത്തിക്കാനായിരുന്നു. ക്രൈസ്തവ സഭകളെ എങ്ങനെ സാമൂഹ്യ പുരോഗതിക്കുള്ള ഫലപ്രദമായ ഉപകരണമാക്കാം എന്ന ഗൗരവമായ ആലോചനങ്ങളാണ് അക്കാലത്ത് ലോകസഭാ കൗൺസിലിനെ നയിച്ചിരുന്നത്. അത്തരം ഒരു സ്ഥാപനത്തിന്റെ അദ്ധ്യക്ഷ പദവിയിൽ നിന്നു മടങ്ങിവന്ന ഡോ. എം എം തോമസിന്റെ വലതു കൈയായി സി ഐ എസ് ആർ എസിൽ ദീർഘകാലം പ്രവർത്തിക്കാൻ റവ. എ എം അയിരൂക്കുഴിയിലിനു കഴിഞ്ഞു. അയിരൂക്കുഴിയിൽ എന്നത് തിരുവല്ലാ പ്രദേശത്തെ പ്രമുഖമായ ഒരു കുടുംബപ്പേരാണ്. പേര് അബ്രഹാം. ഇന്ത്യയിലെ ജാതിവ്യവസ്ഥയും മനുഷ്യാവകാശ ധ്വംസനത്തെയുംകുറിച്ചു ശാസ്ത്രീയമായ ഗവേഷണ പഠനങ്ങളിൽ ഈ പുറന്തള്ളപ്പെട്ട പുരോഹിത പണ്ഡിതൻ വ്യാപൃതനായി. അതിനിടയിലാണ് പയ്യന്നൂരെ സ്വാമി ആനന്ദതീർത്ഥനെക്കുറിച്ചദ്ദേഹം കേട്ടറിയുന്നതും. അദ്ദേഹത്തിന്റെ പ്രവർത്തനമണ്ഡലത്തിലെ വൈവിദ്ധ്യമാർന്ന അനുഭവങ്ങളെ കേന്ദ്രീകരിച്ച് സമഗ്രമായ ഒരു പഠനം തയ്യാറാക്കി യുനസ്കോ ഉൾപ്പെടെയുള്ള ആഗോള ഏജൻസികളുടെ ശ്രദ്ധ ഈ വിഷയത്തിലേക്കു ക്ഷണിക്കുന്നതും.

മുഖ്യധാരാ പ്രസിദ്ധീകരണ സ്ഥാപനങ്ങൾ അവഗണിച്ച ഈ പഠനം പില്ക്കാലത്ത് ഇന്ത്യയിലെ പാർശ്വവല്കൃത ജനതയുടെ വിമോചന ചരിത്രം ഗൗരവമായി പഠിക്കുന്നവർക്കു മാർഗ്ഗദർശനം ആകുമെന്ന് അദ്ദേഹത്തിനു നല്ല ബോദ്ധ്യമുണ്ടായിരുന്നു. അതിന്റെ അടിസ്ഥാനത്തിലാണ് അദ്ദേഹം ആ പുസ്തകത്തിന്റെ മലയാള വിവർത്തനം തയ്യാറാക്കാനുള്ള ജോലി എന്നെ ഭരമേല്പിച്ചതും ഞാനതു സന്തോഷത്തോടെ ഏറ്റെടുക്കുന്നതും. ആശയവിനിമയോപാധികൾ ഇന്നത്തേതു പോലെ വികസിക്കാതിരുന്ന തൊണ്ണൂറുകളുടെ തുടക്കത്തിൽ ഇടയ്ക്കിടെ തപാലിൽ എഴുതി അയക്കുന്ന കത്തുകൾ മാത്രമായിരുന്നു സുഹൃത്തുക്കളെ പരസ്പരം ബന്ധിച്ചിരുന്നത്. ഞങ്ങളും ആ ബന്ധം തുടർന്നു.

ഭാര്യയും രണ്ടാൺകുട്ടികളും അടങ്ങുന്ന അബ്രഹാം അയിരൂക്കുഴിയച്ചന്റെ ബാംഗ്ലൂരെ വസതിയിൽ ഒരു രാത്രി അതിഥിയായി കഴിയാനുള്ള ഭാഗ്യവും എനിക്കുണ്ടായി. ഒരിക്കൽ ഞാനയച്ച കത്ത് 'അഡ്രസ് എക്സ്പയേർഡ്' എന്ന മേലെഴുത്തുമായി മടങ്ങി എത്തിയപ്പോഴാണ് അദ്ദേഹം ഈ ലോകം വിട്ടുപോയ കാര്യം ഞാനറിയുന്നത്. അതുകൊണ്ട് തന്നെ മൂലഗ്രന്ഥകാരനെ സംബന്ധിച്ചു വായനക്കാർ ആഗ്രഹിക്കുന്ന തരത്തിലുള്ള എന്തെങ്കിലും വിശദാംശങ്ങൾ ഇവിടെ ചേർക്കാൻ കഴിയാതെ വന്ന

തിൽ ഖേദിക്കുന്നു. അന്തരിച്ച എ എം അയിരൂക്കുഴിയെന്ന ഈ കൃതിയുടെ മൂലഗ്രന്ഥകാരന്റെ ധന്യസ്മരണയ്ക്ക് മുമ്പിൽ തല കുനിച്ചുകൊണ്ട് അദ്ദേഹത്തിന് ഒരു എളിയ സ്മാരകോപഹാരം എന്ന നിലയിൽ ഈ മലയാള വിവർത്തനം വായനക്കാർക്കു സമർപ്പിക്കുന്നു.

കെ സി വർഗീസ്

മൂലഗ്രന്ഥത്തിനു ഗ്രന്ഥകാരൻ എഴുതിയ ആമുഖക്കുറിപ്പ്

ക്ഷേത്രങ്ങൾ, സ്കൂളുകൾ, ചായക്കടകൾ, ഹോട്ടലുകൾ, ബാർബർ ഷോപ്പുകൾ തുടങ്ങിയ ഏതു പരസ്യസ്ഥലങ്ങളിലും നടമാടിയിരുന്ന അയിത്തത്തിനെതിരെ സുധീരം പോരാടിയ ഒരു മഹാനെന്ന നിലയിൽ സ്വാമി ആനന്ദതീർത്ഥൻ കേരളം മുഴുവൻ അറിയപ്പെടുന്നു. അരനൂറ്റാണ്ടിലേറെ ദീർഘിച്ചതാണ് അദ്ദേഹത്തിന്റെ പ്രവർത്തനകാലഘട്ടം. കേരളത്തിന്റെ അതിർത്തികളും കടന്ന് തമിഴ്നാടിന്റെയും കർണ്ണാടകത്തിന്റെയും പല ഭാഗങ്ങളിലേക്ക് അദ്ദേഹത്തിന്റെ പ്രവർത്തനങ്ങൾ വ്യാപിക്കുകയുണ്ടായി.

അയിത്തത്തിന്റെ നിർമ്മാർജ്ജനത്തിനു ഫലപ്രദമായ മാർഗ്ഗങ്ങൾ കണ്ടെത്തുന്നതിനും പ്രശ്നത്തിന്റെ ഗൗരവത്തെക്കുറിച്ച് ശരിയായ പഠനം നടത്തുന്നതിനും സഹായകമാകുക എന്നത് ലക്ഷ്യമാക്കിയാണ് സ്വാമി ആനന്ദതീർത്ഥന്റെ ജീവിതത്തിലേക്കും ആശയങ്ങളിലേക്കും ഞാനാകൃഷ്ടനായത്.

1979 ഒക്ടോബർ 3 ന് ആണ് ഞാനാദ്യമായി സ്വാമിജിയെ കാണുന്നത്. അദ്ദേഹത്തിന്റെ ജീവചരിത്രമെഴുതുന്നതിനെക്കുറിച്ചുള്ള എന്റെ ഉദ്ദേശ്യം അദ്ദേഹത്തെ വളരെ സന്തുഷ്ടനാക്കി. എല്ലാ സഹായ സഹകരണങ്ങളും അദ്ദേഹം വാഗ്ദാനം ചെയ്തു. തന്റെ ഫയലുകൾ, സ്വകാര്യ ഡയറികൾ, മറ്റു രേഖകൾ ഇവ ബാംഗ്ലൂരിലേക്കു കൊണ്ടുപോരാൻ അദ്ദേഹം എന്നെ അനുവദിച്ചു. ഈ രേഖകളെല്ലാം എന്റെ ജോലി സുഗമമാക്കാൻ സഹായിക്കുകയുണ്ടായി. എന്റെ ക്ഷണം സ്വീകരിച്ച് അദ്ദേഹം ബാംഗ്ലൂർക്കു വരികയും 1980 ജനുവരി 6 മുതൽ 11 വരെ എന്നോടും എന്റെ കുടുംബത്തോടും ഒപ്പം സഹവസിക്കുകയും ചെയ്തു. 1980 നും 86 നും ഇടയ്ക്കു ഞാൻ പയ്യന്നൂരെത്തി ആറു തവണ സ്വാമിജിയെ സന്ദർശിക്കുകയുണ്ടായി. ചിലപ്പോൾ രണ്ടാഴ്ചയോളം തുടർച്ചയായി ഞാനവിടെ താമസിക്കുകയുണ്ടായിട്ടുണ്ട്. അദ്ദേഹത്തിന്റെ ജീവിതത്തെയും പ്രവർത്തന

ങ്ങളെയും അടുത്തു നിന്നു വീക്ഷിക്കുവാൻ ഈ സന്ദർശനങ്ങൾ എനിക്കവസരം തന്നുവെന്ന കാര്യം ഇവിടെ അനുസ്മരിക്കട്ടെ. 1932 ൽ പട്ടികജാതിക്കാരായ ആൺകുട്ടികൾക്കുവേണ്ടി സ്വാമിജി ആരംഭിച്ച ശ്രീനാരായണ വിദ്യാലയ ഹോസ്റ്റലിലെ ചില അന്തേവാസികളോടൊപ്പം അദ്ദേഹത്തിന്റെ പ്രവർത്തനങ്ങളെക്കുറിച്ച് അദ്ദേഹവുമായി ദീർഘനേരം ചർച്ച ചെയ്യാനുള്ള അവസരവും എനിക്കു ലഭിക്കുകയുണ്ടായിട്ടുണ്ട്.

ഹരിജനങ്ങൾക്കെതിരായ ആക്രമണങ്ങൾക്കും അയിത്തത്തിനും എതിരായി ഒരു ജീവിതം മുഴുവൻ നീണ്ടുനിന്ന പോരാട്ടത്തിൽനിന്നു ലഭിക്കുന്ന പാഠം ഈ വിഷയത്തോടുള്ള ഗാന്ധിയൻ സമീപനം പൊള്ളയും ഫലശൂന്യവുമാണെന്നാണ്. സവർണ്ണഹിന്ദുക്കൾക്കു മനംമാറ്റമുണ്ടായി. അയിത്തോച്ചാടനം സംഭവിക്കുമെന്നതായിരുന്നല്ലോ ഗാന്ധിജിയുടെ സമീപനം സ്വാമിജിയുടെ അനുഭവങ്ങൾ തെളിയിക്കുന്നത് ഹരിജൻ സേവക സംഘം ആവിഷ്കരിച്ചു നടപ്പാക്കുന്ന ഗാന്ധിയൻ പരിപാടിയുടെ ലക്ഷ്യം അയിത്തജാതിക്കാരെ കെണിയിൽ വീഴ്ത്താനുള്ളതാണെന്നു പറഞ്ഞ ഡോ. ബി ആർ അംബേദ്കറുടെ വാക്കുകൾ ശരിയായിരുന്നുവെന്നതാണ്. അംബേദ്കർ പറഞ്ഞു. "ഇത് ഹരിജനങ്ങളെ ഹിന്ദു ക്യാമ്പിലും അതിലൂടെ കോൺഗ്രസിലും ഉറപ്പിച്ചു നിർത്തുന്നതിനും ഹരിജനങ്ങളുടെ ഭാഗത്തുനിന്നുള്ള ഏതു വിമോചനപ്രസ്ഥാനത്തെയും തകർത്ത് നിർവ്വീര്യമാക്കുന്നതിനുമുള്ളതാണ്." അംബേദ്കറുടെ അഭിപ്രായത്തിൽ രാഷ്ട്രീയ ലക്ഷ്യങ്ങളോടുകൂടിയ സാംസ്കാരികമായി ബുദ്ധിസ്റ്റ് പാരമ്പര്യങ്ങളെ പുണർന്നുകൊണ്ട് നടത്തപ്പെടുന്ന ഒരു പൗരാവകാശപ്രസ്ഥാനത്തിനു മാത്രമേ, അയിത്തത്തെ ഉന്മൂലനം ചെയ്യാൻ കഴിയൂ എന്നാണ്. ഹൈന്ദവ മൂല്യങ്ങളെ പുനർവ്യാഖ്യാനം ചെയ്യുന്നതുകൊണ്ടോ, ഗാന്ധിജി വിശ്വസിച്ചിരുന്നതുപോലെ ഹിന്ദുക്കളിൽ മനംമാറ്റം സംഭവിക്കുന്നതിലൂടെയോ നേടിയെടുക്കാവുന്നതല്ലിത്.

രാഷ്ട്രീയം, നീതിന്യായനിർവ്വഹണം, ക്രമസമാധാനപാലനം തുടങ്ങിയ ഒരു ആധുനിക ഭരണകൂടത്തിന്റെ വിവിധ ശാഖകളിൽ സാമൂഹ്യവും മതപരവുമായ വിവേചനം ഏതുപ്രകാരം ഇന്നും നിലനില്ക്കുന്നു എന്നുള്ളതിന്റെ ശരിയായ രൂപവും സ്വാമിജിയുടെ ജീവിതം വ്യക്തമാക്കുന്നുണ്ട്. സ്വാമിജിയുടെ ജീവിതം ഒരു പരാജയമായിരുന്നെങ്കിൽ അതിന്റെ അർത്ഥം, നമ്മുടെ രാഷ്ട്രീയ നീതിന്യായ മതസമ്പ്രദായങ്ങൾ പരാജയപ്പെട്ടിരിക്കുന്നുവെന്നാണ്. സ്വാമി ആനന്ദതീർത്ഥന്റെ ജീവിതത്തിന്റെ ജയാപജയങ്ങളെ വിലയിരുത്തേണ്ടത് അയിത്തത്തിനെതിരെ അദ്ദേഹം നടത്തിയ പോരാട്ടത്തിന്റെ വിജയപരാജയങ്ങളുടെ അടിസ്ഥാനത്തിലല്ല. വ്യവസ്ഥാപിതമതങ്ങളുടെയും ജാതിയുടെയും അതിർത്തികളെ ഭേദിക്കുന്ന ഒരു ദർശനത്തിന്റെ വക്താവായിരുന്ന ശ്രീനാരായണഗുരുവിന്റെ യഥാർത്ഥ ശിഷ്യനെന്ന നിലയിൽ തന്റെ പ്രവൃത്തി തന്റെ കർത്തവ്യമാണെന്നദ്ദേഹം വിശ്വസിച്ചിരുന്നു.

പലതരത്തിലുള്ള സാങ്കേതിക പദാവലി (nomenclature) ഞാനീ

പുസ്തകത്തിൽ ഉപയോഗിച്ചിട്ടുണ്ട്. അതായത് അധഃകൃതർ (Depressed Classes) പട്ടികജാതിക്കാർ (Scheduled Caste) ഹരിജൻസ്, ദളിത് തുടങ്ങിയ സംജ്ഞകൾ. ഇവയെല്ലാം തന്നെ പരമ്പരാഗതമായി അസ്പൃശ്യരായി കരുതപ്പെട്ടു പോരുന്ന ഈ വിഭാഗത്തെ സൂചിപ്പിക്കാൻ വേണ്ടി പ്രയോഗിച്ചിട്ടുള്ളവയാണ്. ഇക്കൂട്ടത്തിൽ ഞാനിഷ്ടപ്പെടുന്നത് ദളിത് എന്ന പദമാണെന്നത് സത്യമാണ്. അവകാശങ്ങൾ നിഷേധിക്കപ്പെട്ട ജനവിഭാഗത്തിന്റെ ഇടയിൽ ഈയിടെയായി വളരെ വേഗം പ്രചാരം കിട്ടിക്കൊണ്ടിരിക്കുന്ന ഒരു പദമാണ് ദളിത്. 'ദൾ' എന്ന ധാതുവിൽനിന്നാണീ പദത്തിന്റെ നിഷ്പത്തി, ദൾ എന്നാൽ കീഴടക്കപ്പെട്ടവർ, ചിതറിപ്പോയവർ എന്നൊക്കെയാണർത്ഥം. അതുപോലെതന്നെ ജാതിക്കു വെളിയിലുള്ളവർ എന്ന പ്രയോഗം അർത്ഥമാക്കുന്നത് ജാതി സമ്പ്രദായത്തിന് വെളിയിലുള്ളവർ എന്നാണ്.

അയിത്തത്തിനെതിരെ പോരാടിയ സ്വാമി ആനന്ദതീർത്ഥന്റെ ജീവചരിത്രം തയ്യാറാക്കുന്നതിൽ സർവ്വവിധ സഹകരണങ്ങളും തന്നു സഹായിച്ച സ്വാമിജിയോടുള്ള അകൈതവമായ നന്ദി ഈ അവസരത്തിൽ ഞാൻ രേഖപ്പെടുത്തട്ടെ. സ്വാമിജിയുടെ ആരോഗ്യം പ്രത്യേകിച്ചും, കണ്ണിന്റെ കാഴ്ചശക്തി തീർത്തും വഷളാകുന്നതിനുമുമ്പ് ഈ ജീവചരിത്രം എഴുതി പൂർത്തിയാക്കാൻ എനിക്കു കഴിഞ്ഞില്ല എന്നത് മാത്രമാണെന്നെ ദുഃഖിപ്പിക്കുന്നത്. എന്തൊക്കെയായാലും ഇതിലെ ചില അദ്ധ്യായങ്ങളിലും സ്വാമിജിയെ നേരിട്ടു വായിച്ചു കേൾപ്പിക്കുന്നതിനു കഴിഞ്ഞു എന്നതിൽ എനിക്ക് സന്തോഷമുണ്ട്.

ഇന്ത്യൻ സംസ്കാരത്തിനു പീഡിത ജനവിഭാഗങ്ങളുമായുള്ള ബന്ധം അന്വേഷിച്ചുള്ള എന്റെ പഠനത്തിൽ എനിക്കു ഗുരുവും മാർഗ്ഗദർശിയും ഒക്കെ ആയിരുന്നത് ഫാ. സെബാസ്റ്റ്യൻ കാപ്പനാണ്. ഈ പുസ്തകത്തിന് അവതാരിക എഴുതാനദ്ദേഹത്തെ സമീപിച്ചതുതന്നെ ഇതുനിമിത്തമാണ്. അദ്ദേഹത്തോടുള്ള ആഴമേറിയ കടപ്പാട് ഇവിടെ രേഖപ്പെടുത്തട്ടെ.

സ്വാമിജിയുടെ അടുത്ത അനുയായി എന്ന നിലയിൽ പ്രവർത്തിച്ചിരുന്ന ഒരു യുവസുഹൃത്താണ് ശ്രീ വേണുഗോപാൽ. അദ്ദേഹത്തിന്റെ സേവനങ്ങളും അനുസ്മരിക്കുന്നു.

മറ്റു വിധത്തിൽ സഹായങ്ങൾ ചെയ്തിരുന്ന എല്ലാവരെയും വിശേഷിച്ച് ഇതിന്റെ പ്രസാധനച്ചുമതല ഏറ്റെടുത്ത സി ഐ എസ് ആർ എസ് സ്ഥാപനത്തോടും ഞാൻ നന്ദിയുള്ളവനാണ്.

എ എം അയിരൂക്കുഴിയിൽ

1

സന്ന്യാസം അധഃകൃതർക്കുവേണ്ടി

പത്തൊമ്പതാം നൂറ്റാണ്ടിലെ ക്രൈസ്തവ മിഷനറി സംഘത്തിന്റെ അടിമത്ത വിരുദ്ധ പ്രചാരണം ഉൾപ്പെടെയുള്ള വിദ്യാഭ്യാസ പ്രവർത്തനങ്ങൾ കേരളത്തിന്റെ സാംസ്കാരിക നവോത്ഥാനത്തിന്റെ നീരുറവകളായിരുന്നു. ഈ നൂറ്റാണ്ടിന്റെ ആദ്യദശകത്തിലാണ് അധഃകൃതവിഭാഗത്തിൽപ്പെട്ടവർ സ്വയം നേതൃത്വം ഏറ്റെടുത്തുകൊണ്ട് മതസാമൂഹ്യ രംഗത്തെ പരിഷ്കരണ പ്രവർത്തനങ്ങളിലേക്ക് കടന്നുവരുന്നത്. 1903 ൽ ശ്രീനാരായണ ഗുരു, ശ്രീനാരായണ ഗുരു ധർമ്മ പരിപാലനയോഗം (എസ് എൻ ഡി പി) ആരംഭിച്ചു. ഈ നൂറ്റാണ്ടിലെ ആദ്യ മൂന്നു ദശകങ്ങളിൽ സാമൂഹ്യ മാറ്റങ്ങൾക്കു വേണ്ടിയുള്ള മുഖ്യ പോരാട്ടങ്ങളിൽ മുന്നിൽ നിന്നിരുന്നത് ഈ പ്രസ്ഥാനം തന്നെയാണ്. അസ്പൃശ്യരെന്ന് കരുതപ്പെട്ടിരുന്ന ജനവിഭാഗത്തിന്റെ അനിഷേദ്ധ്യ നേതാവായിരുന്ന ശ്രീ അയ്യങ്കാളി ഈ കാലയളവിൽത്തന്നെ സാധുജന പരിപാലന സംഘം സ്ഥാപിച്ച് ഏറ്റവും താഴെക്കിടയിലുള്ളവരുടെ മോചനം ലക്ഷ്യമാക്കി പ്രവർത്തിച്ചു തുടങ്ങിയിരുന്നു. 1910 ൽ ശ്രീ. കെ പി കറുപ്പൻ, താനുൾപ്പെട്ടിരുന്ന മത്സ്യത്തൊഴിലാളി സമുദായത്തിന്റെ താല്പര്യ സംരക്ഷണാർത്ഥം ഒരു പ്രസ്ഥാനത്തിന് തുടക്കമിട്ടു. എസ് എൻ ഡി പി പ്രസ്ഥാനം നടത്തിവന്ന പോരാട്ടത്തിന്റെ അനന്തരഫലമായിട്ടാണ് 1905 ൽ ആദ്യമായി സർക്കാർ വിദ്യാലയങ്ങളിൽ താണജാതിയിൽപ്പെട്ട കുട്ടികൾക്കു പ്രവേശനം കിട്ടിത്തുടങ്ങിയത്. അന്ന് ശ്രീ വി പി മാധവറാവു ആയിരുന്നു തിരുവിതാംകൂറിലെ ദിവാൻ, 1910 ൽ സർക്കാർ ഗേൾസ് സ്കൂളുകളിൽ ക്രിസ്ത്യൻ സമുദായത്തിലെയും ഈഴവ സമുദായത്തിലെയും പെൺകുട്ടികൾക്കും പ്രവേശനം കിട്ടിത്തുടങ്ങി. ശ്രീനാരായണഗുരു തന്റെ പ്രവർത്തനമേഖല ഇക്കാലത്ത് മലബാറിലേക്കും വ്യാപിപ്പിച്ചു. കോഴിക്കോട്ടെ ശ്രീകണ്ഠേശ്വര ക്ഷേത്രം ബ്രാഹ്മണ പൗരോഹിത്യത്തെ ഒഴിവാക്കുക എന്ന തന്റെ ലക്ഷ്യത്തെ മുന്നിൽ കണ്ടു

കൊണ്ട് സ്വാമികൾ സ്ഥാപിച്ചതാണ്. ഈ കാലയളവിൽ പ്രവർത്തിച്ചു തുടങ്ങിയ വിദ്യാസംഘം എന്ന പ്രസ്ഥാനം സവർണ്ണാവർണ്ണ ഭേദമെന്യേ പാശ്ചാത്യ ലിബറൽ ആശയങ്ങളാൽ സ്വാധീനിക്കപ്പെട്ട ഒരു വിഭാഗം ചെറുപ്പക്കാരുടെ പ്രസ്ഥാനമായിരുന്നു. കേരളത്തിലെ ഹൈന്ദവ നവോത്ഥാന പ്രസ്ഥാനങ്ങളെ ഈ പ്രസ്ഥാനം ഗണ്യമായ തോതിൽ സ്വാധീനിക്കുകയുണ്ടായി. 1908 ലാണ് ആദ്യത്തെ കോൺഗ്രസ് ജില്ലാകമ്മറ്റി മലബാറിൽ സ്ഥാപിതമാകുന്നത്.

ബേസൽ മിഷൻ മലബാറിന്റെ എല്ലാ പ്രധാന ഭാഗങ്ങളിലും നല്ല രീതിയിൽത്തന്നെ പ്രവർത്തനം ആരംഭിക്കുകയും പള്ളികൾ, സ്കൂളുകൾ വ്യവസായസ്ഥാപനങ്ങൾ തുടങ്ങിയവ ആരംഭിക്കുകയും ചെയ്തു. 1893 ഫെബ്രുവരി 1-ാം തീയതിയിലെ ഡോക്ടർ ഡങ്കന്റെ ഒരു പ്രത്യേക ഉത്തരവു വഴി മലബാറിന്റെ പ്രവിശ്യകളിൽ പ്രത്യേക സ്കൂളുകൾ പഞ്ചമർ എന്നറിയപ്പെട്ടിരുന്ന പറയ, പുലയ വിഭാഗത്തിനായി തുറക്കുകയുണ്ടായി. 1901 -ലെ കണക്കെടുപ്പു പ്രകാരം ഇത്തരത്തിൽപ്പെട്ട 22 പ്രൈമറി സ്കൂളുകളും അവയിൽ 908 കുട്ടികളുമുണ്ടായിരുന്നു. ചുരുക്കത്തിൽ ഈ നൂറ്റാണ്ടിന്റെ തുടക്കം അടിച്ചമർത്തപ്പെട്ടുകഴിഞ്ഞിരുന്ന കേരളത്തിലെ അധഃകൃത ജനവിഭാഗത്തെ ഉണർവ്വിന്റെയും ഉത്തേജനത്തിന്റെയും നവോദയത്തിലേക്കു നയിക്കുകയായിരുന്നു.

1905 ജനുവരി 2 ന് സ്വാമി ആനന്ദതീർത്ഥൻ തലശ്ശേരിയിൽ ജനിച്ചു വീഴുമ്പോഴുള്ള കേരളത്തിന്റെ സാമൂഹ്യ സാംസ്കാരിക രംഗം ഇതായിരുന്നു. അദ്ദേഹത്തിന്റെ പിതാവ് തലശ്ശേരി പോർട്ട് കൺസർവ്വേറ്ററായിരുന്ന റാവുസാഹിബ് രാമചന്ദ്രഷേണായിയായിരുന്നു. ഗൗഡസാരസ്വത ബ്രാഹ്മണ സമൂഹത്തിലെ ഒരു പ്രമുഖ വ്യക്തിയായിരുന്നു രാമചന്ദ്രഷേണായി. തലശ്ശേരി നരസിംഹക്ഷേത്രത്തിന്റെ മാനേജിങ് കമ്മിറ്റിയുടെ പ്രസിഡന്റും ഇദ്ദേഹമായിരുന്നു. 7 കുട്ടികളുണ്ടായിരുന്ന ആ കുടുംബത്തിലെ 5-ാമത്തെ സന്താനമായിരുന്നു ആനന്ദഷേണായി. തന്റെ മാതാവ് ദേവി അമ്മാൾ ഒരു തികഞ്ഞ ഈശ്വരഭക്തയായിരുന്നുവെന്ന കാര്യം സ്വാമി പ്രത്യേകം സ്മരിക്കുന്നു. പ്രാർത്ഥനയ്ക്കു ശേഷമല്ലാതെ ആഹാരം കഴിക്കുകയില്ലെന്ന അമ്മയുടെ ശാഠ്യം ചെറിയ പ്രായത്തിൽതന്നെ വല്ലാതെ ആകർഷിച്ചതായി അദ്ദേഹം പറഞ്ഞു. സ്വാമിജിക്കു പുലയക്കുട്ടികളുമായുള്ള സഹവർത്തിത്വം കണ്ടു സഹികെട്ടു ആ മാതാവു പറഞ്ഞു: "എന്റെ ഗർഭത്തിൽ ഇങ്ങനെ ഒരു പുലയച്ചെറുക്കൻ എങ്ങനെ ഉരുവായി." എങ്കിൽപ്പോലും പില്ക്കാലത്ത് സ്വാമിജിയുടെ പ്രവർത്തനങ്ങളിൽ ആ അമ്മയുടെ സഹായം ലഭിച്ചിരുന്നുവെന്നകാര്യം അദ്ദേഹം അനുസ്മരിക്കുന്നു. ആര്യസമാജത്തിന്റെ സന്ന്യാസിമാർ വീട്ടിൽ വരുമായിരുന്നു. ബാലനായ ആനന്ദഷേണായി സന്ന്യാസിമാരുടെ നിസ്വാർത്ഥ ജീവിതത്തിലേക്കു ചെറിയ പ്രായത്തിൽത്തന്നെ ആകൃഷ്ടനായിരുന്നു. അദ്ദേഹം അനുസ്മരിക്കുന്നു. "പ്രഹ്ലാദന്റെ കഥ എന്നെ വല്ലാതെ ആകർഷിച്ചിരുന്നു." എന്റെ

ചെറുപ്പത്തിൽ ഞാൻ അടുത്തുള്ള ശിവക്ഷേത്രത്തിൽ പോയി ഇപ്രകാരം പ്രാർത്ഥിക്കുമായിരുന്നു. "എന്നിലെ ഞാൻ മരിക്കണമേ." എന്നിട്ടും ഞാനെപ്പോൾ ആരെക്കണ്ടാലും അവരിൽ സ്വാർത്ഥത അവശേഷിച്ചിരിക്കുന്നുവോ എന്ന കാര്യം സൂക്ഷ്മമായി പരീക്ഷിക്കുമായിരുന്നു. അതില്ലെന്നു ബോദ്ധ്യമായതുകൊണ്ടാണ് പില്ക്കാലത്ത് ഞാൻ, രമണമഹർഷി, അരവിന്ദഘോഷ്, രാംദാദ്, ശിവാനന്ദപരമഹംസർ തുടങ്ങിയവരിലേക്കാകർഷിക്കപ്പെട്ടത്. ശ്രീനാരായണഗുരുവിന്റെ ജീവിതവും പ്രവൃത്തികളും എന്നെ ആകർഷിച്ചപ്പോൾ ഞാനദ്ദേഹത്തിന്റെ ഒരു ശിഷ്യനാകാൻ തീരുമാനിച്ചു. സ്വന്തം വീട്ടിൽ വീട്ടുജോലിക്കാരിയായിരുന്ന കുടുംബി സമുദായത്തിൽപ്പെട്ട ഒരു സ്ത്രീയെ ഒരിക്കലും അടുക്കളയിൽ കടക്കാൻ അനുവദിക്കാതിരുന്നത് ബാലനായ ഷേണായിയുടെ ശ്രദ്ധയാകർഷിച്ചു. അയിത്തത്തെക്കുറിച്ചാദ്യം ഗ്രഹിച്ചത് അങ്ങനെയാണ്.

തലശ്ശേരിയിൽ താമസിച്ചിരുന്ന മലബാർ കലക്ടറായിരുന്ന ബ്രണ്ണൻസായിപ്പിന്റെ നാമധേയം പേറുന്ന ഗവ. ഹൈസ്കൂളിലും കോളേജിലുമായിട്ടാണ് ആനന്ദ പഠനത്തിന്റെ പ്രഥമ ഘട്ടം പിന്നിട്ടത്. എസ് എസ് എൽ സിയും ഇന്റർമീഡിയറ്റും അദ്ദേഹം ഡിസ്റ്റിങ്ഷനോടെയാണ് പാസായത്. ഹോം റൂൾ പ്രസ്ഥാനത്തിന്റെയും ഖിലാഫത്തു പ്രസ്ഥാനത്തിന്റെയും, അലയൊലികൾകൊണ്ട് സാമൂഹ്യാന്തരീക്ഷം മുഖരിതമായിരുന്ന ഒരു കാലഘട്ടമായിരുന്നു അദ്ദേഹത്തിന്റെ വിദ്യാഭ്യാസ കാലം. ഡോ. ആനിബസന്റിന്റെ നേതൃത്വത്തിൽ 1916 ൽ മലബാർ ഡിസ്റ്റ്ട്രിക്ട് കോൺഗ്രസിന്റെ ആദ്യ സമ്മേളനം പാലക്കാട്ടു വച്ചു നടന്നു. ഇതേത്തുടർന്ന് മലബാറിന്റെ ഏതു മുക്കിലും മൂലയിലും കോൺഗ്രസിന്റെ ശാഖകൾ പടർന്നു പന്തലിച്ചു തുടങ്ങി. 1920 ആഗസ്ത് 18 ന് നിസ്സഹകരണത്തിന്റെ സന്ദേശവും ഖിലാഫത്തിനു പിന്തുണയും പ്രഖ്യാപിച്ചുകൊണ്ട് ഗാന്ധിജി മലബാർ സന്ദർശിച്ചു. 1921 ൽ വിശ്രുതവും ദാരുണഫലങ്ങൾ ഉളവാക്കിയതുമായ മാപ്പിള ലഹള പൊട്ടിപ്പുറപ്പെട്ടു.

ഉന്നതകുലജാതനും വിദ്യാസമ്പന്നനുമായ ആനന്ദന് സ്വാഭാവികമായും ദേശീയപ്രസ്ഥാനത്തിനുള്ളിൽ ഒട്ടേറെ സഹപ്രവർത്തകരും സുഹൃത്തുക്കളുമുണ്ടായി. എസ് എസ് എൽ സിക്കു പഠിക്കുമ്പോൾതന്നെ അദ്ദേഹം തിരുവിതാംകൂറിൽനിന്നുള്ള ഒരു ജില്ലാ ജഡ്ജിയുടെ പുത്രനായ ശ്രീ ചിദംബരനാഥന്റെ സുഹൃത്തായിരുന്നു. തലശ്ശേരിയിലെ കോൺഗ്രസ് ആഫീസിന്റെ ചുമതല ഇദ്ദേഹത്തിനായിരുന്നു. ഇദ്ദേഹത്തിന്റെ സ്വാധീനത്തിൽപ്പെട്ടാണ് ആനന്ദ് ആദ്യമായി ഖാദി ധരിക്കുവാൻ തുടങ്ങിയത്. ഇതോടെ അദ്ദേഹം *യങ് ഇന്ത്യ* എന്ന പ്രസിദ്ധീകരണത്തിന്റെ സ്ഥിരം വായനക്കാരനായി. വീടിനടുത്തുള്ള കടയിലെ കണക്കെഴുത്തുകാരനായ ഗാന്ധിനാരായണമല്ലർ ആണ് *യങ് ഇന്ത്യ*യുടെ ലക്കങ്ങൾ അദ്ദേഹത്തിനു വായിക്കാൻ കൊടുത്തിരുന്നത്. പില്ക്കാലത്ത് *മാതൃഭൂമി*യുടെ മാനേജരായിത്തീർന്ന ശ്രീ എൻ കൃഷ്ണൻനായരുമായുള്ള സഹവർത്തിത്വവും ഇക്കാലത്താണാരംഭിക്കുന്നത്.

ജീവിതത്തിലുടനീളം താൻ വെച്ചുപുലർത്തിയിരുന്ന ആദർശ നിഷ്ഠയ്ക്കും അനീതിക്കെതിരെ വിട്ടുവീഴ്ചയില്ലാതെ നടത്തിയ പോരാട്ടത്തിനും ആനന്ദതീർത്ഥൻ ആർജ്ജിച്ച ധൈര്യവും തന്റേടവും ചെറുപ്പം മുതൽ തന്നെ അദ്ദേഹത്തിന്റെ കൈമുതലായിരുന്നുവെന്ന് അദ്ദേഹത്തിന്റെ വിദ്യാലയ ജീവിതാനുഭവങ്ങൾതന്നെ വ്യക്തമാക്കുന്നുണ്ട്. തന്റെ സഹപാഠികൾ തനി യൂറോപ്യന്മാരെപ്പോലെ വസ്ത്രം ധരിച്ചുപോകുമ്പോൾ യാതൊരു കൂസലുമില്ലാതെ ഖാദി വസ്ത്രവും ധരിച്ച് ഓലക്കുടയും പിടിച്ച് അദ്ദേഹം കോളേജിൽപ്പോയിരുന്നു. ഒരിക്കൽ ചരിത്രാദ്ധ്യാപകൻ ക്ലൈവിന്റെ കീഴടക്കലുകളെക്കുറിച്ച് പഠിപ്പിച്ചുകൊണ്ടു നില്ക്കുമ്പോൾ അദ്ദേഹം എഴുന്നേറ്റുനിന്ന് വിളിച്ചുപറഞ്ഞു: “ക്ലൈവ് കൊള്ളക്കാരനാണ്.”

തന്റെ സ്മരണക്കുറിപ്പുകളിൽ അദ്ദേഹം രേഖപ്പെടുത്തിയിരിക്കുന്നു. “ഞാൻ ബ്രണ്ണൻകോളേജിൽ വിദ്യാർത്ഥിയായിരിക്കുമ്പോൾ അയിത്തത്തെക്കുറിച്ചോ ജാതീയമായ വിവേചനത്തെക്കുറിച്ചോ എനിക്കറിയില്ലായിരുന്നു. എന്റെ താല്പര്യം മുഴുവൻ ദേശീയ പ്രസ്ഥാനത്തിലായിരുന്നു.” ഇതിൽ അസാധാരണമായി ഒന്നുമില്ല. അക്കാലത്ത് ഇന്ത്യൻ നാഷണൽ കോൺഗ്രസിന് അയിത്തോച്ചാടനത്തിനായി യാതൊരു പരിപാടിയും ഇല്ലായിരുന്നു. അവർണ്ണസമുദായത്തിൽപ്പെട്ടവർക്ക് ഒരു പ്രമേയത്തിന് 1916 ലെ കോൺഗ്രസ് ജില്ലാ സമ്മേളനത്തിൽ അവതരണാനുമതിപോലും ലഭിച്ചില്ല. അത്തരമൊരു വിഷയം ഈ സമ്മേളനത്തിന്റെ തീരുമാനപരിധിയിൽ വരുന്നതല്ലെന്ന കാരണം പറഞ്ഞാണ് പ്രമേയത്തിന് അവതരണാനുമതി നിഷേധിച്ചത്. എന്നാൽ, അതേ സമ്മേളനം തന്നെ മലബാറിൽ നിന്ന് രാമേശ്വരത്തെത്തുന്ന തീർത്ഥാടകർക്ക് ആവശ്യമായ സൗകര്യങ്ങൾ കിട്ടാത്തതിൽ പ്രതിഷേധിക്കുന്ന ഒരു പ്രമേയം പാസാക്കുകയുമുണ്ടായി. അക്കാലത്ത് കോൺഗ്രസിന് അയിത്തംപോലുള്ള സാമൂഹ്യതിന്മകളോടുള്ള സമീപനം എന്തായിരുന്നുവെന്ന് ഇത് വ്യക്തമാക്കുന്നുണ്ടല്ലോ. ഇതു നിമിത്തം പിന്നോക്ക വിഭാഗങ്ങളുടെ നേതാക്കന്മാർ സാമൂഹ്യ പരിഷ്കരണ പ്രവർത്തനങ്ങളിൽ കൂടുതൽ ശ്രദ്ധിക്കുകയും മലബാറിൽ സി കൃഷ്ണനും കൊച്ചിയിൽ സഹോദരനയ്യപ്പനും മറ്റും ചെയ്തതുപോലെ നാഷണൽ കോൺഗ്രസിന്റെ പ്രവർത്തനങ്ങളിൽ നിന്ന് മെല്ലെ ഒഴിഞ്ഞുമാറുകയും ചെയ്തു.

വിദ്യാഭ്യാസപരമായി ആനന്ദ് പ്രകടിപ്പിച്ച മികവ് എടുത്തു പറയത്തക്കതാണ്. എസ് എസ് എൽ സിക്കു ഏറ്റവും കൂടുതൽ മാർക്ക് വാങ്ങിച്ചതിനു അദ്ദേഹത്തിനു ‘ഗ്രെഗ്’സ്മാരക സ്കോളർഷിപ്പ് ലഭിക്കുകയുണ്ടായി. 1923 ൽ അദ്ദേഹം ഇന്റർമീഡിയറ്റ് പരീക്ഷ ഒന്നാം ക്ലാസിൽ ജയിക്കുകയും മദ്രാസ് പ്രസിഡൻസി കോളേജിൽ പ്രവേശനം നേടുകയും ചെയ്തു. ഐച്ഛികമായി ഫിസിക്സ് എടുത്തു പഠിച്ച ഡോക്ടർ സാവൂർ ആയിരുന്നു ഫിസിക്സ് ഡിപ്പാർട്ട്മെന്റിന്റെ അദ്ധ്യക്ഷൻ.

മദ്രാസ്സിലെ കോളേജ് ജീവിതകാലത്താണ് രാഷ്ട്രീയത്തിൽ സജീവമായി ഇടപെടുന്നത്. ഒരു വിഭാഗം കുട്ടികൾ ഹോസ്റ്റൽ വാർഡനായിരുന്ന

എസ് ഇ രങ്കനാഥന്റെ ഫോട്ടോ വിക്ടോറിയ ഹോസ്റ്റലിന്റെ ഭിത്തിയിൽ തൂക്കാൻ ശ്രമിച്ചതിനെ ആനന്ദും കൂട്ടുകാരും ചേർന്നെതിർത്തു. (എസ് ഇ രംഗനാഥൻ പില്ക്കാലത്ത് ക്രിസ്തുമതം സ്വീകരിച്ച് സാമുവേൽ രങ്കനാഥനെന്ന പേര് സ്വീകരിക്കുകയും ബ്രിട്ടനിലെ ഇന്ത്യൻ ഹൈക്കമീഷണറായി നിയമിക്കപ്പെടുകയുംചെയ്തു.) ഗാന്ധിജിയുടെ ഫോട്ടോ തൽസ്ഥാനത്ത് തൂക്കണമെന്നവർ ശഠിച്ചു. അവസാനം ഒരൊത്തുതീർപ്പെന്ന നിലയിൽ ഒരു ഫോട്ടോയും തൂക്കേണ്ടതില്ലെന്ന തീരുമാനത്തിലെത്തിച്ചേർന്നു. തന്റെ ജന്മനാടായ തലശ്ശേരിയിലെ രാഷ്ട്രീയ പ്രവർത്തനങ്ങളിൽ അദ്ദേഹം ഇടപെട്ടുപോന്നു. ശ്രീ. സി എച്ച് കുഞ്ഞപ്പ ഒരു ലേഖനത്തിൽ ആനന്ദനോടൊപ്പം തലശ്ശേരി കോൺഗ്രസ് സമ്മേളനത്തിൽ വോളണ്ടിയർ ആയി പ്രവർത്തിച്ച കാര്യം അനുസ്മരിക്കുന്നു. ആ സമ്മേളനത്തിൽ ആദ്ധ്യക്ഷ്യം വഹിച്ചത് എസ് ശ്രീനിവാസ അയ്യങ്കാരായിരുന്നു. ജാതിയുടെ വിലക്കുകളെ ധിക്കരിച്ചുകൊണ്ട് കമലം എന്ന തീയപ്പെൺകുട്ടിയെ വിവാഹം കഴിച്ച എസ് കെ കൊസ്രാമ്പിൽ എന്ന വടക്കേ മലബാറിലെ ഒരു പ്രമുഖ കോൺഗ്രസ് നേതാവ് ആ സമ്മേളനത്തെ അഭിസംബോധന ചെയ്തു പ്രസംഗിച്ചു.

പ്രസിഡൻസി കോളേജിൽ വെച്ചാണ് ശ്രീനാരായണഗുരു ആനന്ദിന്റെ ഗൗരവമായ ശ്രദ്ധയ്ക്ക് വിഷയീഭവിക്കുന്നത്. 1920 മെയ് 13 ന് ശ്രീനാരായണ ധർമ്മ പരിപാലന യോഗം അതിന്റെ 17 ാമത് വാർഷികയോഗം കൂടി താഴെപ്പറയുന്ന പ്രമേയം പാസാക്കി. "ജാതി പരിഗണന കൂടാതെ എല്ലാ പൊതുക്ഷേത്രങ്ങളും സർവ്വഹിന്ദുക്കൾക്കുംവേണ്ടി തുറന്നുകൊടുക്കണം." ഗവൺമെന്റിലേക്കു ആവശ്യമായ നിവേദനം കൊടുക്കാൻ യോഗം തീരുമാനമെടുത്തു, അതേ യോഗത്തിൽ വെച്ച് ടി കെ മാധവൻ മറ്റൊരു പ്രമേയം അവതരിപ്പിച്ചു.

> സാമൂഹ്യമായ പിന്നോക്കാവസ്ഥ അനുഭവിക്കുന്ന ഈഴവരുടെ സാമൂഹ്യമായ പിന്നോക്കാവസ്ഥ പരിഹരിക്കുന്നതിന് സർക്കാരിന്റെ ഭാഗത്ത് നിന്നോ ഉയർന്നവരെന്നു വിളിക്കപ്പെടുന്ന സവർണ്ണ ഹിന്ദുക്കളുടെ ഭാഗത്തുനിന്നോ സഹായകമായ യാതൊരു നടപടികളും ഉണ്ടാകാത്തതിനാൽ ഈഴവ സമുദായം ഒന്നടങ്കം ക്രിസ്തുമതത്തിലേക്ക് മതപരിവർത്തനം ചെയ്യണമെന്ന് ഈ യോഗം അഭിപ്രായപ്പെടുന്നു.

കോൺഗ്രസിന്റെ തലപ്പത്തുണ്ടായിരുന്ന സവർണ്ണഹിന്ദുക്കളെ ഞെട്ടിപ്പിക്കുവാൻ ഈ പ്രമേയത്തിനു കഴിഞ്ഞു. നായർ സർവ്വീസ് സൊസൈറ്റി അതിന്റെ ഔദ്യോഗിക ജിഹ്വയിൽ ജാതിയെ തള്ളിപ്പറഞ്ഞു. ജാതി ഹിന്ദുമതത്തിന്റെ ഭാഗമല്ലെന്നും മതപരിഷ്കരണം ആവശ്യമാണെന്നും അവർ ആഹ്വാനം ചെയ്തു. പ്രമേയത്തിന്റെ അവതാരകനായ ടി കെ മാധവൻ ഗാന്ധിജിയുൾപ്പെടെയുള്ള മറ്റു കോൺഗ്രസ് നേതാക്കന്മാരെ കണ്ട് ക്ഷേത്രപ്രവേശനം സർവ്വഹിന്ദുക്കൾക്കും അനുവദിക്കേണ്ടതിന്റെ ആവ

ശ്യത്തെക്കുറിച്ചും സംസാരിച്ചു. തല്ഫലമായി 1924 ജനുവരി 20 ന് കേരള പ്രദേശ് കോൺഗ്രസ് കമ്മിറ്റി എറണാകുളത്ത് ചേർന്ന യോഗത്തിൽ അയിത്തോച്ചാടനത്തിനായി ഒരു പ്രത്യേക കമ്മിറ്റി രൂപീകരിച്ചു. ശ്രീ കേളപ്പനായിരുന്നു ആ കമ്മിറ്റിയുടെ അദ്ധ്യക്ഷൻ. ശ്രീ ടി കെ മാധവനും അതിൽ അംഗമായിരുന്നു. ഈ കമ്മിറ്റിയാണ് ചരിത്രപ്രസിദ്ധമായ വൈക്കം സത്യഗ്രഹം സംഘടിപ്പിക്കുന്നതിനു നേതൃത്വം കൊടുത്തത്.

തന്റെ ഓർമ്മക്കുറിപ്പുകളിൽ സ്വാമി ആനന്ദതീർത്ഥൻ എഴുതുന്നു.

> 1922 ൽ ഞാൻ തലശ്ശേരി ബ്രണ്ണൻ കോളേജിൽ പഠിക്കുമ്പോൾ ശ്രീനാരായണഗുരു തലശ്ശേരി ജഗന്നാഥ ക്ഷേത്രം സന്ദർശിച്ചു. അദ്ദേഹം ഒരു പ്രത്യേക ജാതിയുടെമാത്രം ആത്മീയഗുരു എന്ന നിലയിൽ അദ്ദേഹത്തെ സന്ദർശിക്കാൻ ഞാൻ ആഗ്രഹിച്ചില്ല. ഞാൻ മദ്രാസിൽ പഠിക്കുമ്പോഴാണ് ശ്രീ കേളപ്പൻ നയിച്ച വൈക്കം സത്യഗ്രഹത്തെക്കുറിച്ചു വായിക്കാനിടയായത്. പിന്നോക്ക ജാതിക്കാർക്കു ക്ഷേത്രത്തിൽ മാത്രമല്ല പൊതുനിരത്തിൽപ്പോലും പ്രവേശനമില്ലെന്ന കാര്യം ഞാനപ്പോഴാണറിയുന്നത്. അതിൽപ്പിന്നീടാണ് ശ്രീനാരായണഗുരു അയിത്തത്തിനെതിരായ പ്രസ്ഥാനത്തിന്റെ പ്രോത്ഘാടകനാണെന്ന സത്യം ഞാൻ ഗ്രഹിച്ചത്. ഈ പ്രസ്ഥാനം എന്നെ വല്ലാതെ ആകർഷിച്ചു. മഹാത്മാഗാന്ധിയും ഗുരുദേവനും തമ്മിൽ നടന്ന കൂടിക്കാഴ്ചയുടെ പത്ര റിപ്പോർട്ടുകൾ ഞാൻ ആവേശത്തോടെ വായിച്ചു. ഗുരുദേവനോടുള്ള എന്റെ ആദരവ് ഇതിന്റെ ഫലമായി വളരെ വർദ്ധിച്ചു.

ഈ കൂടിക്കാഴ്ചയിൽ വെച്ച് ഗാന്ധിജി ഹിന്ദുമതത്തിലെ മോക്ഷസിദ്ധാന്തത്തെക്കുറിച്ചും അന്യമതങ്ങളിലേക്കു നടത്തുന്ന മതപരിവർത്തനങ്ങളെക്കുറിച്ചും നാരായണഗുരുവിനോടു തിരക്കി. ഗുരുദേവൻ തന്റെ മറുപടിയിൽ പറഞ്ഞു. മോക്ഷം ഹിന്ദുമതത്തിലൂടെ മാത്രമല്ല മറ്റു മതങ്ങളിലൂടെയും സാദ്ധ്യമാണെന്നും ജനങ്ങൾക്കു പരലോകത്തിലെ മോക്ഷത്തേക്കാൾ ഇഹലോകത്തിലെ സ്വാതന്ത്ര്യമാണ് പ്രധാനപ്പെട്ടതെന്നും ഗാന്ധിജിയെ പറഞ്ഞു ധരിപ്പിച്ചു.

നാരായണഗുരുവിന്റെ പഠിപ്പിക്കലുകളെ തന്റെ ഹൃദയത്തോടു ചേർക്കാൻ ആനന്ദിനെ പ്രേരിപ്പിച്ച ഒരു സംഭവം ഇതിനിടയ്ക്കുണ്ടായി. “ജാതി ചോദിക്കരുത്. ജാതി പറയരുത്. ജാതി ചിന്തിക്കരുത്.” എന്ന ഗുരുവിന്റെ മുദ്രാവാക്യങ്ങൾ അന്തരീക്ഷത്തിൽ അലയടിക്കുന്ന കാലം. സഹോദരൻ ഗണേശഷേണായിയോടൊപ്പം ഗുരുവായൂർ ക്ഷേത്ര ദർശനത്തിന് ആനന്ദൻ പോകുകയുണ്ടായി. അന്ന് ക്ഷേത്രത്തിന്റെ അറ്റകുറ്റപ്പണികൾക്ക് മേൽനോട്ടം വഹിച്ചിരുന്നത് ഗണേശഷേണായി ആയിരുന്നു. ക്ഷേത്രപരിസരത്തുവെച്ചു എന്തോ വാങ്ങിക്കാൻ പോയ ആനന്ദിനോടു ഒരു കച്ചവടക്കാരൻ ജാതി തിരക്കി. അദ്ദേഹം മറുപടി പറയാൻ വിസമ്മതിച്ചു.

ക്ഷേത്രപരിസരത്തെ കച്ചവടസ്ഥലങ്ങളിൽ തീയന്മാർക്കു പ്രവേശനം അനുവദിച്ചിരുന്നില്ലന്ന കാര്യം അന്നാണ് ആനന്ദൻ ഗ്രഹിച്ചത്. ക്ഷേത്ര ക്കുളത്തിൽ കുളിക്കാനിറങ്ങിയപ്പോൾ വീണ്ടും ഈ ജാതി ചോദ്യം ഉണ്ടാ യി. ഇത്തവണ അദ്ദേഹം ക്രൂരമായി മർദ്ദിക്കപ്പെട്ടു. അവരദ്ദേഹത്തെ ദേവസ്വം ഓഫീസിൽ ഹാജരാക്കി. അദ്ദേഹത്തെ തിരിച്ചറിഞ്ഞ ദേവസ്വം ഓഫീസർ ഒരുതരത്തിൽ അദ്ദേഹത്തെ രക്ഷിച്ചു.

ഇക്കാലത്തദ്ദേഹം വായിച്ച പുസ്തകങ്ങളും സ്ഥാപിച്ച ബന്ധങ്ങളും ഒരു കാര്യം വ്യക്തമാക്കുന്നു. രാഷ്ട്രീയവും വിദ്യാഭ്യാസപരവും ആയ അന്നത്തെ തന്റെ നിലപാടുകൾ ഒരു പുതിയ വഴിക്കു തിരിയുന്നു എന്ന തായിരുന്നു അത്. തന്റെ കോളേജ് ജീവിതകാലത്ത് എല്ലാ തിങ്കളാഴ്ചക ളിലും, അദ്ദേഹം മദ്രാസിലെ രാമകൃഷ്ണാശ്രമം സന്ദർശിക്കുമായിരുന്നു. സ്വാമി വിവേകാനന്ദന്റെ കൃതികൾ *ഇമിറ്റേഷൻ ഓഫ് ക്രൈസ്റ്റ്,ഗാന്ധിജി യുടെ സത്യാന്വേഷണ പരീക്ഷണങ്ങൾ,* സ്വാമി രാമതീർത്ഥന്റെ രചന കൾ ഇവയൊക്കെയാണ് ഇക്കാലത്ത് അദ്ദേഹം വായിച്ചതായി ഓർക്കുന്ന പ്രധാനപ്പെട്ട പുസ്തകങ്ങൾ. "ഗാന്ധിജിയുടെ നൈതിക മതസങ്കല്പം എന്നെ എന്നും ആകർഷിച്ചിരുന്നു." അദ്ദേഹം എന്നോടുപറഞ്ഞു. ശ്രീരാമ കൃഷ്ണ പരമഹംസരുടെ ഗീതങ്ങളിൽ നിന്നൊന്ന് എല്ലാ ദിവസവും വായി ക്കുക എന്നൊരു പതിവ് അദ്ദേഹം സ്വരൂപിച്ചിരുന്നു. കേരളത്തെ ഒരു ഭ്രാന്താലയം എന്നു വിളിച്ച വിവേകാനന്ദന്റെ പ്രഖ്യാപനം വായിച്ചപ്പോൾ മാനസികമായി അദ്ദേഹം കേരളത്തിലെ അയിത്തത്തിനെതിരെയുള്ള ഒരു പോരാട്ടത്തിനു കരുത്താർജ്ജിക്കുകയായിരുന്നു. ആര്യസമാജത്തിന്റെയും രാമകൃഷ്ണമിഷന്റെയും ചില സന്ന്യാസിമാരോടൊത്ത് പ്രവർത്തിക്കുന്ന തിനദ്ദേഹത്തിനവസരം ലഭിച്ചിരുന്നു. "അസ്പൃശ്യരോടൊപ്പം ചേരുക, അവർക്കു വേണ്ടി പ്രവർത്തിക്കുക." എന്ന വിവേകാനന്ദന്റെ ആഹ്വാനം കേട്ട ഒരു ഘട്ടത്തിൽ രാമകൃഷ്ണമിഷനിൽ ചേരാനും അദ്ദേഹം ആലോ ചിച്ചതാണ്. ജാതിപ്രശ്നത്തോടുള്ള രാമകൃഷ്ണമിഷന്റെ മൃദുവായ സമീ പനത്തിൽ പ്രതിഷേധിച്ച് ആ തീരുമാനം പിന്നീടുപേക്ഷിക്കുകയായിരുന്നു. 1957 ൽ കെ എസ് ശിവത്തിനെഴുതിയ ഒരു കത്തിൽ സ്വാമിജി ഈ കാര്യം വ്യക്തമാക്കിയിട്ടുണ്ട്. 1947 വരെ ഹരിജൻ വിദ്യാർത്ഥികളെ മദ്രാസിലെ രാമകൃഷ്ണ സ്റ്റുഡൻസ് ഹോമിൽ പ്രവേശിപ്പിച്ചിരുന്നില്ല. 1957 ഒക്ടോ ബർ 28 ന് അദ്ദേഹം എഴുതിയ കത്തിൽ രേഖപ്പെടുത്തിയിരിക്കുന്നു; "ഇപ്പോഴും മാംഗ്ലൂരിലെ രാമകൃഷ്ണ സ്റ്റുഡൻസ് ഹോമിൽ ഹരിജൻകുട്ടി കളെ പ്രവേശിപ്പിക്കുന്നില്ല."

അയിത്തജാതിക്കാരുടെ ഇടയിൽ സാൽവേഷൻ ആർമി എന്ന ക്രൈസ്തവവിഭാഗം നടത്തുന്ന പ്രവർത്തനങ്ങൾ അദ്ദേഹം ശ്രദ്ധിക്കുക യുണ്ടായി. അയിത്തജാതിക്കാരും മറ്റുള്ളവരോടൊപ്പം സാൽവേഷൻ ആർമിയുടെ യൂണിഫോറം ധരിച്ചിരിക്കുന്നതു കണ്ട് അദ്ദേഹം ആ വിഭാ ഗത്തിൽപ്പെട്ട ഒരു സുവിശേഷകനെ സമീപിച്ച് താനും ഒരു ക്രിസ്ത്യാനി യാകാൻ ആഗ്രഹിക്കുന്നതായിപ്പറഞ്ഞു. സുവിശേഷകൻ ചോദിച്ചു.

"നിങ്ങൾ ക്രിസ്തുവിൽ വിശ്വസിക്കുന്നോ?" "ഞാൻ ക്രിസ്തുവിൽ വിശ്വസിക്കുകയും അദ്ദേഹത്തെ ഒരു പ്രവാചകനെന്നു തിരിച്ചറിയുകയും ചെയ്യുന്നു. ജാതിവ്യവസ്ഥകൊണ്ട് ദുഷിച്ച ഹിന്ദുസമുദായത്തിൽ തുടരാൻ ഞാൻ ആഗ്രഹിക്കുന്നില്ല" ആനന്ദിന്റെ മറുപടി. മിഷണറിക്കു തൃപ്തിയായില്ല. അദ്ദേഹം വീണ്ടും ചോദിച്ചു. "നിങ്ങൾ ക്രിസ്തുവിൽ മാത്രമേ വിശ്വസിക്കുന്നുള്ളോ?" "അതു സാദ്ധ്യമല്ല" ആനന്ദിന്റെ മറുപടി: എങ്കിൽ നിങ്ങൾക്കൊരു ക്രിസ്ത്യാനിയാകാൻ കഴിയില്ല." മിഷനറി തുറന്നു പറഞ്ഞു.

1926 ൽ ആനന്ദ ഷേണായി ഫിസിക്സിൽ ബി എസ് സി ഓണേഴ്സ് മദ്രാസ് പ്രസിഡൻസിയിലെ രണ്ടാം റാങ്കോടെ പാസായി. ദേശീയ പ്രസ്ഥാനത്തിന്റെയും സ്വാതന്ത്ര്യസമരത്തിന്റെയും ആവേശം ഇതിനകം അദ്ദേഹത്തെ ബാധിച്ചുകഴിഞ്ഞിരുന്നു. അദ്ദേഹം പോണ്ടിച്ചേരിയിലുണ്ടായിരുന്ന അരവിന്ദഘോഷിനൊരു കത്തെഴുതി സ്വാർത്ഥത തീരെവെടിഞ്ഞ് സന്ന്യാസം സ്വീകരിച്ച് ജീവിക്കാനാഗ്രഹിക്കുന്നതായി അറിയിച്ചു. തന്റെ പാത ആത്മത്യാഗത്തിന്റേതല്ലെന്നും മറ്റൊരു ഗുരുവിനെ തേടുക എന്നും തന്റെ യോഗമാർഗ്ഗം സത്ചിത് ആനന്ദമാണെന്നും അദ്ദേഹം അറിയിച്ചു. തുടർന്ന് മറ്റുപലരുടെയും ആരാധനാപാത്രമായിരുന്ന മൈസൂറിലെ സിദ്ധാരുഢ് സ്വാമികളെ അദ്ദേഹം സന്ദർശിച്ചു. എന്നാൽ, ആനന്ദന്റെ മനസ്സിനു തൃപ്തി ലഭിച്ചില്ല. രാജാറാംമോഹൻറോയിയുടെയും രമണമഹർഷിയുടെയും രചനകൾ വായിച്ചതിനെത്തുടർന്ന് സാമൂഹ്യപരിഷ്കരണ പ്രസ്ഥാനങ്ങൾക്ക് ദേശീയപ്രസ്ഥാനത്തിനും ഉപരി പ്രാധാന്യം കൊടുക്കേണ്ടതുണ്ടെന്നദ്ദേഹത്തിനു തോന്നി. സാമൂഹ്യ പ്രവർത്തനങ്ങളിലൂടെ സ്വാതന്ത്ര്യത്തിനുവേണ്ടി പ്രവർത്തിക്കുക എന്ന തീരുമാനത്തിലദ്ദേഹം എത്തിച്ചേർന്നു. ഗാന്ധിജിയുടെ സബർമതി ആശ്രമത്തിൽ കുറേ മാസങ്ങൾ താമസിക്കുവാനുള്ള രാജാജിയുടെ ഉപദേശം ഈ കാലയളവിൽ അദ്ദേഹം സ്വീകരിച്ചു. സബർമതിയിലേക്കു പോകുന്നതിനു പകരം പാലക്കാട്ടെ ശബരി ആശ്രമത്തിൽ പോയി താമസിക്കാനാണ് രാജാജി പ്രോത്സാഹിപ്പിച്ചത്. ഈ ആശ്രമം 1923 മേയിൽ നടന്ന രണ്ടാം സ്റ്റേറ്റ് കോൺഗ്രസ് കൺവെൻഷനെത്തുടർന്ന് ടി ആർ കൃഷ്ണസ്വാമി അയ്യർ സ്ഥാപിച്ചതായിരുന്നു. ഈ കൺവെൻഷനിൽവെച്ചാണ് കേളപ്പനും ശ്രീ. ടി ആർ കൃഷ്ണസ്വാമി അയ്യരും ചേർന്ന് മിശ്രഭോജനം വഴി ജാതിനശീകരണത്തിന് തുടക്കം കുറിച്ചത്.

1926 സെപ്തംബർ 10 ന് ആനന്ദ് ശബരി ആശ്രമത്തിൽ അംഗമായി ചേർന്നു. സ്വാമിജിയുടെ അഭിപ്രായത്തിൽ, ശബരി ആശ്രമം ഗാന്ധിയൻ ആദർശങ്ങളുടെ പ്രചാരണത്തിനും പരിശീലനത്തിനും വേണ്ടി തുറന്നതായിരുന്നു. ആനന്ദ് ആശ്രമത്തിൽ ചേർന്നപ്പോൾ അയിത്തജാതിക്കാരായ ചേരമർ ഉൾപ്പെടെയുള്ള ജാതികളിൽപ്പെട്ട കുട്ടികൾ ആശ്രമത്തിലെ അന്തേവാസികളായിരുന്നു. ഈഴവർ, നായർ, തുടങ്ങിയ ജാതിക്കാരും രണ്ട് മുസ്ലീം കുട്ടികളും ഉൾപ്പെടെ ആകെ 19 കുട്ടികളാണിവിടെ അന്നുണ്ടായിരുന്നത്.

1927 ജൂലൈയിൽ രണ്ടു *ബ്രാഹ്മിൺ* കുട്ടികളും പ്രവേശിപ്പിക്കപ്പെട്ടു. അതേത്തുടർന്നു ഭക്ഷണം പാകപ്പെടുത്താൻ ഒരു ബ്രാഹ്മണ പാചകക്കാരനും. നിയമിക്കപ്പെട്ട ബ്രാഹ്മണരായ കുട്ടികളെ മറ്റു കുട്ടികളിൽനിന്നു മാറ്റിയിരുത്തി ഭക്ഷണം കൊടുക്കാനും തുടങ്ങി. ആനന്ദിന് ഇത് തീരെ ഇഷ്ടപ്പെട്ടില്ല. കാര്യങ്ങൾ ക്രമേണ ശരിപ്പെടുമെന്നു പറഞ്ഞ് ടി ആർ കൃഷ്ണസ്വാമി അദ്ദേഹത്തെ ആശ്വസിപ്പിച്ചു.

1926 ൽ ആര്യസമാജക്കാർ കല്പാത്തി അഗ്രഹാരത്തിനു സമീപം അവർണ്ണ സമുദായത്തിൽപ്പെട്ടവർക്ക് പൊതുനിരത്തുകൾ ഉപയോഗിക്കുന്നതിനുള്ള അവകാശം അനുവദിച്ചുകിട്ടണമെന്നാവശ്യപ്പെട്ടുകൊണ്ട് ഒരു പ്രക്ഷോഭണം ആരംഭിച്ചു. ഈ പ്രക്ഷോഭകാരികൾ ശബരി ആശ്രമവുമായി ബന്ധമുള്ളവരായിരുന്നു. ആര്യസമാജക്കാർ ആശ്രമത്തിലെ അന്തേവാസികളായ അനാഥക്കുട്ടികളുടെ സംരക്ഷണച്ചെലവിലേക്ക് ദിവസം നാലണ തോതിലാണ് ധനസഹായം ചെയ്തുകൊണ്ടിരുന്ന ഈ പ്രക്ഷോഭണം വിജയപര്യവസായിയായിത്തീരുന്നതുവരെ ആനന്ദും അതിൽ പങ്കെടുത്തു.

1927 ഫെബ്രുവരിയിലെ ശിവരാത്രി ദിവസം പാലക്കാട്ടെ കല്യാക്കുളങ്ങര ക്ഷേത്രത്തിനെതിർവശത്തുള്ള പൊതുനിരത്തിലൂടെ അവർണ്ണ സമുദായത്തിലെ കുട്ടികളെയും കൂട്ടി നടന്നുപോയ തനിക്കുനേരെയുണ്ടായ ആക്രമണത്തെക്കുറിച്ചദ്ദേഹം തന്റെ സ്മരണക്കുറിപ്പുകളിൽ ഇപ്രകാരം രേഖപ്പെടുത്തിയിരിക്കുന്നു.

> ഞങ്ങളെ കണ്ടമാത്രയിൽ യാഥാസ്ഥിതിക ഹിന്ദുക്കൾ ഇളകിവശായി. അയിത്ത ജാതിക്കാരായ കുട്ടികളെക്കൂട്ടി അതുവഴി നടന്നതിന്റെ പേരിൽ അവരെന്നെ മർദ്ദിച്ചവശനാക്കി. വലതു ചെവിട്ടത്തടിച്ചാൽ ഇടതു ചെവിടുകൂടി കാണിച്ചുകൊടുക്കുക എന്ന യേശുവിന്റെ ഉപദേശം ഞാൻ പാലിച്ചു. എന്റെ ഇരുകവിളിലും ധാരാളം അടികിട്ടി. അയിത്തത്തിന്റെ ക്രൂരത എത്രമാത്രമാണെന്ന് ആദ്യം മനസ്സിലാക്കിയ സംഭവമായിരുന്നു അത്. ഈ സംഭവം അകത്തേത്തറയിലെ ഗാന്ധിഭക്തന്മാരുടെ കണ്ണുതുറപ്പിക്കുവാൻ മതിയായത് ആയിരുന്നു. പക്ഷേ, ആർക്കും പരസ്യമായി എതിർപ്പ് പ്രകടിപ്പിക്കുവാൻ ധൈര്യമില്ലായിരുന്നു. കാലം അങ്ങനെത്തതായിരുന്നു.

പാലക്കാട്ടെ പ്രവർത്തനകാലത്താണ് അദ്ദേഹം നായാടിസമുദായവുമായി ഇടപഴകുന്നത്. അദ്ദേഹം എഴുതിയിരിക്കുന്നു.

> പൊതുനിരത്തുകൾ ഉപയോഗിക്കാൻ പോലും അവരെ അനുവദിച്ചിരുന്നില്ല. നിരത്തിൽ ഒരു തുണി വിരിച്ചിട്ട് ദൂരെയുള്ള വയലിലോ മറ്റോ മറഞ്ഞു നിന്നുകൊണ്ട് ഒരു നാണയത്തുട്ടാത്തുണിയിൽ ഇട്ടുകൊടുക്കാൻ അവർ വിളിച്ചു പറയും. അവരുടെ ദയനീയാവസ്ഥയിൽ ഞാൻ മനസ്സുനൊന്തു കരഞ്ഞിട്ടുണ്ട്. ഇവർ ദൃഷ്ടിയിൽപ്പെ

ട്ടാൽപ്പോലും അശുദ്ധമായി എന്നു കരുതുന്ന സവർണ്ണജാതിക്കാരുടെ ക്രൂരത അദ്ദേഹത്തിനു ബോദ്ധ്യപ്പെട്ടു. ജാതിക്കെതിരെ പോരാടുന്ന ശ്രീനാരായണഗുരുവിനെ ഒരു ദിവ്യാവതാരമെന്നനിലയിൽ കാണാൻ തന്നെ പ്രേരിപ്പിച്ചത് ഇത്തരം അനുഭവങ്ങളാണെന്നദ്ദേഹം രേഖപ്പെടുത്തിയിരിക്കുന്നു.

കുഴൽമന്ദമെന്ന സ്ഥലത്ത് ഒരു വലിയ നായാടികോളനിയുണ്ട്. അവിടുത്തെ ഒരു പ്രാദേശിക ജന്മി നല്ല പുള്ളി ബാലകൃഷ്ണൻ നാലു നായാടിക്കുട്ടികളെ ശബരി ആശ്രമത്തിലേക്കു പറഞ്ഞയച്ചു. അവരെ ആശ്രമത്തിൽ കൊണ്ടുവന്നത് മൂടിക്കെട്ടിയ ഒരു കാളവണ്ടിയിലാണ്. കാരണം, നായാടിക്കുട്ടികൾ പൊതുനിരത്തിലൂടെ സഞ്ചരിക്കുന്നതുകണ്ടാൽ പൊതുജനം ആക്രമിക്കുമെന്നു ഭയമായിരുന്നു. ആശ്രമത്തിലെ അന്തേവാസികൾ ആ കുട്ടികളെ ഹാർദ്ദമായി സ്വാഗതം ചെയ്തു. അവർക്ക് ആശ്രമത്തിൽ പ്രത്യേക പരിഗണനകളൊക്കെ ലഭിച്ചിരുന്നെങ്കിലും ഒരാഴ്ചത്തെ താമസം കഴിഞ്ഞവർ ആശ്രമത്തിൽ നിന്ന് ഓടിപ്പോയി. സ്വാമി ആനന്ദതീർത്ഥന്റെ പരാതിയെത്തുടർന്ന് സബ്കലക്ടർ ഡോക്ടർ കാൾസ്റ്റോൺ ആണ് നായാടി സമുദായത്തിൽപ്പെട്ട സ്ത്രീപുരുഷന്മാർക്കു പൊതുനിരത്തിലൂടെ സഞ്ചരിക്കുന്നതിന് നിലവിലുണ്ടായിരുന്ന നിരോധനം എടുത്തുകളഞ്ഞത്. പൊലീസകമ്പടിയോടെ സ്വന്തം കൈയിൽ ഒരു തോക്കും പിടിച്ച് ഡോക്ടർ കാൾസ്റ്റോൺ ഒരു സംഘം നായാടികളെയും കൂട്ടി പരസ്യമായി കുഴൽമന്ദത്ത് പൊതുനിരത്തിലൂടെ നടന്നുകൊണ്ടാണ് നിരോധനം ലംഘിച്ചത്. അയിത്ത ജാതിക്കാരോടുള്ള ആനന്ദന്റെ അടുപ്പം അദ്ദേഹത്തെ ശ്രീനാരായണഗുരുവിലേക്കടുപ്പിച്ചു. 1927 സെപ്തംബറിൽ ഗുരുദേവൻ കോയമ്പത്തൂർ സന്ദർശിച്ചപ്പോൾ ആനന്ദൻ ആദ്യമായി അദ്ദേഹത്തെ നേരിൽ കണ്ടു. ആനന്ദനെ പരിചയപ്പെട്ട ഗുരു സന്തുഷ്ടനായി ഇപ്രകാരം പറഞ്ഞു: "സാധുക്കളുടെ കുട്ടികളെ പരിപാലിക്കുക എന്നത് വളരെ മികച്ച കാര്യമാണ്."

1927 ഒക്ടോബർ ആദ്യപകുതിയിൽ ഗാന്ധിജി കേരളത്തിൽ വ്യാപകമായ ഒരു പര്യടനം നടത്തി. അദ്ദേഹം പോയടത്തൊക്കെ തറപ്പിച്ചുപറഞ്ഞത് മൂന്നുകാര്യങ്ങളാണ്. മദ്യം വർജ്ജിക്കുക, അയിത്തം അവസാനിപ്പിക്കുക, ഖാദിയുടെ ഉല്പാദനവും ഉപയോഗവും വർദ്ധിപ്പിക്കുക. മലബാറിൽ അദ്ദേഹം സന്ദർശിച്ച പ്രധാന സ്ഥലം ശബരി ആശ്രമം ആയിരുന്നു. ബ്രാഹ്മണക്കുട്ടികൾക്കു ആശ്രമത്തിൽ പ്രത്യേക പരിഗണന കൊടുക്കുന്ന കാര്യം ആനന്ദ് ഗാന്ധിജിയുടെ ശ്രദ്ധയിൽ കൊണ്ടുവന്നു. ഗാന്ധിജി അതിനെ എതിർത്തു. എല്ലാ കുട്ടികൾക്കും തുല്യ പരിഗണന ലഭിക്കണമെന്നദ്ദേഹം നിർദ്ദേശിച്ചു. തുടർന്ന് ടി ആർ കൃഷ്ണസ്വാമി അയ്യർ ബ്രാഹ്മണ കുട്ടികളെ പറഞ്ഞയയ്ക്കുകയും ആശ്രമത്തിന്റെ ചുമതല ആനന്ദിനെ ഏല്പിക്കുകയും ചെയ്തു. കോഴിക്കോട്ടുവെച്ച് ഗാന്ധിജി ചെയ്ത പ്രസംഗത്തിൽ ശബരി ആശ്രമത്തെ പ്രകീർത്തിക്കുകയുണ്ടായി.

> നിങ്ങൾ ശബരി ആശ്രമത്തെക്കുറിച്ച് കേട്ടിരിക്കുമെന്നെനിക്കുറപ്പുണ്ട്. അവരെനിക്ക് മനോഹരമായ ഈ ഖാദിവസ്ത്രം സമ്മാനിക്കുകയുണ്ടായി. ആ ആശ്രമത്തിലെ കൊച്ചുകുട്ടികളുടെ ചെറുവിരലുകളാണിതു നിർമ്മിച്ചത്. നിങ്ങളൊക്കെ ധരിച്ചിരിക്കുന്ന പരിഷ്കൃത മില്ലുകളിൽ നെയ്ത മൃദുവായ വസ്ത്രത്തക്കാൾ മെച്ചമാണെന്നതുകൊണ്ടല്ല ഇതിനെ മനോഹരം എന്നു ഞാൻ വിശേഷിപ്പിച്ചത്. പിന്നെയോ, ഇതിന്റെ പിന്നിലെ മഹത്തായ വീക്ഷണമുണ്ടല്ലോ അതാണു മനോഹരം. ഈ കുട്ടികൾ നിർമ്മിച്ച ഖാദി വസ്ത്രം നമ്മളെ അവരോടു കൂടുതൽ അടുപ്പിക്കുന്നു. ലക്ഷോപലക്ഷം ഗ്രാമീണരെ തമ്മിൽ യോജിപ്പിക്കുവാൻ ഖാദിക്കു കഴിയും.

1927 ഒക്ടോബർ 3-ാം വാരത്തിൽ ശ്രീനാരായണ ഗുരു പാലക്കാട്ട് വന്നു. അദ്ദേഹം താമസിച്ചിരുന്നത് ഡോക്ടർ കൃഷ്ണന്റെ വീട്ടിലായിരുന്നു. ഈ വാർത്തയറിഞ്ഞ മാത്രയിൽ ആനന്ദ് പോയി ഗുരുവിനെ ശബരി ആശ്രമത്തിലേക്കു ക്ഷണിച്ചു. ശുചിത്വത്തിന്റെയും കഠിനാദ്ധ്വാനത്തിന്റെയും ആവശ്യത്തെക്കുറിച്ച് ഗുരുദേവൻ കുട്ടികളെ ഉദ്ബോധിപ്പിച്ചു. പ്രാർത്ഥനയുടെ അവസാനം അദ്ദേഹം കുട്ടികൾക്ക് വാഴപ്പഴം വിതരണം ചെയ്തു. ആനന്ദ് ഗുരുവിനോടൊപ്പം ഡോക്ടർ കൃഷ്ണന്റെ വസതിയിലേക്കു പോയി. അവർ ഒരുമിച്ച് വീട്ടുവളപ്പിലെ മരത്തണലിലിരുന്നു ഭക്ഷണം കഴിച്ചു. വീണ്ടും കാണാം എന്ന വാഗ്ദാനത്തോടെയാണ് ഗുരു ആനന്ദിനെ ആശ്രമത്തിലേക്കു മടക്കി അയച്ചത്.

1928 ഫെബ്രുവരിയിൽ ആനന്ദ് ഗുജറാത്തിലെ സബർമതി ആശ്രമത്തിലേക്കു ഒരു തീർത്ഥാടനത്തിനു പുറപ്പെട്ടു. പൂർണ്ണമായും ഒരു പരിവ്രാജകന്റെ രീതിയിൽ ആരോടും ഒന്നും ആവശ്യപ്പെടാതെ അദ്ദേഹം യാത്ര തുടർന്നു. യാത്രയിലധികപങ്കും കാൽനടയായിട്ടാണ് നിർവ്വഹിച്ചത്. യാത്രാമദ്ധ്യേ ഹിന്ദുക്കൾക്കും മുസ്ലീങ്ങൾക്കും പുണ്യസ്ഥലമായ ബാബുസുധൻഗിരി അദ്ദേഹം സന്ദർശിച്ചു. ഹൂബ്ലിയിലെ സിദ്ധാരൂഢ സ്വാമി രാജഘട്ട, സുഘട്ട തുടങ്ങി മഹാനായ ശിവജിയുമായി ബന്ധപ്പെട്ട സ്ഥലങ്ങളൊക്കെ അദ്ദേഹം സന്ദർശിക്കുകയുണ്ടായി.

മഹാരാഷ്ട്രയിലെ രത്നഗിരി ജില്ലയിലൂടെ അദ്ദേഹം യാത്ര ചെയ്യുമ്പോൾ ഉണ്ടായ രസകരമായ ഒരനുഭവം വിവരിക്കുന്നു.

> ദാഹം ശമിപ്പിക്കാൻ വേണ്ടി അയിത്തജാതിക്കാർ താമസിക്കുന്ന ഒരു കോളനിയിൽ കടന്നു ചെന്നദ്ദേഹം വെള്ളം ചോദിച്ചു. അവർ വെള്ളം കൊടുക്കാൻ വിസമ്മതിച്ചു. ഒരു ഉയർന്ന ജാതിക്കാരന് വെള്ളം കുടിക്കാൻ കൊടുക്കുന്നത് പാപമാണെന്നവർ കരുതുന്നു. അദ്ദേഹം സ്വയം വെള്ളം കോരിയെടുക്കാൻ ശ്രമിച്ചിട്ടും അവർ സമ്മതിച്ചില്ല. തുടർന്ന് ഉയർന്ന ജാതിക്കാർ താമസിക്കുന്ന കോളനിയിലെത്തി വെള്ളം ആവശ്യപ്പെട്ടു അയിത്ത ജാതിക്കാരുടെ അടുത്തു

> പോയി വെള്ളം ആവശ്യപ്പെട്ടു. സ്വയം അശുദ്ധനായിത്തീർന്നതിനാൽ തങ്ങൾക്കു വെള്ളം തരാൻ നിവൃത്തിയില്ലെന്നു പറഞ്ഞവർ അദ്ദേഹത്തെ മടക്കി അയച്ചു. അവസാനം ഒരു മുസ്ലീം വീട്ടിൽക്കയറി വെള്ളം വാങ്ങിക്കുടിച്ചു ദാഹം ശമിപ്പിച്ചു. മാത്രമല്ല ആ വീട്ടുകാർ അദ്ദേഹത്തിനു വിശപ്പുമാറ്റാൻ ആഹാരവും കൊടുത്തു. കഴിച്ചുതുടങ്ങിയപ്പോഴാണ് മനസ്സിലായത് മത്സ്യക്കറിയാണ് ഭക്ഷണത്തോടൊപ്പം വിളമ്പിയിരുന്നതെന്ന്. ജീവിതത്തിലാദ്യവും അവസാനവുമായി മത്സ്യക്കറിയുടെ രുചി അറിയുകയായിരുന്നു അദ്ദേഹം. ഇഷ്ടപ്പെടാത്ത രുചിയായിരുന്നെങ്കിലും യാതൊരു മടിയും കൂടാതെ ആ ആഹാരം കഴിച്ചു.

തന്റെ സ്മരണക്കുറിപ്പുകളിൽ അദ്ദേഹം ഇതേക്കുറിച്ചിങ്ങനെ എഴുതിയിരിക്കുന്നു. സവർണ്ണ ഹിന്ദുക്കളും അയിത്തജാതിക്കാരും ഒരുപോലെ ആട്ടിയകറ്റിയ ഒരു ഹിന്ദുവിന് അഭയം കൊടുക്കാൻ ഒരു മുസ്ലീമേ ഉണ്ടായിരുന്നുള്ളൂ എന്നത് എന്നെ വല്ലാതെ ആശ്ചര്യപ്പെടുത്തി. ജീവിതത്തിൽ ജാതി പാലിക്കുന്നില്ലെന്നതാണ് ഇരു കൂട്ടരും തന്നിൽ കണ്ടെത്തിയ കുറ്റം. ഹിന്ദുമതത്തിലെ ഏറ്റവും വലിയ തിന്മയാണ് ജാതീയമായ ഉച്ചനീചത്വങ്ങളും അയിത്താചാരണവും.

മേയ് മാസത്തിൽ അദ്ദേഹം സബർമതി ആശ്രമത്തിൽ എത്തി. അടുത്തമാസംതന്നെ ട്രെയിനിൽ പാലക്കാട്ടിനു തിരിച്ചു. അതിനുള്ള പണം സ്വന്തം വീട്ടിൽ നിന്നയച്ചുകൊടുത്തിരുന്നു.

1928 ജൂലൈ മാസത്തിൽ ശിവഗിരിയിൽ നിന്ന് *സ്വാമി ധർമ്മതീർത്ഥന്റെ ഒരു കത്തുമായി ഒരാൾ വന്നു. സ്വാമി ധർമ്മതീർത്ഥൻ അന്നു ധർമ്മസംഘത്തിന്റെ സെക്രട്ടറിയായിരുന്നു. നാരായണ ഗുരുവിന്റെ നിർദ്ദേശപ്രകാരമുള്ളതായിരുന്നു കത്ത്. ആനന്ദ് എത്രയും വേഗം ശിവഗിരിയിൽ എത്തിച്ചേരണമെന്നായിരുന്നു കത്തിന്റെ സാരാംശം. ശിവഗിരിയിലേക്കു പോകാൻ ഏതാണ്ടു തീരുമാനിച്ചിരിക്കുമ്പോഴാണ് ഈ ക്ഷണം അതിനാൽ വളരെ സന്തോഷം തോന്നി. ജൂലൈ 31 ന് രാത്രി അദ്ദേഹം ശിവഗിരിയിലെത്തി. അതേക്കുറിച്ച് ആനന്ദതീർത്ഥന്റെ തന്നെ വാക്കുകൾ

> ശനിയാഴ്ച പ്രഭാതത്തിൽ കുളികഴിഞ്ഞ് ഞാൻ സ്വാമിജിയുടെ മുമ്പിൽ സന്നിഹിതനായി. "വന്നു അല്ലേ?" ഒരു പുഞ്ചിരിയോടെ സ്വാമിജി ആരാഞ്ഞു. അദ്ദേഹത്തെ നമസ്കരിച്ചിട്ട് ഞാനെന്റെ ഇംഗിതം അറിയിച്ചു. "അവിടുത്തെ ശിഷ്യനാകാൻ ഞാനാഗ്രഹിക്കുന്നു. "നല്ലത് ധർമ്മസംഘത്തിലെ മറ്റുള്ളവരുമായി നമുക്കാലോചിക്കാം." അദ്ദേഹം പറഞ്ഞു. അടുത്ത പ്രഭാതത്തിൽ ഞാൻ സ്വാമി

---

* ആദ്യത്തെ പേര് കൃഷ്ണമേനോൻ എന്നായിരുന്നു. *ഹിന്ദു ഇമ്പീരിയലിസം* എന്ന ഒരു കൃതി രചിച്ചിട്ടുണ്ട്. പില്ക്കാലത്ത് ക്രിസ്തുമതം സ്വീകരിക്കുകയും ജോൺ ധർമ്മതീർത്ഥ എന്ന പേര് സ്വീകരിക്കുകയും ചെയ്തു. അനേകവർഷങ്ങളോളം ഇദ്ദേഹം സ്വാമി ആനന്ദതീർത്ഥന്റെ അടുത്ത സുഹൃത്തായിരുന്നു.

ജിയോടൊപ്പം നില്ക്കുമ്പോൾ ധർമ്മസംഘത്തിന്റെ പ്രതിനിധികളും എത്തിച്ചേർന്നു. സംഘത്തിൽ ചേരുന്നതിനുമുമ്പായി ഒരു വർഷത്തെ തയ്യാറെടുപ്പാവശ്യമുണ്ടെന്നായിരുന്നു അവരുടെ അഭിപ്രായം. സ്വാമിജി അതിനോട് യോജിച്ചില്ല. "അത്രയും ദീർഘിക്കേണ്ട ആവശ്യമില്ല. ഇയാളെ ധർമ്മസംഘത്തിൽ ചേർക്കുന്നതിന് നിങ്ങൾക്കു സമ്മതമെങ്കിൽ അത് നാളെത്തന്നെ ആയിരിക്കുന്നതാണുത്തമം. നമ്മുക്കിയാളെ നന്നായി അറിയാം. എത്രയും വേഗം ഇയാൾ നമ്മോടൊപ്പം ചേരുന്നതാണ് നല്ലത്." ഗുരുദേവന്റെ വാക്കുകൾ.

1928 ആഗസ്ത് 3 ന് മദ്ധ്യാഹ്നത്തിൽ ശ്രീനാരായണഗുരു വൈദികമട്ടിൽ ശാരദാക്ഷേത്രത്തിലേക്ക് ആഗതനായി. മുണ്ഡനം ചെയ്യപ്പെട്ട ശിരസ്സുമായി ആനന്ദൻ ഗുരുവിന്റെ സന്നിധിയിലേക്കാനയിക്കപ്പെട്ടു. തീർത്ഥവും കാവിവസ്ത്രങ്ങളും നല്കിക്കൊണ്ട് ചടങ്ങുകൾ ആരംഭിച്ചു. പേരു ചോദിച്ചു. ഞാൻ പറഞ്ഞു: "ആനന്ദഷേണായി." ഇനിമേൽ അത് "ആനന്ദതീർത്ഥനെന്നായിരിക്കും."

ആഗസ്റ്റ് നാലിന് തന്റെ പ്രിയപ്പെട്ട ഗുരുനാഥന്റെ അരികിലേക്ക് ആനന്ദതീർത്ഥൻ വിളിക്കപ്പെട്ടു. താനല്പം കുടിച്ചിട്ട് ഒരു കപ്പ് കാപ്പി ശിഷ്യന്റെ നേരെ ആ ഗുരു വെച്ചു നീട്ടി. ശിഷ്യനതു വാങ്ങിക്കുടിച്ചു. "ഇനി മടങ്ങിപ്പോകാം. ഒട്ടും ഭയം വേണ്ട. ധാരാളം കാര്യങ്ങൾ ചെയ്യാനുണ്ട്." ഗുരുവിന്റെ അന്ത്യ സന്ദേശമായിരുന്നു അത്. അയിത്തത്തിനെതിരെ തനിക്കു നടത്താനിരുന്ന പ്രവർത്തനങ്ങളെ പ്രവാചകദൃഷ്ടിയോടെ ഗുരു സൂചിപ്പിക്കുകയായിരുന്നില്ലേ. ആനന്ദതീർത്ഥൻ പറയുന്നു: "പ്രവർത്തിക്കുക. അല്ലെങ്കിൽ മരിക്കുക." അതായിരുന്നു എന്റെ മുദ്രാവാക്യം. ഭൂമിയിൽ ഒരു മനുഷ്യനെയും ഭയപ്പെടേണ്ട. ഭയപ്പെടേണ്ടത് മൃഗങ്ങളെ മാത്രം. ശബരി ആശ്രമത്തിന്റെ ചുമതലകൾ സ്വതന്ത്രമായി തന്നിൽ നിക്ഷിപ്തമായപ്പോൾ അദ്ദേഹം സന്തോഷിച്ചു. ആഗസ്ത് 5 ന് അദ്ദേഹം ശിവഗിരിയിൽനിന്നും തിരിച്ചു.

1929 ൽ കുറച്ചുകാലം ആനന്ദതീർത്ഥൻ പയ്യോളിയിലെ ശ്രദ്ധാനന്ദ വിദ്യാലയത്തിൽ ചിലവഴിച്ചു. ഈ വിദ്യാലയം അയിത്തജാതിക്കാരായ കുട്ടികൾക്കുവേണ്ടി 1924 ൽ കേളപ്പൻ സ്ഥാപിച്ച ഒരു റെസിഡൻഷ്യൽ സ്കൂളായിരുന്നു. വൈക്കം സത്യഗ്രഹത്തിന്റെ നേതാവും കെ പി സി സി അദ്ധ്യക്ഷനും അയിത്തോച്ചാടനത്തിനുള്ള പ്രത്യേക കമ്മിറ്റിയുടെ ചെയർമാനും ആയിരുന്ന കേളപ്പൻ ഹിന്ദുസമുദായത്തിലെ അയിത്ത ജാതിക്കാരുടെ വിമോചനം എന്ന ആവശ്യത്തെ ഗൗരവപൂർവ്വം വീക്ഷിച്ചിരുന്ന ഒരു പ്രമുഖ കോൺഗ്രസുകാരനായിരുന്നു. തന്റെ ജന്മസ്ഥലമായ മൂടാടിയിൽ ഒരു ഹരിജൻ കോളനിയും സ്കൂളും 1921 ൽ തന്നെ ഇദ്ദേഹം സ്ഥാപിച്ചിരുന്നു.

ശ്രാദ്ധാനന്ദ വിദ്യാലയത്തിൽ താമസിക്കുമ്പോൾ ചില ഹരിജൻ കുട്ടികളോടൊപ്പം സ്വാമിജി അടുത്തുള്ള ചാലിയ തെരുവിലൂടെ നടന്നുപോകുകയുണ്ടായി. ചാലിയന്മാർ അദ്ദേഹത്തെ തികച്ചും പ്രാകൃതമായ നിലയിൽ മർദ്ദിച്ചവശനാക്കി. ഹരിജൻ പ്രശ്നം ഗൗരവത്തിലെടുക്കാത്തിടത്തോളം കാലം സ്വാതന്ത്ര്യപ്രസ്ഥാനത്തിനോ കോൺഗ്രസിനു തന്നെയോ കാര്യമായ ഒരടിത്തറയുണ്ടാവുകയില്ലെന്നു ബോദ്ധ്യമുണ്ടായിരുന്ന കേളപ്പജി ആനന്ദ തീർത്ഥനെതിരെ നടന്ന ആക്രമണത്തെ പരസ്യമായി അപലപിച്ചുകൊണ്ട് *മാതൃഭൂമി*യിൽ എഴുതി.

1930 ൽ കോൺഗ്രസ് നിയമനിഷേധപ്രസ്ഥാനവും (Civil disobedience movement) ചരിത്രപ്രസിദ്ധമായ ഉപ്പുസത്യഗ്രഹത്തിനുള്ള തയ്യാറെടുപ്പും രാജ്യവ്യാപകമായി ആരംഭിച്ചു. സ്വാമി ആനന്ദതീർത്ഥൻ വടക്കേ മലബാറിൽ ശ്രീ കേശവൻ നായരോടൊപ്പം സഞ്ചരിച്ചുകൊണ്ട് വിദ്യാലയങ്ങളിൽനിന്ന് ഉപ്പുസത്യഗ്രഹത്തിന് ആളെ ശേഖരിച്ചുതുടങ്ങി. ശബരി ആശ്രമത്തിൽ നിന്നുള്ള ഒരു പ്രതിനിധി സംഘത്തോടൊപ്പം സ്വാമിജി തിരുച്ചിറപ്പള്ളിയിൽ രാജഗോപാലാചാരി നയിച്ച വേദാരണ്യം മാർച്ചിൽ ചേർന്നു. വഴിമദ്ധ്യേ ഹരിജൻ ചേരികൾ സന്ദർശിക്കാൻ വേണ്ടി നിയോഗിക്കപ്പെട്ട പ്രത്യേക ഗ്രൂപ്പിൽ അദ്ദേഹവും അംഗമായി. മറ്റു സത്യഗ്രഹികളോടൊപ്പം ചേർന്നുകൊണ്ടദ്ദേഹം ഹരിജൻ കുട്ടികളെ പിടിച്ച് പരസ്യമായി പൊതുജലാശയങ്ങളിൽ ഇറക്കി കളിപ്പിക്കാനും മറ്റും തയ്യാറായി. സവർണ്ണഹിന്ദുക്കളെ ഭയന്ന് അധികസ്ഥലങ്ങളിലും കുട്ടികൾ അവരോടൊപ്പം പോയില്ല. ഈ കുട്ടികളുടെ ദയനീയാവസ്ഥയെക്കുറിച്ച് സ്വാമിജിക്കു കൂടുതൽ അറിവുലഭിച്ചു. അദ്ദേഹം എഴുതുന്നു.

> പൊതു മീറ്റിങ്ങുകളിലും മറ്റും ഹരിജനങ്ങളെ പ്രത്യേക പന്തിയായിട്ടാണ് ഇരുത്തിയിരുന്നത്. ഞാനതേക്കുറിച്ച് രാജാജിയോട് ആക്ഷേപം ബോധിപ്പിച്ചു. അദ്ദേഹം പറഞ്ഞു: "നമ്മൾ ഇപ്പോൾ അവരെ ഒരുമിച്ചിരുത്തിയാലും നമ്മൾ പോയിക്കഴിയുമ്പോൾ അതു കൂടുതൽ പ്രശ്നങ്ങളുണ്ടാക്കും. നിങ്ങളെന്റെകൂടെ വരുന്നോ? അതോ, ഇവിടെ താമസിച്ച് പ്രശ്നങ്ങളൊക്കെ തീർക്കുന്നോ? തന്നോടൊപ്പമുള്ള സന്നദ്ധഭടന്മാരിൽ ആർക്കെങ്കിലും ഹരിജനങ്ങളോടൊപ്പം ഇരിക്കണമെന്നുണ്ടെങ്കിൽ രാജാജി അതനുവദിച്ചിരുന്നു. ആ യാത്രയ്ക്കിടയിൽ ആനന്ദതീർത്ഥൻ വഹിച്ചിരുന്ന പങ്കിനെക്കുറിച്ച് അദ്ദേഹത്തോടൊപ്പമുണ്ടായിരുന്ന ഒരു സുഹൃത്ത് ഒരു സ്വകാര്യത്തിൽ ഇപ്രകാരം എഴുതുന്നു: "ഒന്നിലധികം തവണ ഞാൻ ശ്രദ്ധിച്ചിരുന്നു. നമ്മുടെ യാത്രയിലുടനീളം നിങ്ങൾ ഹരിജനങ്ങളുമായി വളരെ അടുത്തു പെരുമാറിയിരുന്നു. ഹരിജനങ്ങളോടൊപ്പം അവരുടെ ഒരു ശിശുവിനെ മടിയിലിരുത്തിക്കൊണ്ട് നിങ്ങൾ അവരോട് സംസാരിച്ചുനിന്നിരുന്ന ആ രംഗം ഞാനെന്റെ ജീവിതത്തിലൊരിക്കലും മറന്നുപോകില്ല.

1930 ജൂൺ 1-ാം തീയതി സത്യാഗ്രഹികൾ വാദാരണ്യത്തിൽ വെച്ച് അറസ്റ്റു ചെയ്യപ്പെട്ടു. കോടതിയിൽ നിന്ന് സ്വാമിജിയോട് ചോദിച്ചു: "നിങ്ങൾക്കെന്തെങ്കിലും പറയുവാനുണ്ടോ?"

ആനന്ദതീർത്ഥൻ	:	ഞാൻ ജീവിക്കുന്നത് രണ്ടു കാര്യങ്ങൾക്കു വേണ്ടിയാണ്. ഒന്ന് ജാതിസമ്പ്രദായം നശിപ്പിക്കാൻ
മജിസ്ട്രേട്ട്	:	കൊള്ളാം നല്ലത്.
സ്വാമിജി	:	രണ്ടാമത്തതു ബ്രിട്ടീഷ് വാഴ്ചയവസാനിപ്പിക്കാൻ.
മജിസ്ട്രേറ്റ്	:	അതിനോടു യോജിക്കാൻ കഴിയില്ല.
സ്വാമിജി	:	എങ്കിൽ ഞാൻ ജയിലിൽ പോകാനാഗ്രഹിക്കുന്നു.

ജാഥയിലുടനീളം സ്വാമിജി ഹരിജനങ്ങളോടു കാണിച്ച സ്നേഹ വാത്സല്യങ്ങൾ പൊലീസ് ഉദ്യോഗസ്ഥന്മാരെപ്പോലും ആകർഷിച്ചു. അതിനാൽ അവർ അദ്ദേഹത്തോട് മാന്യമായി പെരുമാറി. എന്നാൽ, കെ സന്താനം, ജി രാമചന്ദ്രൻ തുടങ്ങി ഒപ്പമുണ്ടായിരുന്നവരെ പൊലീസുകാർ കഠിനമായി ദ്രോഹിച്ചു.

സ്വാമി ആനന്ദതീർത്ഥനെ വെല്ലൂർ ജയിലിലാണ് പാർപ്പിച്ചത്. ശ്രീ കേളപ്പൻ, ശ്രീ രാജഗോപാലാചാരി, ശ്രീ എൻ എസ് പ്രഭു, ശ്രീ മാധവൻനായർ, ശ്രീ കൊങ്ങാട്ടിൽ രാമൻ മേനോൻ തുടങ്ങിയ പ്രമുഖ കോൺഗ്രസ് നേതാക്കളെല്ലാം ജയിലിലുണ്ടായിരുന്നു. ആനന്ദതീർത്ഥൻ എഴുതുന്നു.

> വെല്ലൂരുജയിലിൽ വെച്ച് ഞങ്ങൾ സ്വാതന്ത്ര്യപ്രസ്ഥാനത്തെക്കുറിച്ച് കുലങ്കഷമായി ചിന്തിച്ചു. മർദ്ദിതവർഗ്ഗം എന്തുകൊണ്ടാണ് സ്വാതന്ത്ര്യ പ്രസ്ഥാനത്തെ എതിർക്കുന്നത്. ഞങ്ങളെ ഈ വിഷയം വല്ലാതെ ചിന്തിപ്പിച്ചു. ജയിലിൽനിന്ന് പുറത്തുവന്നയുടനെ കേളപ്പനോടൊപ്പം ക്ഷേത്രപ്രവേശന സത്യഗ്രഹത്തിൽ പങ്കെടുക്കാൻ തയ്യാറായി.

സ്വാമി ആനന്ദതീർത്ഥൻ തന്റെ ഗുരുവായൂരെ അനുഭവങ്ങൾ സഹ ജയിൽപ്പുള്ളികൾക്കു വിശദീകരിച്ചുകൊടുത്തു. ഇതിനകം അദ്ദേഹം മനസ്സിലാക്കിയിരുന്നു. രാജ്യത്തിന്റെ രാഷ്ട്രീയസ്വാതന്ത്ര്യമെന്നാൽ ജനങ്ങളുടെ സാമൂഹ്യ സ്വാതന്ത്ര്യമാണെന്ന്. സ്വാതന്ത്ര്യത്തെക്കുറിച്ചുള്ള തന്റെ ധാരണകൾ തന്നെ ഒരു കാര്യം പഠിപ്പിച്ചിരുന്നു. ജാതി ഒരു അനീതിയാണ്.

1931 ഫെബ്രുവരിയിൽ ഗാന്ധി-ഇർവ്വിൻ സന്ധിയുടെ ഫലമായി എല്ലാ തടവുകാരും വിട്ടയയ്ക്കപ്പെട്ടു. ജയിൽ വിമുക്തനായതോടെ തലശ്ശേരിയിൽ ശ്രീനാരായണ സത്യഗ്രഹത്തിൽ സ്വാമിജി സജീവമായി പങ്കെടുത്തു. വടക്കേ മലബാറിൽ ഇത്തരം ഒരു ക്യാമ്പ് നടാടെ ആയിരുന്നു. മദ്യഷാപ്പുകൾ പിക്കറ്റു ചെയ്യുന്നതിനും വിദേശവസ്ത്രങ്ങൾ ബഹിഷ്കരിക്കാനും

വോളണ്ടിയർമാർക്കു പരിശീലനം കൊടുത്തു. ശ്രദ്ധാനന്ദ ആശ്രമത്തിൽ നിന്നുള്ള അയിത്തജാതിക്കാരായ കുട്ടികളെ അവിടെ കൊണ്ടുവന്നിരുന്നു. സത്യഗ്രഹികളോടൊപ്പം അവർ തിരുവങ്ങാട് ക്ഷേത്രക്കുളത്തിൽ കളിക്കാനിറങ്ങി. യാഥാസ്ഥിതിക ഹിന്ദുക്കൾ അവരെ അതിന് അനുവദിച്ചില്ല. സത്യഗ്രഹികൾ സംഘടിപ്പിച്ച ഹിന്ദിക്ലാസിൽ സവർണ്ണസമുദായത്തിലെ കുട്ടികളോടൊപ്പം ഇരിക്കാനും ഈ കുട്ടികളെ അവർ അനുവദിച്ചില്ല.

1931 നവംബർ 1 ന് ക്ഷേത്രപ്രവേശനത്തിനായുള്ള ഗുരുവായൂർ സത്യഗ്രഹം ആരംഭിച്ചു. സ്വാമി ആനന്ദതീർത്ഥൻ അതിന് വോളണ്ടിയേഴ്സിനെ തെരഞ്ഞെടുക്കാനായി പുറപ്പെട്ടു. ഈ കാലയളവിൽ എ കെ ഗോപാലനും കേരളീയനും ചേർന്ന് ഹരിജനങ്ങളുടെ ഒരു ജാഥ പയ്യന്നൂരിനടുത്തുള്ള കണ്ടോത്ത് എന്ന സ്ഥലത്തെ തീയക്ഷേത്രത്തിനടുത്തുകൂടി നയിച്ചു. സ്ഥലത്തെ കോൺഗ്രസുകാർ പ്രസ്തുത ജാഥ ബഹിഷ്കരിച്ചു. എ കെ ജിയും കേരളീയനും മറ്റു ഹരിജനങ്ങളും തീയപ്രമാണിമാരുടെ ക്രൂരമായ മർദ്ദനത്തിനിരയായി. സ്വാമി ആനന്ദതീർത്ഥൻ ആശുപത്രിയിലെത്തി. എ കെ ജിയെയും കൂട്ടുകാരെയും സന്ദർശിച്ചു. അദ്ദേഹം ഇതേക്കുറിച്ച് എഴുതിയിരിക്കുന്നു. "ഇതെന്നെ വല്ലാതെ സങ്കടപ്പെടുത്തി. പൊതുവഴിയിലൂടെ നടക്കാൻപോലുമുള്ള സ്വാതന്ത്ര്യം ഹരിജനങ്ങൾക്കു നിഷേധിച്ചിരിക്കുന്നു. ഈ അവസ്ഥ എന്നാണ് മാറുക." ഭൂരിപക്ഷം കോൺഗ്രസുകാരുടെയും ഈ വിഷയത്തിലുള്ള വീക്ഷണം ബ്രിട്ടീഷുകാരിൽനിന്നു സ്വാതന്ത്ര്യം നേടിയെടുക്കുക എന്നതിലപ്പുറം സ്വാതന്ത്ര്യത്തിന്റെ സദ്ഫലങ്ങൾ അവശരും ആർത്തരുമായവർക്കു കൂടി ലഭ്യമാക്കണമെന്നതിലെത്തിയിരുന്നില്ല. ഈ വീക്ഷണം ഉൾക്കൊണ്ടതോടെ ആനന്ദതീർത്ഥന് രാഷ്ട്രീയത്തിലുണ്ടായിരുന്ന താല്പര്യം നശിക്കുകയും അയിത്തത്തിനെതിരായിട്ടുള്ള പോരാട്ടത്തിനായി സ്വയം സമർപ്പിക്കുകയും ചെയ്തു. ഈ പ്രവർത്തനങ്ങളിൽ അദ്ദേഹം സ്വയം കരുതിയിരുന്നത് ഇന്ത്യയുടെ ആത്മീയ നവോത്ഥാനത്തിന് ദൈവംതന്നെ ഒരായുധമായി ഉപയോഗിക്കുകയാണെന്നായിരുന്നു. ഹരിജനങ്ങളുടെ പ്രശ്നങ്ങളെന്ന പേരിൽ അദ്ദേഹം പ്രസിദ്ധീകരിച്ച ഒരു ലഘുലേഖയിൽ ഇപ്രകാരം എഴുതിയിരുന്നു.

> യുഗങ്ങളായി നീണ്ടുനില്ക്കുന്ന അടിച്ചമർത്തലിന്റെ ഇരകളാണ് ഹരിജനങ്ങൾ. സാമൂഹ്യമായി അവർ കുഷ്ഠരോഗികളെപ്പോലെ വീക്ഷിക്കപ്പെടുന്നു. സാമ്പത്തികമായി അവർ അടിമകളേക്കാൾ താഴെയാണ്. മതപരമായി അവർ തീരെ അവഗണിക്കപ്പെട്ടവരും പുറന്തള്ളപ്പെട്ടവരുമാണ്. നിസ്സഹായരായ ഈ ജനവിഭാഗത്തിനു നേരെയുള്ള സമ്പൂർണ്ണമായ അവഗണനയും മോശമായ പെരുമാറ്റവും തീർച്ചയായും, ഇന്ത്യൻ ജനതയുടെ ആത്മാവിലെ കറുത്ത പാടുകളായിരിക്കും. ഇതങ്ങേയറ്റം ലജ്ജാവഹമാണ്. ദുർബ്ബലരും നിസ്സഹായരും ആയവരുടെ സംരക്ഷകൻ ദൈവമാണ്. ദൈവം തന്റെ inscrutable മാർഗ്ഗത്തിലൂടെ അവരുടെ പ്രശ്ന പരിഹാ

രാർത്ഥം പ്രവർത്തിച്ചുകൊണ്ടിരിക്കുന്നു. ഇന്ത്യയിലെ ഹരിജൻ പ്രശ്നത്തിന്റെ യഥാർത്ഥ പരിഹാരം നിലകൊള്ളുന്നത്, നമ്മുടെ രാജ്യത്തിന്റെ മതപരമായ നവോത്ഥാനത്തിലൂടെ മാത്രമാണ്.

അദ്ദേഹത്തിന്റെ അഭിപ്രായത്തിൽ മതമെന്നാൽ, ഒരു വിഭാഗീയ സംഘടനയല്ല. പിന്നെയോ സ്നേഹം, സേവനം, ത്യാഗം തുടങ്ങിയവ യുടെ സാർവ്വലൗകിക തലത്തിലുള്ള പ്രയോഗ പദ്ധതിയാണ്. അദ്ദേഹം തുടരുന്നു. ഇന്ത്യയിൽ എക്കാലത്തും സാമൂഹ്യവും രാഷ്ട്രീയവുമായ പരിഷ്കാരങ്ങൾ നടപ്പിൽ വന്നിട്ടുള്ളത് മഹാന്മാരായ മതഗുരുക്കന്മാരുടെ പഠിപ്പിക്കലുകളോട് അനുബന്ധിച്ചാണ്. ഗീതയിൽ നിന്നുദ്ധരിച്ചുകൊണ്ട് അദ്ദേഹം പറഞ്ഞു. മാനവികതയുടെ ഗുരുക്കന്മാർ കാലാകാലങ്ങളിൽ യഥാർത്ഥ മതമെന്തെന്നു പ്രസംഗിക്കുവാനും ദുരിതമനുഭവിക്കുന്നവരുടെ പ്രശ്നങ്ങൾ പരിഹരിക്കുവാനുമായി ആവിർഭവിച്ചിരുന്നു. രാംദാസിനെയും ശ്രീനാരാണ ഗുരുവിനെയും അദ്ദേഹം ഉദാഹരണമായി എടുത്തു കാണിച്ചു. സാമൂഹ്യ പരിഷ്കർത്താക്കൾ ഈ ലോകഗുരുക്കന്മാരുടെ ചിന്താശക്തിയുടെ എളിയ ഉപകരണങ്ങളായി സ്വയം കണക്കാക്കണം. 1935 ൽ തീയ സമുദായത്തിൽപ്പെട്ടവരുടെ ഒരു സമ്മേളനത്തെ അഭിസംബോധന ചെയ്തുകൊണ്ടദ്ദേഹം പറഞ്ഞു. ജാതിനശീകരണത്തിനു വേണ്ടി ആവിർഭവിച്ച ഒരു ദിവ്യാവതാരമായിരുന്നു ശ്രീനാരായണഗുരു എന്ന് ഞാൻ കണക്കാക്കുന്നു, അതിനാൽ ഗുരുവിന്റെ ആദർശങ്ങൾക്കു വേണ്ടി ഞാനെന്റെ ജീവിതം സമർപ്പിക്കുന്നു. പിന്നീടൊരിക്കൽ അദ്ദേഹം തന്റെയൊരു സുഹൃത്തിനിപ്രകാരം എഴുതി.

> ഈ ഗ്രാമപ്രദേശത്തുകൂടി ചുറ്റിനടന്നപ്പോഴാണ് സവർണ്ണഹിന്ദുക്കളിൽ നിന്നും ഹരിജനങ്ങളനുഭവിക്കേണ്ടിവരുന്ന നിരവധി കഷ്ടപ്പാടുകൾ നേരിട്ടറിയാൻ കഴിഞ്ഞത്. ഹിന്ദുമതത്തിന്റെ പേരിൽ നടക്കുന്ന ഈ നീചകൃത്യങ്ങളെ ശാശ്വതമായും അവസാനിപ്പിക്കുവാൻവേണ്ടി ഞാനെന്റെ ജീവിതം സമർപ്പിക്കുന്നു. (ഡി എസ്: സി ആർ കമ്മത്തിന് 1941 ഡിസംബർ 3 ന് എഴുതിയ കത്ത്)

രാഷ്ട്രീയത്തിൽ നിന്നദ്ദേഹം വിട്ടുനിന്നിരുന്നെങ്കിലും ഹരിജനോദ്ധാരണ പ്രവർത്തനങ്ങളിൽ അദ്ദേഹം സമ്പൂർണ്ണമായും മുഴുകിയിരുന്നു. അദ്ദേഹം 1942 ജൂലൈ 20 ന് ഡോ. സി ആർ കമ്മത്തിന് വീണ്ടും എഴുതുന്നു:

> മഹാത്മജി ഒരു വിപുലമായ പ്രചാരണ പരിപാടി താമസിയാതെ തുടങ്ങാൻ പോകുന്നതായി മനസ്സിലാക്കുന്നു. ഞാൻ രാഷ്ട്രീയത്തിൽ നിന്ന് പൂർണ്ണമായും വിട്ടുനില്ക്കാൻ ആഗ്രഹിക്കുന്നു. ഹരിജനോദ്ധാരണത്തിനു വേണ്ടി അവർ നടത്തിക്കൊണ്ടിരിക്കുന്ന പ്രവർത്തനം വളരെ പ്രധാനപ്പെട്ടതായി ഞാൻ കരുതുന്നു. രാജ്യത്തെ രാഷ്ട്രീയ പ്രസ്ഥാനങ്ങളുടെ മുഖം നോക്കാതെ തന്നെ ഞങ്ങളുടെ പ്രവർത്തനങ്ങളോട് വിശ്വസ്തത പുലർത്തുക ഭാരിച്ച ഒരു ഉത്തരവാദിത്വം തന്നെയാണെന്നറിയാം.

2

ഒരു സമാന്തര സംസ്കാരം സൃഷ്ടിക്കാനുള്ള പരിശ്രമങ്ങൾ

ശ്രീനാരായണ വിദ്യാലയം

എനിക്ക് എട്ടുവയസ്സ് പ്രായമായിരുന്നപ്പോൾ എന്റെ സമൂഹത്തിന്റെ ഇരുണ്ട വശങ്ങളെക്കുറിച്ചെനിക്കൊന്നും അറിഞ്ഞുകൂടായിരുന്നു. ഒരു സായാഹ്നത്തിൽ എന്റെ അമ്മ എന്നെയും കൂട്ടി അന്നത്തെ അദ്ധ്വാനത്തിന്റെ ഫലമായി കടലിൽ നിന്നു പിടിച്ച മത്സ്യം വില്ക്കുന്നതിന് ഉയർന്ന ജാതിക്കാർ മാത്രം സഞ്ചരിക്കുന്ന സ്ഥലത്തുകൂടി സഞ്ചരിക്കുകയായിരുന്നു. ഞാനമ്മയുടെ മുമ്പിലായി ചൂളം വിളിച്ചു പക്ഷികളെ കല്ലെടുത്തെറിഞ്ഞ് ആഹ്ലാദിച്ചുകൊണ്ട് സഞ്ചരിക്കുകയായിരുന്നു.

വളരെ ദൂരത്തു നിന്നായി കാവി ധരിച്ച ഒരു യുവമാന്യൻ ഞങ്ങൾക്കെതിരെ നടന്നുവരുന്നുണ്ടായിരുന്നു. ഉടനെ എന്റെ അമ്മ വിളിച്ചുപറയാൻ തുടങ്ങി. ചേയ ചേയ, താഴ്ന്ന ജാതിയിൽപ്പെട്ടവർ ഉയർന്ന ജാതിക്കാരെക്കണ്ടാൽ ഇപ്രകാരം വിളിച്ചുപറയേണ്ടിയിരുന്നു. അതിനു പ്രത്യുത്തരമായി ഹോയ് ഹോയ് എന്നു പറയുന്നതുകേട്ടാൽ തൽക്ഷണം താഴ്ന്ന ജാതിക്കാർ വഴി മാറിക്കൊടുക്കണമെന്നായിരുന്നു ചിട്ട. ഞങ്ങൾക്കെതിരെ വന്ന ആ കാവിവസ്ത്രധാരി നിശ്ശബ്ദനായി ഞങ്ങൾക്കെതിരെ നടന്നുവരികയായിരുന്നു. ഒരു വിടർന്ന പുഞ്ചിരിയോടെ അദ്ദേഹം എന്നെ വാരിപ്പുണർന്നു. എന്റെയമ്മക്കവരുടെ കണ്ണുകളെ വിശ്വസിക്കാൻ കഴിഞ്ഞില്ല. താൻ സ്വപ്നം കാണുകയാണോ എന്നവർ സംശയിച്ചു. അവരാകെ അത്ഭുതവിവശയായി, കവിളുകളിലൂടെ ഒഴുകിവന്ന ആഹ്ലാദക്കണ്ണു

നീർ തുടച്ചുകൊണ്ടു തന്റെ മുമ്പിൽ നില്ക്കുന്ന ആ സ്ത്രീയെ നോക്കി അദ്ദേഹം ഇപ്രകാരം ചോദിച്ചു: "ഈ കുട്ടിയെ ഞാൻ കൊണ്ടുപോകട്ടെയോ...?" പകുതി സമ്മതത്തോടെ അമ്മ തലകുലുക്കി. അങ്ങനെയാണ് ഞാൻ സ്വാമി ആനന്ദതീർത്ഥന്റെ ശ്രീനാരായണ വിദ്യാലയത്തിൽ വിദ്യാർത്ഥിയായി ചേർന്നത്.

ആനന്ദതീർത്ഥന്റെ 6-ാം ജന്മവാർഷികം പ്രമാണിച്ചിറക്കിയ സ്മരണികയിൽ (1965) എം സ്വാമിനാഥൻ രേഖപ്പെടുത്തിയിരിക്കുന്ന വാചകങ്ങളാണ് മേലുദ്ധരിച്ചത്.

ജാതിയധിഷ്ഠിതമായ സമൂഹത്തെ ജനാധിപത്യവല്ക്കരിക്കുക എന്നത്, ചരിത്രപരമായി ഒരു മഹദ് ദൗത്യം തന്നെയാണ്. ഇന്ത്യൻ ജനതയുടെ ഹൃദയത്തിൽനിന്നു ജന്മമെടുക്കുന്ന ഒരു മത സാംസ്കാരിക വിപ്ലവത്തിനു മാത്രമേ ഇതു വിജയകരമായി നിറവേറ്റാൻ കഴിയൂ. ഒരൊറ്റ മനുഷ്യനു തനിച്ചു ചെയ്യാനാകുന്ന കാര്യമല്ലിത്. ജാതി ദൂഷിതമായ സാമൂഹ്യ മൂല്യങ്ങളുടെ സ്ഥാനത്ത് ജനായത്ത മൂല്യങ്ങൾക്കു പ്രാധാന്യം സിദ്ധിക്കുന്ന ഒരു നൂതന സമൂഹത്തെ വാർത്തെടുക്കുന്നതിന് സ്വാമിജി അ ക്കാലത്ത് ചില നടപടികളൊക്കെ സ്വീകരിക്കുകയുണ്ടായി.

കഴിഞ്ഞ അദ്ധ്യായത്തിൽ ബ്രിട്ടീഷ് ഗവൺമെന്റ് സ്ഥാപിച്ച പ്രത്യേക ലേബർ സ്കൂളുകളുടെ കാര്യം പരാമർശിക്കുകയുണ്ടായല്ലോ. സവർണ്ണ ജാതിയിൽപ്പെട്ട പ്രമാണിമാർ തങ്ങളുടെ കുട്ടികളോടൊപ്പം പട്ടികജാതി പട്ടികവർഗ്ഗത്തിൽപ്പെട്ട കുട്ടികൾ പഠിക്കുന്നതിനെ എതിർത്തിരുന്ന സാഹചര്യത്തിലാണ് ഇത്തരം പ്രത്യേക സ്കൂളുകൾ ആവശ്യമായിവന്നത്. അയിത്തോച്ചാടനത്തിനു ഇതൊരു പരിഹാരമാകുമെന്നു സ്വാമിജി വിചാരിച്ചിരുന്നില്ല. സവർണ്ണഹിന്ദുക്കൾ തങ്ങളുടെ മേധാവിത്തമനോഭാവം ഉപേക്ഷിക്കുന്നതോടൊപ്പം സാമ്പത്തികമായും സാംസ്കാരികമായും പിന്നോക്കമായ ഹരിജനങ്ങളുടെ അപകർഷതാബോധം ഇല്ലാതാക്കാൻ അവരെ സഹായിക്കുകയും ചെയ്യേണ്ടതുണ്ട്. പയ്യന്നൂരിലെ ശ്രീനാരായണ വിദ്യാലയത്തിന്റെ സ്ഥാപനകാലത്താണ് ഈ അദ്ധ്യായത്തിന്റെ തുടക്കത്തിൽപ്പറഞ്ഞ സംഭവം നടക്കുന്നത്. 1931 ലാണ് അതിന്റെ സ്ഥാപനം. പട്ടികജാതിക്കാരായ കുട്ടികൾക്കു ഒരു ഭവനം എന്ന നിലയിലാണ് അദ്ദേഹം ഇതു സ്ഥാപിക്കുന്നത്. വിദ്യാഭ്യാസപരമായും ആത്മീയപരമായും ഈ വിഭാഗത്തിൽപ്പെട്ട കുട്ടികൾക്കുവേണ്ട പരിചരണം നല്കുക എന്നതായിരുന്നു സ്വാമിജിയുടെ ഉദ്ദേശ്യം. ഈ ഉദ്ദേശ്യം സഫലമാകണമെങ്കിൽ ഈ കുട്ടികൾ മറ്റു കുട്ടികളോടൊപ്പം പൊതുവിദ്യാലയങ്ങളിൽത്തന്നെ പഠനം പൂർത്തിയാക്കേണ്ടതുണ്ടെന്നദ്ദേഹത്തിനറിയാമായിരുന്നു.

പയ്യന്നൂരിലുള്ള ജനങ്ങൾ തന്റെ ആദർശങ്ങളോട് അനുഭാവം പുലർത്തുന്നതുകൊണ്ടൊന്നുമല്ല അദ്ദേഹം തന്റെ പ്രവർത്തനരംഗമായി ഈ സ്ഥലം തെരഞ്ഞെടുത്തത്. കേരളത്തിലെ യാഥാസ്ഥിതിക ഹിന്ദുക്ക

ളുടെ ശക്തികേന്ദ്രങ്ങളിലൊന്നാണ് പയ്യന്നൂർ. അദ്ദേഹത്തിന്റെ തന്നെ വാക്കുകൾ ശ്രദ്ധിക്കുക.

> 1931 ൽ ഒരിക്കൽ പയ്യന്നൂരിലെ ഒരു പൊതുനിരത്തിൽ വെച്ച് ഹരിജനങ്ങളുടെ ഒരു ഘോഷയാത്രയ്ക്കുനേരെ സവർണ്ണഹിന്ദുക്കൾ ക്രൂരമായ ഒരു കടന്നാക്രമണം തന്നെ നടത്തുകയുണ്ടായി. പൊതുനിരത്തുകളിൽ ഹരിജനങ്ങളെ സഞ്ചരിക്കാൻ അനുവദിച്ചിരുന്നില്ല. പൊതുവിദ്യാലയങ്ങളിൽ അവരുടെ കുട്ടികളെ പ്രവേശിപ്പിച്ചിരുന്നില്ല. സാമൂഹ്യമായ അടിച്ചമർത്തലുകൾക്കും മർദ്ദനങ്ങൾക്കും അവർ ഇരയായിരുന്നു. നിശ്ശബ്ദമായ സൃഷ്ടിപരപ്രവർത്തനങ്ങളിലൂടെ മാത്രമേ, ഈ അവസ്ഥയ്ക്കു അറുതിവരുത്താൻ കഴിയൂ എന്നു മനസ്സിലാക്കിയ ഞാൻ ഹരിജൻ കുട്ടികൾക്കു വേണ്ടി ഒരു സൗജന്യബോർഡിങ് വിദ്യാലയം സ്ഥാപിച്ചു.

പയ്യന്നൂരൊരു പ്രമുഖ കോൺഗ്രസ് കേന്ദ്രം കൂടിയാണെന്നകാര്യം അനുസ്മരിക്കുമ്പോൾ അവിടെ നടന്നുവന്നിരുന്ന ഹരിജനമർദ്ദനം ഒരു വിരോധാഭാസമായി തോന്നാം. 1928 മേയിൽ സ്റ്റേറ്റ് കോൺഗ്രസിന്റെ നാലാം സമ്മേളനം പയ്യന്നൂരിലാണ് നടന്നത്. ആ സമ്മേളനത്തിൽ അദ്ധ്യക്ഷം വഹിച്ചുകൊണ്ട് പണ്ഡിറ്റ് ജവഹർലാൽ നെഹ്റു പറഞ്ഞു:

> നമ്മളെ പിടികൂടിയിരിക്കുന്ന ഉപദ്രവകാരികളായിരിക്കുന്ന ഒട്ടേറെ പാരമ്പര്യങ്ങളെ നമ്മൾ കൈവെടിയേണ്ടതുണ്ട്. ഈ രാജ്യത്തുള്ള ഓരോ സ്ത്രീപുരുഷന്മാരുടെയും ക്ഷേമം ഉറപ്പ് വരുത്തുവാനുള്ള സാഹചര്യം നമ്മൾ സൃഷ്ടിക്കേണ്ടതുണ്ട്. അയിത്തം പോലുള്ള സാമൂഹ്യ തിന്മകളെ നമ്മൾ എതിർത്തു തോല്പിക്കേണ്ടതുണ്ട്. തൊഴിലാളികളെ ചൂഷണം ചെയ്യുന്ന തൊഴിലുടമകളെയും കൃഷിക്കാരെ ചൂഷണം ചെയ്യുന്ന ജന്മിമാരെയും നമുക്കു എതിർക്കേണ്ടതുണ്ട്. ഇവയെല്ലാം ജനാധിപത്യപരമായ ഒരു സ്റ്റേറ്റിന്റെ സ്ഥാപനത്തിന്റെ പാതയിലെ യഥാർത്ഥ തടസ്സങ്ങളാണ്.

1930 ഏപ്രിൽ 19 മുതൽ ഒരു മാസം നീണ്ടുനിന്നതും മഹാനായ കോൺഗ്രസ് നേതാവ് കേളപ്പൻ നേതൃത്വം നല്കിയതുമായ ഉപ്പുസത്യഗ്രഹം പയ്യന്നൂരിൽ ഒരു ഖാദി സെന്റർ സ്ഥാപിക്കുകയുണ്ടായി. ദേശീയ പ്രസ്ഥാനത്തിന്റെ ഇത്തരം ചില ധാരകൾ ഈ പ്രദേശത്തു ശക്തമായിരുന്നിട്ടും പയ്യന്നൂർ യാഥാസ്ഥിതികതയുടെയും പ്രതിലോമപരതയുടെയും ഒരു കേന്ദ്രമായിത്തന്നെ അവശേഷിച്ചിരുന്നു. സവർണ്ണ ഹിന്ദുക്കളുടെ വാസസ്ഥലത്തിനടുത്തുകൂടി കടന്നുപോകേണ്ടിയിരുന്ന ഒരു കോൺഗ്രസ് ജാഥയ്ക്ക് കോൺഗ്രസ് കമ്മിറ്റി പരിപാടിയിട്ടിരുന്നെങ്കിലും പ്രസ്തുത ജാഥയിൽ ഹരിജനങ്ങളും പങ്കെടുത്തേക്കുമെന്നതുകൊണ്ട് അവസാന

നിമിഷം ജാഥ വേണ്ടെന്നുവയ്ക്കാൻ പ്രസ്തുത കമ്മിറ്റി തന്നെ തീരുമാനിച്ച ഒരു സംഭവം 1937 ആദ്യം നടക്കുകയുണ്ടായി. ഈ സംഭവത്തെക്കുറിച്ച് നേരിട്ടറിവുണ്ടായിരുന്ന സ്വാമി ആനന്ദതീർത്ഥൻ ഇതേക്കുറിച്ച് ഒരു പരാതി ഗാന്ധിജിക്ക് അയയ്ക്കുകയുണ്ടായി. 'സത്യമെങ്കിൽ ലജ്ജാവഹം' എന്ന തലക്കെട്ടോടുകൂടി ഗാന്ധിജി ഇതേക്കുറിച്ച് 1937 മാർച്ച് 27 ലെ *ഹരിജൻ* പത്രത്തിൽ ഒരു കുറിപ്പ് എഴുതുകയുണ്ടായി.

ഇത്തരമൊരു സ്ഥലമാണ് സ്വാമി ആനന്ദതീർത്ഥൻ തന്റെ ഹരിജന സേവനത്തിന് തെരഞ്ഞെടുത്തതെന്നോർക്കണം. പയ്യന്നൂർ സുബ്രഹ്മണ്യ ക്ഷേത്രത്തിന് സമീപം കൃഷ്ണമേനോനെന്നൊരു എഞ്ചിനീയറുടെ വക ഒരു കെട്ടിടം അദ്ദേഹം വാടകയ്ക്കെടുത്താണ് ശ്രീനാരായണ വിദ്യാലയം ആരംഭിക്കുന്നത്. 1931 നവംബർ 21 ന് അര ഡസൻ കുട്ടികളെ അന്തേവാസികളായി ചേർത്തുകൊണ്ടാണ് ഈ വിദ്യാലയം ഉദ്ഘാടനം ചെയ്യപ്പെട്ടത്.

പയ്യന്നൂരിലെ ബാസിൽ മിഷ്യൻ സ്കൂളായിരുന്നു പൊതു വിദ്യാലയങ്ങളിൽ ഹരിജൻ കുട്ടികൾക്കെതിരെ അനുവർത്തിച്ചിരുന്ന വിവേചനത്തിനറുതിവരുത്താനുള്ള സ്വാമിജിയുടെ ആദ്യത്തെ പോരാട്ടരംഗം. ഈ മിഷൻ സ്കൂളിലെ പ്രധാനാദ്ധ്യാപകൻ പുലയസമുദായത്തിൽനിന്ന് ക്രിസ്തുമതത്തിലേക്കു പരിവർത്തനം ചെയ്ത ആളായിരുന്നു. സ്വാമിജി തന്റെ ഹോസ്റ്റലിലെ ഒരു കുട്ടിയെ പ്രസ്തുത വിദ്യാലയത്തിൽ പ്രവേശിപ്പിക്കുന്നതിനുവേണ്ടി സമീപിച്ചു. ഹെഡ്മാസ്റ്റർ സവർണ്ണഹിന്ദു വിദ്യാർത്ഥികളുടെ രക്ഷാകർത്താക്കളിൽ നിന്നുണ്ടായേക്കാവുന്ന എതിർപ്പിനെ ഭയന്ന് കുട്ടികൾക്കു പ്രവേശനം നല്കാൻ വിസമ്മതിച്ചു. തലശ്ശേരി സബ് കലക്ടറായിരുന്ന മിസ്റ്റർ കാറൽസ്റ്റോൺ (Carlston) കുട്ടിയെ പ്രവേശിപ്പിക്കുന്നതിലേക്കു പ്രത്യേക ഉത്തരവു പുറപ്പെടുവിക്കുകയും മറ്റു കുട്ടികളൊക്കെ വിദ്യാലയം വിട്ടുപോയാൽപ്പോലും സർക്കാർ പതിവു സഹായധനം നല്കി സ്കൂളിനെ നിലനിർത്തിക്കൊള്ളാമെന്ന് സ്വാമിജിക്കുറപ്പു നല്കുകയും ചെയ്തു. മാത്രമല്ല, ഇതു നിമിത്തം ഏതെങ്കിലും കുട്ടികൾ വിടുതൽ സർട്ടിഫിക്കറ്റ് ആവശ്യപ്പെട്ടാൽ അതു നല്കേണ്ടതില്ലെന്ന നിർദ്ദേശവും സബ് കലക്ടർ ഹെഡ്മാസ്റ്റർക്കു നല്കി. പ്രതീക്ഷിച്ചതുപോലെതന്നെ സംഭവിച്ചു. മറ്റു കുട്ടികൾ സ്കൂൾ ബഹിഷ്കരിക്കാൻ ഒരു ശ്രമം നടത്തി. എന്തുകൊണ്ടോ പ്രസ്തുത ബഹിഷ്കരണം ഏറെ ദിവസം നീണ്ടുനിന്നില്ലെന്നു മാത്രം. സ്വാമിജി കൈവരിച്ച പ്രാഥമിക വിജയം ഒരു പ്രസ്ഥാനം പടുത്തുയർത്തുന്നതിനുതന്നെ അദ്ദേഹത്തിനു പ്രേരണ നല്കി. ഈ പരിശ്രമത്തിൽ എ കെ ഗോപാലൻ, കെ എ കേരളീയൻ. ടി സി നാരായണൻ നമ്പ്യാർ, പി കൃഷ്ണപിള്ള, വി എം വിഷ്ണു ഭാരതീയൻ തുടങ്ങി അന്നത്തെ കോൺഗ്രസുകാരും പില്ക്കാലത്ത് ഇടതുപക്ഷ പ്രസ്ഥാനത്തിന്റെ തേരാളികളുമായി മാറിയ ഒട്ടേറെ യുവ തീവ്രവാദികളായ പുരോഗമനവാദികളുടെയും പിന്തുണ തനിക്കു കിട്ടിയതായി അദ്ദേഹം സ്തുതിക്കുന്നു.

ശ്രീനാരായണ ഹോസ്റ്റലുകൾ പഴയങ്ങാടി, കണ്ണൂർ, കല്യാശ്ശേരി, തലശ്ശേരി എന്നീ നാലു സ്ഥലങ്ങളിലും സ്ഥാപിക്കപ്പെട്ടിട്ടുണ്ട്. ഈ ഹോസ്റ്റലുകളിൽനിന്നെല്ലാം ഉള്ള കുട്ടികളെ അതാത് സ്ഥലങ്ങളിലെ പൊതു വിദ്യാലയങ്ങളിൽ പ്രവേശിപ്പിച്ച് വിദ്യാഭ്യാസം ചെയ്യിച്ചു. ചില സ്ഥലങ്ങളിൽ ഹരിജൻ കുട്ടികളെ സ്വന്തം വീടുകളിൽ താമസിപ്പിച്ചുകൊണ്ട് പൊതു വിദ്യാലയങ്ങളിൽ ചേർന്നു പഠിക്കാൻ സ്വാമിജി പ്രേരണ നല്കി. ആവശ്യമായ സഹായങ്ങൾ ഉറപ്പു ചെയ്തു കൊടുത്തു.

ഈ കുട്ടികളെ സ്ഥിരമായി താമസിപ്പിക്കാൻ സ്ഥിരമായ ഒരാസ്ഥാനം വിലകൊടുത്താലും പയ്യന്നൂരിലെങ്ങും കിട്ടുകയില്ലെന്ന അവസ്ഥയായിരുന്നു ആദ്യം. ഒരു മുസ്ലീം സ്നേഹിതനെ ഇടനിലക്കാരനായി നിർത്തിക്കൊണ്ട് അയാളുടെ പേരിൽ സ്ഥലം എഴുതിച്ച് അയാൾ പിന്നീട് സ്വാമിജിയുടെ പേരിൽ എഴുതിക്കൊടുത്തിട്ടാണ് ഇന്നത്തെ പയ്യന്നൂർ ശ്രീനാരായണ വിദ്യാലയത്തിന്റെ സ്ഥലവും കെട്ടിടവും സ്വാമിജിക്കു ലഭിച്ചത്. മറ്റുക്കോവിൽ ശ്മശാനത്തിനു സമീപമുള്ള ഈ സ്ഥലം ഒരു നമ്പൂതിരിയുടേതായിരുന്നു. തനിക്കു പിതൃസ്വത്തായി ലഭിച്ച പണം മുടക്കിയാണ് ഈ സ്ഥലത്തിന്നു കാണുന്ന ചെറിയ കെട്ടിടം സ്വാമിജി ഹരിജൻ വിദ്യാർത്ഥികൾക്കു വേണ്ടി പണികഴിപ്പിച്ചത്.

ചിറയ്ക്കൽ രാജകീയ കുടുംബത്തിന്റെ വകയായിരുന്ന പഴയങ്ങാടിക്കടുത്ത് മാടായിലുള്ള സ്കൂളിൽ ഹരിജൻ വിദ്യാർത്ഥികളെ പ്രവേശിപ്പിക്കുന്നതിന് വിസമ്മതം പ്രകടിപ്പിച്ചു. വിദ്യാലയ മാനേജ്മെന്റ് ഒരു ഘട്ടത്തിൽ സ്കൂൾ മൂന്നു മാസത്തേക്കു അടച്ചിടാനുള്ള അനുവാദം ഡിപ്പാർട്ടുമെന്റിൽനിന്നും നേടിയെടുക്കുകയും സൂത്രത്തിൽ പിന്നീട് സ്കൂളു തന്നെ മറ്റൊരു സ്ഥലത്തേക്കു മാറ്റുകയും ചെയ്തു. സ്വാമി ആനന്ദതീർത്ഥന്റെ ഹരിജൻ വിദ്യാർത്ഥികളെ പഠിപ്പിക്കാൻ പ്രവേശിപ്പിക്കേണ്ടിവരുമെന്നു ഭയന്നാണി തത്രപ്പാടത്രയും എന്ന കാര്യം ഓർക്കണം. പയ്യന്നൂരിനടുത്തു തന്നെയുള്ള മറ്റൊരു സ്ഥലമായ വരണങ്കോട് എന്ന സ്ഥലത്ത് സ്കൂളിൽ പോകുന്ന ഹരിജൻ കുട്ടികളെ സവർണ്ണഹിന്ദുക്കൾ ആക്രമിക്കാൻ തന്നെ മുതിർന്നു. ഇക്കാര്യത്തിൽ സ്വാമിജിക്കും ഈ കുട്ടികൾക്കും സ്വതന്ത്രമായി വഴി നടക്കാൻ വേണ്ടി പൊലീസ് സംരക്ഷണം തന്നെ തേടേണ്ടിവന്നു. ഹരിജൻ കുട്ടികളെ സ്കൂളിൽ പ്രവേശിപ്പിച്ചതിൽ പ്രതിഷേധിച്ച് പയ്യന്നൂർ ക്ഷേത്രത്തിനു സമീപം ഒരു സ്കൂളിന്റെ ക്ലാസുമുറിയിൽ മലമൂത്ര വിസർജ്ജനം ചെയ്യാൻ വരെ ചില സവർണ്ണഹിന്ദുക്കൾ തയ്യാറായി. തൊട്ടടുത്ത ദിവസം സ്വാമി നേരിട്ടാണ് കുട്ടികളെ സ്കൂളിൽ കൊണ്ടുപോയി ആക്കിയത്. വഴിമദ്ധ്യേ ക്ഷേത്രത്തിനടുത്തുള്ള സവർണ്ണഹിന്ദുക്കൾ സംഘം ചേർന്നദ്ദേഹത്തെ മർദ്ദിച്ചവശനാക്കി.

ആദ്യകാലങ്ങളിൽ, ശ്രീനാരായണ വിദ്യാലയത്തിലെ വിദ്യാർത്ഥികൾ പരസ്യമായ മർദ്ദനങ്ങൾക്കും അധിക്ഷേപങ്ങൾക്കും പാത്രമായിരുന്നു. ഹോസ്റ്റലിലെ ആദ്യബാച്ചിൽ ഉൾപ്പെട്ടിരുന്ന പ്രഭാകരശർമ്മ സവർണ്ണഹി

ന്ദുക്കൾ തങ്ങളെ എപ്രകാരമൊക്കെയാണ് പീഡിപ്പിച്ചിരുന്നതെന്നു വിവരിക്കുകയുണ്ടായി.

> 1932 ലെ ഒരു പ്രഭാതം, ഹോസ്റ്റലിലെ അന്തേവാസിയായിരുന്ന അദ്ദേഹം മാതൃഭൂമി പത്രം വിതരണം ചെയ്തിട്ടു മടങ്ങിവരുമ്പോൾ, പയ്യന്നൂരിലെ ചാലിയത്തെരുവിൽ വെച്ച് ചാലിയപ്രമാണിമാർ അവരുടെ തെരുവിലൂടെ ഒരു ഹരിജൻ ബാലൻ നടന്നുപോയി എന്ന കാരണത്താൽ പ്രകോപിതരാവുകയും വിരട്ടിയോടിക്കുകയും ചെയ്തു. അവർ വിളിച്ചുപറഞ്ഞ ചീത്തവാക്കുകൾക്കു കണക്കില്ല.

ശ്രീ പ്രഭാകരശർമ്മ പില്ക്കാലത്ത് പ്രശസ്തനായ ഒരു അദ്ധ്യാപകനാവുകയും മികച്ച അദ്ധ്യാപകർക്കുള്ള ദേശീയ അവാർഡ് കരസ്ഥമാക്കുകയും ചെയ്തു. പലസ്ഥലങ്ങളിലും ഹരിജൻ മാതാപിതാക്കൾ തങ്ങളുടെ കുട്ടികളെ പൊതുവിദ്യാലയങ്ങളിൽ ചേർക്കാൻ ഭയപ്പെട്ടിരുന്നു.

ഹരിജൻ കോളനികളിൽ സന്ദർശനം നടത്തി കുട്ടികളെ സ്കൂളിൽ ചേർക്കാൻ മാതാപിതാക്കളെ പ്രേരിപ്പിക്കുക സ്വാമിജിയുടെ പതിവായിരുന്നു. കുട്ടികളെക്കൊണ്ടു ജോലി ചെയ്യിച്ച് ചെറിയ വരുമാനമുണ്ടാക്കിയിരുന്ന പല മാതാപിതാക്കന്മാർക്കും കുട്ടികളെ സ്കൂളിൽ ചേർക്കുമ്പോഴുണ്ടാകുന്ന വരുമാന നഷ്ടം നികത്തുന്നതിലേക്കദ്ദേഹം ചെറിയ തുകകൾ കൊടുക്കുകപോലും ചെയ്യാറുണ്ടായിരുന്നു. ഇത്തരമൊരു സന്ദർശനവേളയിലായിരുന്നു അദ്ധ്യായത്തിന്റെ തുടക്കത്തിൽ നമ്മൾ കണ്ട എം സ്വാമിനാഥനെയും അദ്ദേഹത്തിന്റെ അമ്മയെയും ആനന്ദതീർത്ഥൻ കണ്ടുമുട്ടിയത്. താരതമ്യേന ബ്രിട്ടീഷ് രാജിനെ ഇഷ്ടപ്പെട്ടിരുന്ന ഹരിജനങ്ങൾ കോൺഗ്രസുമായി ബന്ധം പുലർത്തിയിരുന്ന ആനന്ദതീർത്ഥനെ ഭയപ്പെടുകപോലും ചെയ്തിരുന്നു. ഈ ഭയംനിമിത്തം ചില ഹരിജൻ രക്ഷാകർത്താക്കൾ സ്വാമിയുടെ ഹോസ്റ്റലിൽനിന്നു തങ്ങളുടെ കുട്ടികളെ കൂട്ടിക്കൊണ്ടുപോയിട്ടുണ്ട്.

സബ്കലക്ടർ കാൾസ്റ്റണിൽ നിന്ന് സ്വാമിജിക്കു ലഭിച്ചിരുന്ന പരസ്യമായ പിന്തുണ സവർണ്ണഹിന്ദുക്കളുടെ എതിർപ്പിനെ ചെറുത്തുനില്ക്കുന്നതിൽ സ്വാമിജിയുടെ കരുത്തു വർദ്ധിപ്പിക്കുകയുണ്ടായിട്ടുണ്ട്. സ്വാമിജി കൊടുത്തിരുന്ന പരാതികളൊക്കെ ആദ്യഘട്ടത്തിൽ അവഗണിച്ചിരുന്ന പൊലീസധികാരികൾ സബ് കലക്ടറുടെ കർശനമായ ശാസനകൾ ലഭിച്ചു തുടങ്ങിയപ്പോൾ കാര്യമായി ശ്രദ്ധിക്കാൻ തുടങ്ങി. 1933 മാർച്ച് 17 ന് ശ്രീനാരായണ വിദ്യാലയം സന്ദർശിച്ച കാൾസ്റ്റൺ അവിടുത്തെ സന്ദർശക ഡയറിയിൽ രേഖപ്പെടുത്തിയിരിക്കുന്നത് ഇവിടെ ഉദ്ധരിക്കാം.

> ഞാൻ ചെറുതെങ്കിലും സന്തോഷകരമായ ഒരു സന്ദർശനം ഇന്നീ വിദ്യാലയത്തിൽ നടത്തിയിരിക്കുന്നു. ഇപ്പോഴിവിടെ ആറ് ആൺകുട്ടികളും നാലുപെൺകുട്ടികളുമാണ് താമസിച്ചു പഠിക്കുന്നത്. എല്ലാ

> വരുംതന്നെ സമൂഹത്തിന്റെ താഴേത്തട്ടിൽനിന്നുള്ളവരെങ്കിലും വൃത്തിയും വെടിപ്പുമുള്ളവരും സന്തുഷ്ടരുമായി കാണപ്പെടുന്നു. പയ്യന്നൂർ ഹൈസ്കൂളിലാണിവർ പഠിക്കുന്നത്. പഠനത്തിലും അവർ പിന്നോട്ടല്ല. അധഃകൃത ജനങ്ങളുടെ ഉന്നമനം ലാക്കാക്കിയുള്ള സ്വാമി ആനന്ദതീർത്ഥന്റെ മഹത്തായ ഈ ആശയത്തിന്റെ പ്രായോഗിക രൂപമായ ഈ സ്ഥാപനത്തിനു ഞാൻ സർവ്വ ഭാവുകങ്ങളും ആശംസിക്കുന്നു.

1934 ജനുവരി 12 ന് മഹാത്മാഗാന്ധി ഹരിജൻ സേവാസംഘത്തിന് ഫണ്ടു ശേഖരിക്കാനുള്ള തന്റെ അഖിലേന്ത്യാ പര്യടനത്തിന്റെ ഭാഗമായി ശ്രീനാരായണ വിദ്യാലയത്തിൽ വന്നു. നിങ്ങളുടെ ആത്മാവും ശരീരവും മനസ്സും ഒരുപോലെ വിശുദ്ധമായിരിക്കണമെന്നദ്ദേഹം വിദ്യാർത്ഥികളെ ആഹ്വാനം ചെയ്തു. ആനന്ദതീർത്ഥൻ ഏതു ജാതിയിൽ ജനിച്ചുവളർന്നവനാണെന്നറിയാനുള്ള കൗതുകം ഗാന്ധിജിക്കുണ്ടായി. ജാതി ചിന്തിക്കരുത്, ജാതി ചോദിക്കരുത്, ജാതി പറയരുത് എന്ന തത്ത്വത്തിന്റെ ഉപജ്ഞാതാവായിരുന്ന ശ്രീനാരായണഗുരുവിന്റെ ശിഷ്യനായ ആനന്ദ തീർത്ഥനെക്കൊണ്ട് തന്റെ ജാതി ഏതെന്നു പറയിക്കുവാൻ ഗാന്ധിജിക്കുപോലും കഴിഞ്ഞില്ലെന്ന കാര്യം അദ്ദേഹം അനുസ്മരിക്കുകയുണ്ടായി. തന്റെ സന്ദർശനവേളയിൽ ഗാന്ധിജി വിദ്യാലയമുറ്റത്ത് ഒരു മാവ് നടുകയുണ്ടായി. (ഗാന്ധിമാവെന്നറിയപ്പെടുന്ന ആ വൃക്ഷത്തിന്റെ തണലിലാണ് സ്വാമി ആനന്ദതീർത്ഥന്റെ സമാധി സ്ഥാനം: വിവർത്തകൻ) സന്ദർശനപ്പുസ്തകത്തിൽ ഗാന്ധിജി ഇപ്രകാരം രേഖപ്പെടുത്തിയിരിക്കുന്നു. ഹരിജനങ്ങൾക്കുവേണ്ടി പ്രവർത്തനം നടത്തുന്ന ഈ സ്ഥാപനം മികച്ച ഹരിജന സേവകർക്കു ജന്മമരുളുമെന്നു ഞാൻ പ്രത്യാശിക്കുന്നു.

ആദ്യവർഷങ്ങളിൽ പെൺകുട്ടികളെയും ഹോസ്റ്റലിൽ പ്രവേശിപ്പിച്ചിരുന്നു. അവർക്കുവേണ്ടി ഒരു പ്രത്യേക മേട്രണെയും നിയമിച്ചിരുന്നു. ഗാന്ധിജിയുടെ സന്ദർശനത്തെ തുടർന്ന് ഹരിജൻ സേവാ സംഘത്തിന്റെ ഓഫീസ് കോഴിക്കോട്ട് തുറന്നു. അതിന്റെ ആഭിമുഖ്യത്തിൽ പല സ്ഥലങ്ങളിലും ഹരിജൻ ഹോസ്റ്റലുകൾ തുറക്കുകയുണ്ടായി. സ്വാമിജി അവയുമായി സഹകരിച്ചിരുന്നു.

വലിയ സാമ്പത്തിക ബാദ്ധ്യതകളുള്ള നിരവധി ഹോസ്റ്റലുകൾ പ്രവർത്തിപ്പിച്ചുകൊണ്ടുപോകുക എന്നത് സ്വാമിജിയുടെ സാമ്പത്തിക കഴിവിനു താങ്ങാനാവാത്തതായിരുന്നു. കണ്ണൂരിനടുത്തുള്ള തവക്കരയിൽ പ്രവർത്തിച്ചിരുന്ന ഒരു ഹരിജൻ ഹോസ്റ്റലിലെ അന്തേവാസിയായിരുന്ന എം എ പ്രഭാകരൻ ശ്രീനാരായണ വിദ്യാലയത്തിന്റെ സുവർണ്ണ ജൂബിലിയോടനുബന്ധിച്ചിറക്കിയ സോവനീറിൽ ഇതേക്കുറിച്ച് ഇപ്രകാരം എഴുതിയിരിക്കുന്നു.

> ഒരു ദിവസം ഹോസ്റ്റലിൽ യാതൊന്നും ഭക്ഷിക്കുന്നതിനായി ഇല്ലായിരുന്നു. സ്വാമി ആനന്ദതീർത്ഥൻ ഒരു കത്തും തന്നെന്നെ അദ്ദേഹത്തിന്റെ അമ്മയുടെ അടുത്തേക്കയച്ചു. ദയാമയിയായ ആ അമ്മ എനിക്കു വയറുനിറയെ ഭക്ഷണവും ഒരു കവറിൽ 200 രൂപയും അടക്കം ചെയ്ത് തന്നയച്ചു. അന്നതൊരു ഗണ്യമായ സഹായമായിരുന്നു.

വർഷം 25 രൂപാ വീതം സംഭാവന ചെയ്ത് വിദ്യാലയത്തിന്റെ രക്ഷാധികാരികളാകാൻ ആവശ്യപ്പെട്ടുകൊണ്ട് സ്വാമിജി തന്റെ സുഹൃത്തുക്കൾക്കു കത്തെഴുതുമായിരുന്നു.

തിരുച്ചങ്ങോട്ടെ ഗാന്ധിയാശ്രമത്തിൽനിന്നും ആദ്യഘട്ടങ്ങളിൽ ചെറിയ സംഭാവനകൾ അയച്ചുകൊടുക്കുമായിരുന്നു. പിന്നീട് ഹരിജൻ സേവാസംഘത്തിൽനിന്നും ചെറിയ തോതിലുള്ള ധനസഹായം ലഭിച്ചിരുന്നു. ലേബർ ഡിപ്പാർട്ടുമെന്റിൽനിന്നു മാസം 60 രൂപ ധനസഹായം നല്കുമായിരുന്നു. ഹോസ്റ്റലിന്റെ ദൈനംദിനാവശ്യങ്ങൾ നിറവേറ്റുന്നതിന് ഈ സംഭാവനകളൊന്നും തന്നെ തികയുമായിരുന്നില്ല. തൻനിമിത്തം പയ്യന്നൂരേതൊഴിച്ച് മറ്റെല്ലാ ഹോസ്റ്റലുകളും പൂട്ടേണ്ടതായി വന്നു. പ്രാദേശികമായി ശേഖരിക്കാൻ കഴിഞ്ഞത് തീരെ ചെറിയ ഒരു തുക മാത്രമായിരുന്നു. മാസം പത്തോ, പന്ത്രണ്ടോ രൂപയിൽ കൂടുതൽ തലശ്ശേരി, കോഴിക്കോട്ട് പ്രദേശങ്ങളിൽനിന്നും ശേഖരിക്കാനാകുമായിരുന്നില്ല.

ഒരു ഹരിജൻ ഹോസ്റ്റൽ നിലനിന്നുകാണുന്നതിൽ തദ്ദേശീയർക്കു യാതൊരു താല്പര്യവുമില്ലായിരുന്നുവെന്ന് മാത്രമല്ല അധികാരികളെ ഭയന്നിട്ടാണ് അവരതിനെ പരസ്യമായി എതിർക്കാതിരുന്നത്. ശ്രീനാരായണ വിദ്യാലയവുമായി ഏതെങ്കിലും തരത്തിൽ സഹകരിച്ചിരുന്നവരെയെല്ലാം കഴിയുന്നതരത്തിൽ അവർ ദ്രോഹിച്ചിരുന്നു. പയ്യന്നൂരെ സ്ഥലവാസിയായ ശ്രീ. എ വി ശ്രീകണ്ഠപ്പൊതുവാൾ ഇതേക്കുറിച്ചു പറയുന്നു.

> ശ്രീനാരായണ വിദ്യാലയത്തിൽനിന്നു ഭക്ഷണം കഴിച്ചതിന്റെ പേരിൽ എനിക്കും മറ്റു നാലു കൂട്ടുകാർക്കുമെതിരെ സുബ്രഹ്മണ്യക്ഷേത്രത്തിന്റെ മാനേജ്മെന്റ് നടപടിയെടുക്കുകയുണ്ടായി. അവരെ വിചാരണ ചെയ്യുന്നതിനയച്ച നോട്ടീസിപ്രകാരമായിരുന്നു. "മുറിക്കാവിൽ തുരുത്തുപറമ്പിൽ ആനന്ദതീർത്ഥൻ എന്ന കൊങ്കിണി ബ്രാഹ്മണനുമൊരുമിച്ച് പുലയക്കുട്ടികളോടൊപ്പം നിങ്ങൾ പന്തിഭോജനം നടത്തിയതായി ഞങ്ങളുടെ ശ്രദ്ധയിൽപ്പെട്ടിരിക്കുന്നു. ഈ പ്രവൃത്തി നമ്മുടെ സമുദായത്തിന്റെ പരമ്പരാഗത ചിട്ടകൾക്കെതിരാകയാൽ ഇതേക്കുറിച്ച് ക്ഷേത്രത്തിന്റെ പടിഞ്ഞാറെ വാതിലിൽ വെച്ച് നിങ്ങളെ പരസ്യമായി വിചാരണ ചെയ്യാൻ തീരുമാനിച്ചിരിക്കുന്ന കാര്യം അറിയിച്ചുകൊള്ളുന്നു. നിങ്ങൾ അവിടെയെത്തി ഈ

ആക്ഷേപത്തിനു സമാധാനം ബോധിപ്പിക്കണമെന്നറിയിച്ചു കൊള്ളുന്നു.

വർഷങ്ങൾ കടന്നുപോയതോടെ സാമ്പത്തിക ബുദ്ധിമുട്ടുകൾ പെരുകി. ദൈവത്തിലുള്ള ഉറച്ചവിശ്വാസം മാത്രമാണ് ആനന്ദതീർത്ഥനെ പ്രവർത്തനപന്ഥാവിൽ ഉറപ്പിച്ചു നിർത്തിയത്. അദ്ദേഹം 1949 നവംബർ 14 ന് രാജാജിക്കയച്ച കത്തിൽ ഇപ്രകാരം എഴുതിയിരിക്കുന്നു.

> രാമനാമത്തിന്റെ മഹത്ത്വം ഒന്നുമാത്രമാണ് എന്നെ ഇപ്പോൾ നില നിർത്തുന്നത്. ഞങ്ങളുടെ ആശ്രമം ഒരു തരത്തിൽ മുന്നോട്ടു പോകുന്നു. സാമ്പത്തികവശം തീരെ തൃപ്തികരമല്ല. താനിപ്പോൾ 3000 രൂപയുടെ കമ്മി അഭിമുഖീകരിക്കുകയാണ്. ഇതിൽ 2000 വും ഉടൻ മടക്കിക്കൊടുക്കേണ്ട കടങ്ങളാണ്. അവശേഷിക്കുന്ന 1000 എന്റെ അച്ഛനിൽ നിന്നെനിക്കു ലഭിച്ചതാണ്. എന്റെ ഗുരുനാഥന്റെ അനുഗ്രഹം എന്നോടൊപ്പമുണ്ടെന്നെനിക്കറിയാം. അതിനാൽ ഭാവി യെക്കുറിച്ച് ഞാൻ ഒട്ടും കുണ്ഠിതപ്പെടുന്നില്ല. എന്റെ മനസ്സു വ്യാകു ലപ്പെടും. ശരീരം ക്ഷീണിച്ചുമിരിക്കുന്നെങ്കിലും ഈ സേവനം എന്റെ ആത്മാവിനെ തൃപ്തിപ്പെടുത്തുന്നുണ്ട്.

ഹോസ്റ്റൽ ജീവിതത്തെക്കുറിച്ചു കൂടുതൽ ഗ്രഹിക്കുന്നതിനായി ചില ആദ്യകാല അന്തേവാസികളെ തെരഞ്ഞുപിടിച്ചു ഞാൻ ഇന്റർവ്യൂ നട ത്തുകയുണ്ടായി. അവരിൽ ഒരാൾ പറഞ്ഞ കാര്യമാണ് താഴെ രേഖപ്പെടു ത്തുന്നത്.

> ദിവസവും രാവിലെ നാലുമണിക്കു ഞങ്ങളുണരുമായിരുന്നു. ഹോസ്റ്റലും പരിസരവും ശുചിയാക്കുക എന്നതായിരുന്നു ആദ്യത്തെ ജോലി. തുടർന്നു കുളികഴിഞ്ഞു പ്രാർത്ഥനയ്ക്കു കയറി ഗീതയിൽനിന്നുള്ള വായന, ഗായത്രിജപം, നാരായണഗുരുവിന്റെ ചില ഗാനങ്ങളുടെ ആലപിക്കൽ ഇവയൊക്കെ ആയിരുന്നു പ്രാർത്ഥ ന. അതിനുശേഷം രാവിലെ 8.30 വരെ പഠനം. അടുക്കളജോലി കൾ നാലു കുട്ടികൾ വീതമുള്ള സംഘം ദിവസം പ്രതി മാറി മാറി ചെയ്യണം. ശനിയാഴ്ച ദിവസങ്ങളിൽ സ്വാമി രാവിലെ 9 മുതൽ 12 വരെ മതപരവും ധാർമ്മികവുമായ വിഷയങ്ങളെക്കുറിച്ചു ക്ലാസെ ടുക്കുമായിരുന്നു. ഞങ്ങൾ ഹിന്ദിയും പഠിക്കേണ്ടിയിരുന്നു. കൃഷി പ്പണികൾ, ചർക്കയിൽ നൂൽ നൂല്ക്കൽ, ചെറിയ ഫർണിച്ചറുകൾ നിർമ്മിക്കുക. ക്ഷൗരം ചെയ്യുക തുടങ്ങിയ കൈത്തൊഴിലുകളും അന്തേവാസികൾ സ്വയം അഭ്യസിച്ചിരുന്നു. തൊഴിലിന്റെ മഹ ത്ത്വത്തെ മാനിക്കാനും പരിശീലനം ഞങ്ങൾക്കു ലഭിച്ചിരുന്നു. സ്വാമിജി സഹന സമരമെന്നു വിളിച്ചിരുന്ന അഹിംസാധിഷ്ഠിത

> ചെറുത്തു നില്പിലുള്ള പരിശീലനവും ഞങ്ങൾക്ക് യഥാവസരം ലഭിച്ചിരുന്നു. ക്ഷേത്രപ്രവേശന സത്യഗ്രഹത്തിലും മറ്റും പങ്കെടുത്തപ്പോൾ ഈ പരിശീലനം ഞങ്ങൾക്കു കാര്യമായി പ്രയോജനപ്പെട്ടിരുന്നു.

വിദ്യാലയാന്തരീക്ഷത്തിലെ ശുചിയും വെടിപ്പും ഏതു സന്ദർശകരെയും പ്രഥമ ദർശനത്തിൽത്തന്നെ ആകർഷിച്ചിരുന്നു. മദ്രാസിലെ തൊഴിൽ വ്യവസായ മന്ത്രിയായിരുന്ന മുൻ രാഷ്ട്രപതി വി വി ഗിരി ആശ്രമം സന്ദർശിച്ചിട്ട് സന്ദർശക ഡയറിയിൽ ഇങ്ങനെ കുറിച്ചിരിക്കുന്നു.

> ഈ ആശ്രമം സന്ദർശിക്കുന്നതിലെനിക്കത്യന്തം ആഹ്ലാദമുണ്ട്. ഇവിടെ നിറഞ്ഞു നില്ക്കുന്ന ശുചിയും വെടിപ്പും എന്നെ ആശ്ചര്യപ്പെടുത്തുന്നു. അന്തേവാസികൾ അങ്ങേയറ്റം വൃത്തിയുള്ളവരാണ്. അയിത്തം അവസാനിപ്പിക്കുന്നതിനു തീർച്ചയായും ഈ സ്ഥാപനം പ്രയോജനപ്പെടാതിരിക്കില്ല. ഞാനെല്ലാ വിജയങ്ങളും ആശംസിക്കുന്നു.

ഡിസ്ട്രിക്ട് ബോർഡിന്റെ കീഴിലുള്ള പയ്യന്നൂരെ സർക്കാർ സ്കൂളിലാണ് കുട്ടികളെയെല്ലാം അയച്ചിരുന്നത്. കൈത്തറിത്തുണികൊണ്ടുള്ള വെള്ള ഷർട്ടും നീല ട്രൗസേഴ്സുമായിരുന്നു കുട്ടികളുടെ യൂണിഫോറം. കൂടാതെ മുണ്ഡനം ചെയ്ത അവരുടെ ശിരസ്സിൽ ഗാന്ധിത്തൊപ്പിയുമുണ്ടായിരുന്നു. സത്യഗ്രഹികളുടെ എല്ലാ അടയാളങ്ങളും അവരിൽ നിറഞ്ഞുനിന്നിരുന്നു.

വിപുലമായ ഒരു സാംസ്കാരിക ജീവിതം കുട്ടികൾക്കു പരിചയപ്പെടുത്തിക്കൊടുക്കാൻ ആനന്ദതീർത്ഥൻ അങ്ങേയറ്റത്തെ ശുഷ്കാന്തി പ്രകടിപ്പിച്ചിരുന്നു. അടുത്തുള്ള ആശ്രമങ്ങളിലേക്കും ഉത്സവസ്ഥലങ്ങളിലേക്കും അദ്ദേഹം തന്റെ വിദ്യാർത്ഥികളെ കൂട്ടിക്കൊണ്ടുപോകുകയും മറ്റുള്ളവർക്കു പരിചയപ്പെടുത്തിക്കൊടുക്കുകയും ചെയ്യുമായിരുന്നു. നാരായണ ഗുരുവിന്റെ ജന്മദിനം ആശ്രമത്തിൽ വിപുലമായ തോതിൽ വർഷന്തോറും ആചരിക്കുമായിരുന്നു. ചുരുക്കം ചില സവർണ്ണഹിന്ദുക്കുട്ടികളെയും അന്തേവാസികളായി എടുക്കുവാൻ അദ്ദേഹം ശ്രദ്ധിക്കുമായിരുന്നു. ജാതിഭേദം മറന്നെല്ലാവരുമായും ഇടപെട്ടിരുന്നു. ജേക്കബ് മാസ്റ്റർ എന്നറിയപ്പെട്ടിരുന്ന ഒരു ക്രിസ്ത്യാനി കുറെ വർഷങ്ങൾ ആശ്രമത്തിൽ വാർഡനായിരുന്നു. അദ്ദേഹം സ്വാമിജിയുടെ വളരെ അടുത്ത ഒരു സഹപ്രവർത്തകനായിരുന്നു. അദ്ദേഹം പഠിപ്പിച്ചു കൊടുത്ത ക്രിസ്ത്യൻ ഗാനങ്ങൾ പൊതു പ്രാർത്ഥനാവേളകളിൽ കുട്ടികളാലപിക്കുമായിരുന്നു.

ആദ്യമൊക്കെ സ്വാമി ആനന്ദതീർത്ഥൻ രസകരമായ ഒരു കാര്യം ചെയ്യുമായിരുന്നു. ഹരിജൻ കുട്ടികളുടെ പേരിനോട് ചേർന്ന് ശർമ്മ, നായർ, നമ്പ്യാർ, ഷേണായി തുടങ്ങിയ പദങ്ങൾ കൂട്ടിച്ചേർത്തു വിളിക്കുമായിരുന്നു.

ഇത്തരം പദങ്ങളുടെ പിന്നിൽ മറ്റു പരിവേഷങ്ങളൊന്നുമില്ലെന്നു തെളിയിക്കുകയായിരുന്നു അദ്ദേഹത്തിന്റെ ലക്ഷ്യം. പൂണൂൽ ധരിപ്പിക്കൽ, സൂര്യ നമസ്കാരം തുടങ്ങിയ ബ്രാഹ്മണാചാരങ്ങൾപോലും അദ്ദേഹം ഏർപ്പെടുത്തുകയുണ്ടായി. പഠനത്തിനും ജോലിക്കും മറ്റുമുള്ള ധനസഹായവും പ്രത്യേക പരിഗണനകളും ലഭ്യമാക്കുന്നതിന് ഈ പേരുകൾ സാങ്കേതിക ബുദ്ധിമുട്ടുകൾ സൃഷ്ടിച്ചു തുടങ്ങിയപ്പോഴാണ് ഈ ഏർപ്പാട് അവസാനിപ്പിച്ചത്.

കുട്ടികളുടെ ക്ഷേമത്തെക്കുറിച്ചു സ്വാമികൾ എത്രമാത്രം കരുതലെടുത്തിരുന്നുവെന്നു വ്യക്തമാക്കുന്നതായിരുന്നു ഞാൻ പരിശോധിച്ച അദ്ദേഹത്തിന്റെ കത്തുകൾ മിക്കവയും. അത്തരം കത്തുകളിൽ തന്റെ ഓരോ വിദ്യാർത്ഥിയും പഠനത്തിലും കലാകായികരംഗത്തും പ്രകടിപ്പിക്കുന്ന മികവുകൾ എടുത്തു പറയുകയും സർക്കാർ സർവ്വീസിലും സായുധ സൈന്യത്തിലും ഒക്കെ മിക്ക ഉദ്യോഗങ്ങൾ പലർക്കും ലഭിച്ചതിനെക്കുറിച്ചുമൊക്കെയുള്ള പരാമർശങ്ങൾ ധാരാളമായിക്കാണാം. വീട്ടിൽ റാവു എന്ന തന്റെയൊരു സുഹൃത്തിനയച്ച കത്ത് ഉദാഹരണത്തിനായി ചൂണ്ടിക്കാണിക്കട്ടെ.

> ഇവിടത്തെ ഞങ്ങളുടെ ജോലികൾ നന്നായി നടക്കുന്നു. ഞങ്ങളുടെ രണ്ടുകുട്ടികൾ കൂടി ഈ വർഷം എസ് എസ് എൽ സി പാസായിരിക്കുന്നു. അതോടെ എസ് എസ് എൽ സി പാസായവരുടെ എണ്ണം ആറായി വർദ്ധിച്ചിരിക്കുന്നു. ഈ ആറിൽ രണ്ടുപേർ ഇന്റർമീഡിയറ്റിനു വായിച്ചുകൊണ്ടിരിക്കുകയാണ്. ഒരാൾ അദ്ധ്യാപക പരിശീലനം പൂർത്തിയാക്കുന്നു. മറ്റു രണ്ടുപേരും സതേൺ റെയിൽവേയിൽ താല്ക്കാലിക ക്ലാർക്കന്മാരായി ജോലി ചെയ്യുന്നു. ഒരാൾ ഈയിടെ റോയൽ നേവിയിലേക്ക് തെരഞ്ഞെടുക്കപ്പെട്ടു. ഇതുവരേയും മലബാറിൽ ഒരു ഹരിജൻ ഇന്റർമീഡിയറ്റ് പാസ്സായിട്ടില്ല. ഹരിജനങ്ങളെ വിദ്യാഭ്യാസം ചെയ്യിക്കുക എന്ന ഞങ്ങളുടെ ജോലി തെല്ലു താമസിച്ചാണാരംഭിച്ചത്. അതുകൊണ്ടുതന്നെ ഇക്കാര്യത്തിൽ മലബാർ വളരെ പിന്നോക്കമാണ്. അടുത്തകാലത്ത് പാലക്കാട്ടുനിന്നുള്ള എസ് എസ് എൽ സി പാസായ ഒരു ഹരിജൻ വിദ്യാർത്ഥി പൊലീസ് സബ് ഇൻസ്പെക്ടർ ആയി തെരഞ്ഞെടുക്കപ്പെട്ടു എന്ന കാര്യം അറിയിക്കാൻ എനിക്കതിയായ സന്തോഷമുണ്ട്.

സ്വാമി ആനന്ദതീർത്ഥന്റെ വിദ്യാർത്ഥികളെല്ലാം തന്നെ വിദ്യാഭ്യാസാനന്തരം സമൂഹത്തിലെ ഉന്നതസ്ഥാനങ്ങളിൽ കയറിപ്പറ്റിയിട്ടുണ്ട്. തന്റെ പൂർവ്വ വിദ്യാർത്ഥികൾ നല്ല ശമ്പളം പറ്റുന്ന ജോലിയിൽ എത്തിച്ചേർന്ന ശേഷവും അവരുമായി ബന്ധം പുലർത്തുകയും അവർക്ക് പിതൃനിർവ്വിശേഷമായ സ്നേഹം പകർന്നുകൊടുക്കുകയും ചെയ്യുമായിരുന്നു. ഉദാ

ഹരണത്തിന് 1970 ൽ അന്നത്തെ മുഖ്യമന്ത്രിയായിരുന്ന സി അച്യുത മേനോന് ആനന്ദതീർത്ഥൻ തന്റെ ഒരു പൂർവ്വ വിദ്യാർത്ഥിയെക്കുറിച്ചെഴുതുന്നു.

> ഇപ്പോൾ സ്ഥാനമുയർത്തിയ ആ പോസ്റ്റ് ന്യായമായും ഇപ്പോൾ തിരുവനന്തപുരത്ത് ഡിസ്ട്രിക്ട് ലേബർ ആഫീസറായി ജോലി ചെയ്യുന്ന ഹരിജന് തന്നെ അവകാശപ്പെട്ടതാണ്. ഇദ്ദേഹം ശ്രീ കെ വി വിശ്വനാഥൻ ഞങ്ങളുടെ സ്ഥാപനത്തിലെ ഒരു പൂർവ്വ വിദ്യാർത്ഥിയും മലബാർ ഹരിജനങ്ങളുടെ കൂട്ടത്തിൽ നിന്നുയർന്നു വന്നയാളുമാണ്.

ഹരിജനങ്ങളിൽ നിന്നു സ്കൂളിൽ പോകാൻ തുടങ്ങിയ ആദ്യത്തെ തലമുറയിൽപ്പെട്ട ഈ കുട്ടികൾക്കു പഠനത്തിൽ മികവു പ്രകടിപ്പിക്കുക അത്ര എളുപ്പമായിരുന്നില്ലെന്ന കാര്യം പ്രത്യേകം പറയേണ്ടതില്ലല്ലോ. അതിനാൽ, ഹോസ്റ്റലിനോടനുബന്ധിച്ച് ഒരു സാങ്കേതിക പരിശീലന കേന്ദ്രം കൂടി സ്ഥാപിക്കുക എന്നൊരുദ്ദേശ്യം അദ്ദേഹത്തിനുണ്ടായിരുന്നു. എന്നാൽ, പണത്തിന്റെ കുറവു നിമിത്തം ആ സ്വപ്നം സഫലമായില്ല.

താൻ സ്നേഹിക്കുകയും സേവിക്കുകയും ചെയ്തിരുന്ന കുട്ടികളിൽ നിന്നുതന്നെ അദ്ദേഹത്തിന് എതിർപ്പു നേരിടേണ്ടി വന്ന അനുഭവങ്ങളും ഉണ്ടായിട്ടുണ്ട്. പഠനത്തിന്റെ കാര്യത്തിലും അച്ചടക്കത്തിന്റെ കാര്യത്തിലും ഹോസ്റ്റലിൽ ഏർപ്പെടുത്തിയിരുന്ന കർശന ചിട്ടകൾ, സസ്യാഹാരം മാത്രം നല്കിയിരുന്നു എന്നത് ഇതൊക്കെ ഒരു പക്ഷേ, ചില കുട്ടികളെ ഹോസ്റ്റൽ വിട്ടു പോകാൻ പ്രേരിപ്പിച്ചിട്ടുണ്ടാകും. ഇതു സ്വാമിജിയെ വല്ലാതെ നിരാശപ്പെടുത്തിയിരുന്നു.

ജാതിനാശിനി സഭ

1933 ൽ ജാതിനശീകരണത്തിനുവേണ്ടി ഒരു പ്രസ്ഥാനം ശ്രീ കേളപ്പൻ പ്രസിഡന്റും ആനന്ദതീർത്ഥൻ സെക്രട്ടറിയുമായി കണ്ണൂരിൽ സ്ഥാപിതമായി. ഇതിലംഗങ്ങളാകുന്നവർ പേരിനോടൊപ്പം ജാതിപ്പേർ ചേർക്കാത്തവരും ഒരു തരത്തിലും ജാതി പാലിക്കാത്തവരുമായിരിക്കണമെന്നു നിർബ്ബന്ധമായിരുന്നു. മിശ്രഭോജനം, മിശ്രവിവാഹം തുടങ്ങിയവയെ പ്രോത്സാഹിപ്പിക്കുക എന്നത് പ്രസ്ഥാനത്തിന്റെ മുഖ്യ ഉദ്ദേശ്യമായിരുന്നു. “ജാതി നശിപ്പിക്കാൻ നവയുഗധർമ്മം” എന്നതായിരുന്നു ഇതിന്റെ മുദ്രാവാക്യം. ആധുനിക കാലത്തിന്റെ വെളിച്ചം ഉൾക്കൊണ്ടുകൊണ്ട് പരമ്പരാഗത മതസങ്കല്പങ്ങളെ നവകീകരിക്കണമെന്നീ പ്രസ്ഥാനം വാദിച്ചു. സാഹചര്യങ്ങൾ അനുവദിക്കുമെങ്കിൽ ജനങ്ങളോട് സ്വജാതിയിൽ വിവാഹം ചെയ്യാതിരിക്കാനും ഒരു പുതിയ ഇന്ത്യ പടുത്തുയർത്താനുമുള്ള സാമൂഹ്യവിപ്ലവത്തിൽ അണിചേരാനും ആഹ്വാനംചെയ്തു. സ്കൂളുക

ളിലും രജിസ്റ്റർ ഓഫീസുകളിലും മറ്റും ജാതി വെളിപ്പെടുത്താൻ അവർ വിസമ്മതിച്ചു.

ജാതിനാശിനി സഭയുടെ ആഭിമുഖ്യത്തിൽ പല മിശ്രവിവാഹങ്ങളും നടന്നു. 1977 അവസാനംവരെയും സ്വാമി ആനന്ദതീർത്ഥൻ ഈ പ്രസ്ഥാനത്തിൽ സജീവമായി പ്രവർത്തിച്ചു. ബന്ധുക്കളുടെ ഇടയിൽ നിന്നു മാത്രം വിവാഹം കഴിക്കുന്നത് സ്ത്രീകളെ അന്യജാതിക്കാർക്കു വിവാഹം ചെയ്തുകൊടുക്കാത്തതുമാണ് ജാതി നിലനില്ക്കുന്നതിനുള്ള കാരണം എന്ന സാമൂഹ്യശാസ്ത്രസിദ്ധാന്തം ഏറക്കുറെ ശരിയാണ്. ആ നിലയ്ക്കു ജാതിനാശിനി സഭയുടെ പ്രവർത്തനങ്ങൾ ഒട്ടൊക്കെ പ്രതീകാത്മകങ്ങളാണെങ്കിലും വളരെ വിലപ്പെട്ടതായിരുന്നുവെന്ന കാര്യം നിശ്ചയമാണ്.

1934 ജൂൺ 26 ന് സ്വാമി ആനന്ദതീർത്ഥൻ ഔപചാരികമായി തിയോസഫിക്കൽ സൊസൈറ്റിയിൽ അംഗത്വമെടുത്തു. ഈ കാലഘട്ടത്തിൽ അദ്ദേഹം ചെയ്ത പ്രസംഗങ്ങൾ ഹിന്ദുമതത്തോടുള്ള അദ്ദേഹത്തിന്റെ സമീപനം വ്യക്തമാക്കുന്നതായിരുന്നു. അതിപ്രകാരം സംഗ്രഹിക്കാം.

വർണ്ണാശ്രമധർമ്മം ജനനത്തെ ആശ്രയിച്ചുള്ള ഒന്നാണെന്നാണ് ഹിന്ദു മതത്തിൽ വിശ്വസിക്കുന്നു എന്നതുകൊണ്ട് അർത്ഥമാക്കുന്നതെങ്കിൽ ഹിന്ദുമതം തന്നെ നവീകരണത്തിനു വിധേയമാക്കണം. ഹിന്ദുമതം ജാതിയെ പരിചരിക്കുന്നു എന്ന ഒറ്റക്കാരണം കൊണ്ടുതന്നെ ജനങ്ങൾക്ക് ഹിന്ദുമതം ഉപേക്ഷിക്കാവുന്നതാണ്. ജാതിവേണമെന്ന നിർബ്ബന്ധമുള്ളവർ ഹിന്ദുക്കളായിത്തന്നെ നിലകൊള്ളുന്നുവെങ്കിൽ അതെന്താണ് കാണിക്കുന്നത്. ജാതി ഹിന്ദുക്കളുടെ യുക്തിബോധത്തെയും മനുഷ്യത്വത്തെയും നശിപ്പിച്ചിരിക്കുന്നുവെന്നല്ലേ? ജാതി ജനങ്ങളെ അപമാനവീകരിക്കുന്നു. അതു ജനങ്ങളെ മൃഗങ്ങളേക്കാൾ തരം താഴ്ത്തുന്നു. ജാതിബോധവും ജാതീയമായ ഉച്ചനീചത്വവും നിലനില്ക്കുന്നിടത്തോളം കാലം രാജ്യം ഒരിക്കലും സ്വാതന്ത്ര്യമോ പുരോഗതിയോ പ്രാപിക്കുകയില്ല. ഇന്ത്യയിലെ സാമൂഹ്യമാറ്റം ഒരു നിർണ്ണായക ഘട്ടത്തെ അഭിമുഖീകരിക്കുകയാണ്. അയിത്തം ഇല്ലാതായാൽ ജാതി അർത്ഥശൂന്യമാണെന്നു വരും. എല്ലാ മനുഷ്യരിലും ഈശ്വരചൈതന്യം കുടികൊള്ളുന്ന സ്ഥിതിക്ക് ഒരു മനുഷ്യൻ മറ്റൊരു മനുഷ്യനെ തൊടുന്നതു കൊണ്ടോ അടുത്തിടപെടുന്നതു കൊണ്ടോ യാതൊരു തെറ്റും സംഭവിക്കുന്നില്ല. മതം, ജാതി, ഭാഷ, വസ്ത്രധാരണം ഇവയുടെ അതിരുകൾ ഭേദിച്ചുകൊണ്ട് വിവാഹങ്ങൾ നടക്കുന്നതോ ഒരുമിച്ചു ഭക്ഷണം കഴിക്കുന്നതോ ഒരുതരത്തിലും തെറ്റാകുന്നില്ല. ഇത്തരത്തിലുള്ള മനുഷ്യ സ്വാതന്ത്ര്യത്തിന് വേണ്ടിയാണ് നമ്മൾ പ്രവർത്തിക്കേണ്ടത്. ഹരിജനങ്ങൾ ഹിന്ദുമതം വിട്ടുപോരണം എന്ന അംബേദ്കറുടെ ആഹ്വാനം, ഹിന്ദുചിന്തകന്മാരെയും നേതാക്കളെയും ഞെട്ടിക്കുക തന്നെ ചെയ്തു. ഹിന്ദുമഹാസഭ ജാതി ഉപേക്ഷിക്കാനുള്ള തീരുമാനം കൈക്കൊണ്ടു. എന്നാൽ, പ്രായോഗിക നടപടികൾ ഒന്നും സ്വീകരിച്ചില്ല. ജാതിഘടന നശിച്ചെങ്കിൽ മാത്രമേ ഹിന്ദുക്കൾ ഒരു സമൂഹം എന്ന പേരി

നർഹമാകുകയും വിഭാഗീയത അവസാനിച്ച് സാമൂഹ്യ വിപ്ലവത്തിനു കൂട്ടായി പ്രവർത്തിക്കാൻ സാദ്ധ്യമാവുകയുള്ളൂ.

ലേബർ സ്കൂളുകളും ഹരിജൻ വിദ്യാർത്ഥികളും

പട്ടികജാതി പട്ടികവർഗ്ഗത്തിൽപ്പെട്ട കുട്ടികളുടെ വിദ്യാഭ്യാസത്തിനായി ബ്രിട്ടീഷ് ഗവൺമെന്റ് നടപ്പിലാക്കിയ ലേബർ സ്കൂളിന്റെ കാര്യം നേരത്തെ പരാമർശിച്ചിരുന്നല്ലോ. ഈ വിഭാഗത്തിൽപ്പെട്ട കുട്ടികളെ ഹോസ്റ്റലിൽ താമസിപ്പിച്ച് പൊതുവിദ്യാലയങ്ങളിൽ അയച്ച് പഠിപ്പിക്കുക എന്ന നയത്തിന്റെ ഭാഗമായി സ്വാമി ആനന്ദതീർത്ഥൻ ആരംഭിച്ച ശ്രീനാരായണ വിദ്യാലയത്തിന്റെ പ്രവർത്തനത്തെക്കുറിച്ചും കുറെ കാര്യങ്ങൾ ഇവിടെ പരാമർശിക്കപ്പെട്ടു.

1947 ലെ സ്വാതന്ത്ര്യ ലബ്ധിയെത്തുടർന്നു മലബാറിലെ ഡിസ്ട്രിക്ട് ബോർഡ് അദ്ധ്യക്ഷനായി ശ്രീ കേളപ്പൻ നിയമിതനായി. ആനന്ദതീർത്ഥൻ ഈ പ്രദേശത്തെ ലേബർ സ്കൂളുകളുടെ ഓണററി ഇൻസ്പെക്ടറായി നിയമിക്കപ്പെട്ടു. ഈ സ്കൂളുകളിൽ പലതിനും ലേബർ സ്കൂൾ എന്ന പേരേയുള്ളൂ എന്ന കാര്യം സ്വാമിജി കണ്ടെത്തി. സർക്കാർ ഉത്തരവു പ്രകാരം ഒരു ലേബർ സ്കൂളിൽ ഹരിജനങ്ങളില്ലാത്ത കുട്ടികളുടെ എണ്ണം ആ കുട്ടികളുടെ 30 ശതമാനത്തിൽ കവിയാൻ പാടില്ല. പക്ഷേ, പ്രയോഗത്തിൽ ഇതിൽനിന്നു വ്യത്യസ്തമായിരുന്നു. ലേബർ സ്കൂളുകളിൽ ഹരിജനക്ഷേമം മുൻനിർത്തി നല്കിയിരുന്ന സൗജന്യ ഉച്ചഭക്ഷണം, പുസ്തകങ്ങൾ, നോട്ടുബുക്കുകൾ തുടങ്ങിയവയുടെ പ്രയോജനം അനുഭവിക്കുന്നത് സവർണ്ണഹിന്ദുക്കളിൽപ്പെട്ടവരാണെന്ന് അദ്ദേഹം കണ്ടെത്തി. ഒരു സ്കൂളിൽ രണ്ടു ഹരിജൻ പെൺകുട്ടികൾ മാത്രമാണുണ്ടായിരുന്നത്. ഹെഡ്മാസ്റ്റർ പതിവായി ഉച്ചഭക്ഷണം കൊടുക്കാതെ സ്കൂൾ അടച്ച് വീട്ടിൽ പോകുമായിരുന്നെങ്കിലും ഈ ഇനത്തിൽ പണം എഴുതിവാങ്ങിയിരുന്നു. മറ്റൊരു സ്കൂളിൽ ഒറ്റ ഹരിജൻ വിദ്യാർത്ഥിപ്പോലും ഉണ്ടായിരുന്നില്ല. അദ്ദേഹം തന്റെ പരിശോധനാ റിപ്പോർട്ട് കലക്ടർക്കയച്ചുകൊടുത്തു.

ലേബർ സ്കൂളുകളിൽപ്പോലും പട്ടികജാതിയിൽപ്പെട്ട കുട്ടികൾക്കെതിരെ വിവേചനം പാലിച്ചിരുന്നു. അവരെ പ്രത്യേകമായി ഇരുത്തുക, ഭക്ഷണം സവർണ്ണസമുദായത്തിൽപ്പെട്ട കുട്ടികൾക്കു പാത്രത്തിൽ നല്കുമ്പോൾ ഹരിജൻ കുട്ടികൾക്കു ചിരട്ടയിൽ കൊടുക്കുക തുടങ്ങിയവയായിരുന്നു വിവേചനങ്ങൾ. ചില സ്കൂളുകളിൽ അദ്ധ്യാപകർ പട്ടികജാതിയിൽപ്പെട്ട കുട്ടികളെ പറയൻ, പുലയൻ, കങ്കാരൻ എന്നിങ്ങനെ വേർതിരിച്ച് ഇരുത്തുകയും മറ്റും ചെയ്തിരുന്നു. ഒരിടത്ത് പറയക്കുട്ടികൾ ഒരു പുലയൻ പാകം ചെയ്ത ഭക്ഷണം കഴിക്കാൻ വിസമ്മതിക്കുകയും ഒരു നായർ പാചകക്കാരനെ നിയമിക്കുകയും ചെയ്ത സംഭവംപോലും

ഉണ്ടായി. തങ്ങളിലെ ജാതി, ഉപജാതി വ്യത്യാസങ്ങളെക്കുറിച്ച് അദ്ധ്യാപകർ തന്നെ കുട്ടികൾക്കു വിശദീകരിച്ചു കൊടുക്കുന്ന ഫലങ്ങളും അപൂർവ്വങ്ങളായിരുന്നില്ല.

താൻ മനസ്സിലാക്കിയ ഈ വിചിത്ര നടപടികളിൽ നിന്നു പാഠം ഉൾക്കൊണ്ടുകൊണ്ട് സ്വാമി ആനന്ദതീർത്ഥൻ ഗവൺമെന്റിലേക്കു നിരവധി നിവേദനങ്ങൾ സമർപ്പിച്ചു. ഈ ലേബർ സ്കൂളുകളിൽ പഠിക്കുന്നവരിലധികവും മേൽജാതിക്കാരുടെ കുട്ടികളാണെന്നതിനാൽ ഇവയുടെ ഭരണം ലേബർ ഡിപ്പാർട്ടുമെന്റിൽനിന്നും വിദ്യാഭ്യാസ ഡിപ്പാർട്ടുമെന്റിലേക്കു മാറ്റണമെന്നദ്ദേഹം നിവേദനത്തിലാവശ്യപ്പെട്ടു. ഈ സ്കൂളിൽ ചിലവഴിക്കുന്ന പണം ഉപയോഗിച്ച് അർഹരായ ഒട്ടേറെ ഹരിജൻ കുട്ടികൾക്കു സ്കോളർഷിപ്പുകൾ നല്കാൻ കഴിയും എന്നദ്ദേഹം ചൂണ്ടിക്കാട്ടി. വിശദമായ സ്ഥിതിവിവരക്കണക്കുകൾ ഉദ്ധരിച്ചുകൊണ്ട് മാട്ടൂൽ, ഫറൂക്ക്, കണ്ണപുരം തുടങ്ങിയ സ്ഥലങ്ങളിലെ ലേബർ സ്കൂളുകൾ ഹരിജനങ്ങൾക്കു ഒരുതരത്തിലും പ്രയോജനപ്പെടുന്നില്ലെന്നദ്ദേഹം ചൂണ്ടിക്കാണിച്ചു.

ആവശ്യത്തിനു പൊതുവിദ്യാലയങ്ങൾ ഉള്ള സ്ഥലങ്ങളിൽ ലേബർ സ്കൂളുകൾ നിർത്തലാക്കി ഹരിജൻ കുട്ടികളെ പൊതുവിദ്യാലയങ്ങളിൽ പ്രവേശിപ്പിക്കാനും നടപടിയെടുക്കണമെന്നദ്ദേഹം ആവശ്യപ്പെട്ടു. സാധുക്കളും നിരക്ഷരരും ആയ ഹരിജനങ്ങളെ സ്ഥാപിത താല്പര്യക്കാരായ മാനേജർമാരും അദ്ധ്യാപകരും മറ്റും ചേർന്ന് ധരിപ്പിച്ചുവെച്ചിരിക്കുന്നത് അവരുടെ കുട്ടികളെ ലേബർ സ്കൂളിലല്ലാതെ പൊതു വിദ്യാലയങ്ങളിൽ ചേർക്കരുതെന്നായിരുന്നു. ക്ഷേത്ര പ്രവേശന വിളംബരത്തോടെ സവർണ്ണ ഹിന്ദുമേധാവിത്തം തളർന്നു കഴിഞ്ഞിരുന്നുവെന്നും ലേബർ സ്കൂളുകൾ എന്ന ഏർപ്പാട് നിർത്തലാക്കാൻ ഹരിജൻ വിദ്യാർത്ഥികൾക്കായി പൊതുവിദ്യാലയങ്ങൾ പരക്കെ തുറക്കാനുള്ള കാലം സമാഗതമായിരിക്കുന്നുവെന്നും ആനന്ദതീർത്ഥൻ അധികാരികളെ ബോദ്ധ്യപ്പെടുത്തി. ഹരിജനങ്ങൾക്കായി റെസിഡൻഷ്യൽ മിഡിൽ സ്കൂളുകൾ തുറക്കാൻ കഴിയുമെങ്കിൽ നന്നായിരിക്കുമെന്ന ഒരു നിർദ്ദേശവും അദ്ദേഹം മുന്നോട്ടുവച്ചു. ഹരിജൻ കുട്ടികൾക്കായി നടത്തുന്ന ഹോസ്റ്റലുകളിൽ കൂടുതൽ കുട്ടികളെ പ്രവേശിപ്പിക്കാനുള്ള സൗകര്യമുണ്ടാക്കണമെന്നും ഹരിജൻ കുട്ടികളുടെ കോളേജ് വിദ്യാഭ്യാസത്തിനായി സ്കോളർഷിപ്പുകൾ നല്കണമെന്നും അദ്ദേഹം ആവശ്യപ്പെട്ടു. അവശേഷിക്കുന്ന ലേബർ സ്കൂളുകളിൽ അദ്ധ്യാപകരെ നിയമിക്കുമ്പോൾ ഹരിജൻ ഉദ്യോഗാർത്ഥികൾക്കു മുൻഗണന കൊടുക്കണമെന്നും ഹരിജൻ കുട്ടികൾക്കു പ്രവേശനം നിഷേധിക്കുന്ന സവർണ്ണഹിന്ദുക്കളുടെ മാനേജ്മെന്റിൽ നടന്നുവരുന്ന വിദ്യാലയങ്ങളുടെ അംഗീകാരം പിൻവലിക്കണമെന്നും അദ്ദേഹം ആവശ്യപ്പെട്ടു. അത്തരം നാലു സ്കൂളുകളുടെ പേരുകൾ അദ്ദേഹം സർക്കാരിന്റെ ശ്രദ്ധയിൽക്കൊണ്ടുവന്നു. ചെറുകുന്നിനടുത്തുള്ള താവം ദേവിവിലാസം

എലിമെന്ററി സ്കൂൾ അതിലൊന്നായിരുന്നു. ഗവൺമെന്റിലേക്കു സമർപ്പിച്ച ഈ റിപ്പോർട്ടിന് സ്വാമി ആനന്ദതീർത്ഥൻ പത്രാധിപർക്കുള്ള കത്തുകളിലൂടെയും പത്രത്തിലെ ചെറിയ റിപ്പോർട്ടുകളുടെ രൂപത്തിലും മറ്റും വലിയ പ്രചാരണം നല്കി.

ജാതിവിമുക്തമാകാത്ത സന്ന്യാസി സംഘം

1923 ആഗസ്ത് 3 ന് ശ്രീനാരായണ ഗുരുവിന്റെ മതത്തോട് വളരെ അടുത്ത ഒരു ദിവസമാണ് ആനന്ദതീർത്ഥ സന്ന്യാസിയായി അഭിഷേകം ചെയ്യപ്പെട്ടത്. അന്നുമുതൽ തന്റെ ഗുരുവിന്റെ ആദർശമായിരുന്ന ഒരു ജനത, ഒരുമതം, ഒരു ദൈവം എന്ന ആശയം സ്വാമി ആനന്ദതീർത്ഥനെ പ്രചോദിപ്പിച്ചിരുന്നു. തന്റെ ദൈനംദിന ജീവിതത്തിൽ ഗുരുവിന്റെ ആത്മീയ സാന്നിദ്ധ്യം അദ്ദേഹം ഉൾക്കൊണ്ടിരുന്നു. ഗുരു തന്റെ മുന്നിൽ നിന്നു കൊണ്ട് "ഭയപ്പെടരുത്, ധാരാളം ജോലികൾ ചെയ്യുന്നുണ്ട്" എന്നു പറഞ്ഞ ആ രംഗം എപ്പോഴും ആവർത്തിച്ചു കൊണ്ടിരിക്കുന്നതായി അദ്ദേഹം ഭാവന ചെയ്തു. അദ്ദേഹത്തിന്റെ പ്രവർത്തനങ്ങൾ പ്രധാനമായും മല ബാറിൽ കേന്ദ്രീകരിച്ചിരുന്നതിനാൽ, ധർമ്മസംഘവുമായുള്ള ബന്ധം വല്ല പ്പോഴും ശിവഗിരിയിലേക്കു നടത്തുന്ന ഒരു യാത്രയിലും ചില അംഗ ങ്ങൾക്കെത്തുന്ന കത്തിലും പരിമിതപ്പെട്ടിരുന്നു.

1924 ൽ സന്ന്യാസി സംഘത്തിന്റെ പ്രസിഡന്റായിരുന്ന സ്വാമി അച്ചു താനന്ദൻ, സ്വാമി ആനന്ദതീർത്ഥനെ തന്റെ പിൻസ്വാമിയായി നാമ നിർദ്ദേശം ചെയ്തു. ഒരു പ്രധാനപ്പെട്ട തർക്കം സംഘത്തിലെ രണ്ടു വിഭാ ഗങ്ങൾ തമ്മിൽ നടന്നുകൊണ്ടിരിക്കുമെന്ന കാലഘട്ടമായിരുന്നു ഇത്. ശ്രീനാരായണഗുരു സ്ഥാപിച്ച രണ്ടു പ്രസ്ഥാനങ്ങളായ നാരായണ ധർമ്മ സംഘം എന്ന സന്ന്യാസിമാരുടെ പ്രസ്ഥാനവും എസ് എൻ ഡി പി എന്ന ചുരുക്കപ്പേരിൽ അറിയപ്പെടുന്ന ഗുരുവിന്റെ അനുയായികളായ സാധാ രണ ജനങ്ങളുടെ പ്രസ്ഥാനം- ശ്രീനാരായണ ധർമ്മ പരിപാലനയോഗം എന്നീ രണ്ടു പ്രസ്ഥാനങ്ങൾ തമ്മിലായിരുന്നു ഏറ്റുമുട്ടൽ സന്ന്യാസ സംഘത്തിൽ ഗുരുവിൽ നിന്നു നേരിട്ട് സന്ന്യാസം സ്വീകരിച്ച വിവിധ ജാതിക്കാരായ സന്ന്യാസിമാരാണുൾപ്പെട്ടിരുന്നതെങ്കിൽ എസ് എൻ ഡി പി ഈഴവ സമുദായത്തിൽപ്പെട്ടവരുടെ ഒരു സാമൂഹ്യ രാഷ്ട്രീയപ്രസ്ഥാ നമായിമാറിയിരുന്നു. ചില സന്ന്യാസിമാരുടെ ഭാഗത്തുനിന്നു ന്യായമായും ഒരു സംശയം ഉദിച്ചു. മതപരവും വിദ്യാഭ്യാസപരവുമായ ഒട്ടേറെ സ്ഥാപ നങ്ങളുടെയും സ്വത്തുക്കളുടെയും മേൽ നിയന്ത്രണമുള്ള എസ് എൻ ഡി പി യോഗം നാരായണഗുരുവിന്റെ പ്രസ്ഥാനത്തെ ജാതിരഹിത സമൂഹം എന്ന ഗുരുവിന്റെ ആശയാഭിലാഷങ്ങൾക്കെതിരായ തരത്തിൽ ഒരു ഈഴവ പ്രസ്ഥാനമാക്കി മാറ്റുമോ എന്നായിരുന്നത്. ആ സംശയം ശരിയായിരുന്നു വെന്ന് കാലം തെളിയിച്ചു.

സന്ന്യാസ സംഘത്തിന്റെ അദ്ധ്യക്ഷനെ തെരഞ്ഞെടുക്കുന്നതിൽ എസ് എൻ ഡി പി യോഗത്തിന് നിർണ്ണായകമായ പങ്കുവേണമെന്നവർ ശാഠ്യം പിടിച്ചു. തങ്ങൾ നിർദ്ദേശിക്കുന്ന 5 പേരടങ്ങിയ ഒരു പാനലിൽ നിന്നുവേണം മഠാധിപതിയെ സന്ന്യാസിസംഘം തെരഞ്ഞെടുക്കേണ്ടത് എന്നായിരുന്നു അവരുടെ വാദം. സന്ന്യാസസംഘത്തിന്റെ സെക്രട്ടറിയായിരുന്ന ശ്രീനാരായണ തീർത്ഥൻ ഉൾപ്പെടെ ചില സന്ന്യാസിമാരെ സ്വാധീനിക്കാൻ യോഗത്തിനു കഴിഞ്ഞു. അവരീ നീക്കത്തിനു പിന്തുണ പ്രഖ്യാപിച്ചു. നിലവിലുണ്ടായിരുന്ന തർക്കം ഒരൊത്തുതീർപ്പിലെത്തിച്ചു. ഈ ഒരു ഭാഗം സന്ന്യാസിമാരും എസ് എൻ ഡി പി യോഗവും ആനന്ദതീർത്ഥനെ സന്ന്യാസി സംഘത്തിന്റെ പ്രസിഡന്റും ശിവഗിരി മഠാധിപതിയുമായി നിയമിക്കാനുള്ള തീരുമാനത്തെ ചോദ്യം ചെയ്തു. യോഗവുമായി ഉണ്ടാക്കിയ ഒത്തുതീർപ്പിനെ ആനന്ദതീർത്ഥൻ കോടതിയിൽ ചോദ്യം ചെയ്തു. എതിർചേരി ആനന്ദതീർത്ഥനെതിരെ ശക്തമായി രംഗത്തുവന്നു. സുഖമില്ലാതെ രോഗശയ്യയിലായിരുന്നു സ്വാമി അച്യുതാനന്ദനെ സമീപിച്ച് ആനന്ദതീർത്ഥനെ പിൻഗാമിയാക്കാനുള്ള നീക്കം ഉപേക്ഷിക്കണമെന്നു നിർബ്ബന്ധിച്ചു. ഒരു ബ്രാഹ്മണനായ ആനന്ദതീർത്ഥനെ ഒരു കാരണവശാലും മഠാധിപതിയാകാൻ അനുവദിക്കരുതെന്നതായിരുന്നു അവരുടെ ശാഠ്യം. സ്വാമി അച്യുതാനന്ദൻ വഴങ്ങിയില്ല. അദ്ദേഹം തന്റെ മുൻതീരുമാനത്തിൽ ഉറച്ചു നിന്നു. ശ്രീനാരായണ തീർത്ഥന്റെ നേതൃത്വത്തിൽ ഒരു സംഘം സന്ന്യാസിമാർ അവസാനം ഒരു ബലപ്രയോഗത്തിനു തന്നെ തയ്യാറായി. അവർ ആനന്ദതീർത്ഥന്റെ മുറിയിൽ അതിക്രമിച്ചു കടന്നദ്ദേഹത്തെ വലിച്ചിഴച്ചു പുറത്തിറക്കി. അദ്ദേഹത്തെ നാമനിർദ്ദേശം ചെയ്തുകൊണ്ടുള്ള രേഖ പിടിച്ചെടുക്കാൻ ആവതു പരിശ്രമിച്ചു. വൃദ്ധനും നിസ്സഹായനുമായ സ്വാമി അച്യുതാനന്ദന് ആനന്ദതീർത്ഥനെ സംരക്ഷിക്കാനായില്ല. മറ്റു നിവൃത്തിയില്ലാതെ സ്വാമി സുഗന്ധാനന്ദിനെ അദ്ദേഹം നാമനിർദ്ദേശം ചെയ്തു. ആ പേരും എതിരാളികൾക്കു സ്വീകാര്യമായിരുന്നില്ല.

അധികം താമസിയാതെ സ്വാമി അച്യുതാനന്ദൻ മരിച്ചു. ശ്രീനാരായണതീർത്ഥനും അയാളുടെ ഗ്രൂപ്പും ചേർന്നു സ്വാമി ശങ്കരാനന്ദനെ പുതിയ അദ്ധ്യക്ഷനായി തെരഞ്ഞെടുത്തു. വർഷങ്ങൾ നീണ്ടുനിന്ന നിയമയുദ്ധത്തെത്തുടർന്ന് 1959 ലെ കോടതി ഉത്തരവുപ്രകാരം സ്വാമി ആനന്ദതീർത്ഥൻ പ്രസിഡന്റായിത്തീർന്നു. മതസ്ഥാപനങ്ങൾ, വിദ്യാഭ്യാസസ്ഥാപനങ്ങൾ, മറ്റു സ്വത്തുക്കൾ തുടങ്ങിയവയുടെ നടത്തിപ്പ് പ്രസിഡണ്ടെന്ന നിലയിൽ ആനന്ദതീർത്ഥൻ പുതിയതായി രൂപീകരിച്ച ശ്രീനാരായണ ധർമ്മ ട്രസ്റ്റ് എന്ന പൊതുസ്ഥാപനത്തിന്റെ കീഴിൽ നിർവ്വഹിക്കേണ്ടതാണ്. ഇതായിരുന്നു കോടതി വിധി. എന്നാൽ, 1959 ഡിസംബറിൽ ട്രസ്റ്റിന്റെ പ്രസിഡന്റ് സ്ഥാനത്തുനിന്നു സ്വാമി ആനന്ദതീർത്ഥൻ രാജിവെച്ചു. കാരണം ചില സന്ന്യാസിമാർക്കു തന്നെയും എസ് എൻ ഡി പി യോഗത്തിനും തന്നിൽ വിശ്വാസമില്ലെന്നദ്ദേഹത്തിനു തോന്നി. ശിവഗിരിയിലെ

തന്റെ പ്രവർത്തനകാലത്തദ്ദേഹം ഒരു കാര്യം വ്യക്തമായി മനസ്സിലാക്കി. ജാതി നശീകരണത്തിനുവേണ്ടിയുള്ള തന്റെ പ്രവർത്തനത്തിൽ അവർക്കാർക്കും തീരെ താല്പര്യമില്ല. അവരിൽനിന്നുള്ള പടിപടിയായ അകല്ച്ച ശ്രീനാരായണ ധർമ്മസംഘം ട്രസ്റ്റിലെ അംഗത്വംപോലും രാജി വയ്ക്കാനദ്ദേഹത്തെ പ്രേരിപ്പിച്ചു. 1974 ജൂൺ 26 ന് അദ്ദേഹം അപ്രകാരം ചെയ്തു. അദ്ദേഹത്തിന്റെ രാജി 1974 ജൂൺ 28 ന് ചേർന്ന ധർമ്മസംഘം ട്രസ്റ്റ് ബോർഡ് സ്വീകരിച്ചു. ജാതീയമായ അതിർവരമ്പുകളെ അതിലംഘിച്ചുകൊണ്ടുള്ള ഒരാത്മീയപ്രസ്ഥാനത്തിൽ അംഗമായിരിക്കുക എന്ന തന്റെ സ്വപ്നത്തിലും അങ്ങനെ അന്ത്യം കുറിക്കപ്പെട്ടു.

3

ഒരു സ്വപ്നം വഞ്ചിക്കപ്പെടുന്നു

സാമുദായിക കാര്യങ്ങളിൽ ബ്രിട്ടീഷ് ഗവൺമെന്റ് പ്രഖ്യാപിച്ച തീരുമാനം അധഃകൃത വിഭാഗത്തെ ഹിന്ദുസമൂഹത്തിൽ അലിയിച്ചു ചേർക്കാൻ സഹായകമായി. ഈ വിഭാഗത്തിന്റെ സാമൂഹ്യവും സാംസ്കാരികവുമായ ആവശ്യങ്ങൾ നിറവേറ്റപ്പെട്ടു. ഇതല്ലാതെ മറ്റു മാർഗ്ഗമില്ലെന്നു വന്നുകൂടി. അധ:കൃതവർഗ്ഗത്തെ ഹിന്ദുക്കളിൽ നിന്നു രാഷ്ട്രീയമായി വേർതിരിച്ചു നിർത്തിവേണം തെരഞ്ഞെടുപ്പു നടത്താനെന്ന് ഡോക്ടർ അംബേദ്കർ വാദിച്ചു. ഗാന്ധിജി ഈ നീക്കത്തെ എതിർക്കുകയും മരണം വരെ ഉപവാസം നടത്തുമെന്നു ഭീഷണിപ്പെടുത്തുകയും ചെയ്തു. ഹരിജനങ്ങളെ ഹിന്ദുധാരയിൽ ലയിപ്പിച്ചുചേർക്കണമെന്ന് ഗാന്ധിജിക്കു നിർബ്ബന്ധമായിരുന്നു. ഗാന്ധിജിയും അംബേദ്കറും തമ്മിൽ നടന്ന വാദപ്രതിവാദത്തിന് തിരശ്ശീലയിട്ടുകൊണ്ട് ഒരു ഒത്തുതീർപ്പ് ഫോർമുല രൂപപ്പെട്ടു. ഇതാണ് 'പൂനാപാക്ട്' എന്ന പേരിൽ അറിയപ്പെടുന്നത്.

ഗാന്ധിജി സ്ഥാപിച്ച ഹരിജൻ സേവാസംഘം അയിത്തത്തെ എല്ലാ നിലയിലും എതിർക്കുന്നതിനും ഒപ്പം സൃഷ്ടിപരമായ പ്രവർത്തനങ്ങൾ ആസൂത്രണംചെയ്ത് ഹരിജനങ്ങളെ ഹിന്ദുസമുദായത്തിൽ ഇണക്കിച്ചേർക്കുന്നതിനും പരിശ്രമിച്ചുകൊണ്ടിരുന്നു.

കേരളത്തിലെ ക്ഷേത്രപ്രവേശന സമരത്തിന്റെ ആദ്യ ഘട്ടത്തിൽ ഹരിജൻ സേവക സംഘം പൊതുജനാഭിപ്രായം അനുകൂലമാക്കുന്നതിന് കാര്യമായ പങ്കുവഹിച്ചിരുന്നു. ഹരിജൻ സേവാ സംഘത്തിന്റെ പ്രസിഡന്റായിരുന്ന ജെ സി ബെർലാ, വൈസ് പ്രസിഡന്റ് ശ്രീമതി രാമേശ്വരി നെഹ്റു എന്നിവർ തിരുവിതാംകൂർ സന്ദർശിച്ച് അമ്മ മഹാറാണിയെ കണ്ട് ക്ഷേത്രങ്ങൾ അധഃകൃതർക്കു തുറന്നുകൊടുക്കേണ്ടതിന്റെ ആവശ്യങ്ങളെക്കുറിച്ച് സംസാരിക്കുകയുണ്ടായി. മലബാർ പ്രദേശത്ത് ഹരിജൻ സേവക സംഘം

അതിന്റെ പ്രവർത്തനം ആരംഭിച്ച കാലത്ത് സ്വാമി ആനന്ദതീർത്ഥൻ അതുമായി സഹകരിച്ച കാര്യം കഴിഞ്ഞ അദ്ധ്യായത്തിൽ നമ്മൾ കാണുകയുണ്ടായല്ലോ.

ഹരിജൻ സേവക സംഘത്തിന്റെ പരിപാടികൾ

1950 ൽ ഹരിജൻ സേവക സംഘത്തിന്റെ 17 ാമത് കേന്ദ്ര ബോർഡ് ചേർന്ന് അയിത്തം പൂർണ്ണമായും നിർമ്മാർജ്ജനം ചെയ്യുന്നതിലേക്ക് രാജ്യത്തിന്റെ പ്രത്യേകം തെരഞ്ഞെടുക്കപ്പെട്ട സ്ഥലങ്ങൾ കേന്ദ്രീകരിച്ച് തീവ്രമായ പരിപാടികൾ ആസൂത്രണം ചെയ്തു നടപ്പിൽ വരുത്തണമെന്നു തീരുമാനിക്കുകയുണ്ടായി.

ഈ പരിപാടികൾ ആസൂത്രണം ചെയ്യുന്നതിനായി നിയോഗിച്ച സബ്കമ്മിറ്റി താഴെ പറയുന്ന നിഗമനങ്ങളിൽ എത്തിച്ചേർന്നു. അയിത്തം അതികഠിനമായ തോതിൽ ആചരിക്കപ്പെടുന്നത് രാജ്യത്തിന്റെ തെക്ക് കിഴക്ക് പടിഞ്ഞാറ് ഭാഗങ്ങളിൽ ആണ്. ഭൂരിപക്ഷം ക്ഷേത്രങ്ങളും; പ്രത്യേകിച്ചും നാട്ടുമ്പുറങ്ങളിൽ ഹരിജനങ്ങളെ പ്രവേശിപ്പിച്ചിരുന്നില്ല. പൊതുജലാശയങ്ങളുടെ അടുത്തുവരാൻ പോലും ഹരിജനങ്ങൾക്ക് അവകാശമുണ്ടായിരുന്നില്ല. ഹോട്ടലുകളിൽനിന്നും മറ്റും ഹരിജനങ്ങളെ ആട്ടിയകറ്റിയിരുന്നു. അഥവാ ഭക്ഷണം നല്കിയിരുന്നെങ്കിൽതന്നെ ഏതെങ്കിലും മൂലയിലോ ദൂരെ എവിടെയെങ്കിലും മാറിനിന്നോ കഴിച്ചുകൊള്ളണം. അവർക്കായി നീക്കിവച്ചിരുന്ന പ്രത്യേക പാത്രങ്ങൾ അവർ തന്നെ കഴുകിവയ്ക്കണമായിരുന്നു. ബാർബർ, ഡോബി തുടങ്ങിയവർ ഹരിജനങ്ങളെ ബഹിഷ്കരിച്ചിരുന്നു. സവർണ്ണഹിന്ദുക്കൾ താമസിക്കുന്ന സ്ഥലത്തിന് അടുത്തുകൂടെപോലും വിവാഹം, ജനനം, മരണം തുടങ്ങിയ അവസരങ്ങളിൽ ഹരിജനങ്ങൾ നടത്താറുള്ള ഘോഷയാത്രകളോ മറ്റു ചങ്ങുകളോ നടത്താൻ പാടില്ല. രാജസ്ഥാനിലും മറ്റു ചില പ്രദേശങ്ങളിലും ഹരിജനങ്ങൾ സ്വർണ്ണാഭരണങ്ങൾ ധരിക്കുന്നതിനെ വിലക്കിയിരുന്നു. ചില സ്ഥലങ്ങളിൽ മധുരപദാർത്ഥങ്ങൾ ഭക്ഷിക്കുന്നതിനും ഇവർക്ക് വിലക്കുണ്ടായിരുന്നു. സാമ്പത്തിക സ്ഥിതി അനുവദിച്ചിരുന്നുവെങ്കിൽപ്പോലും സവർണ്ണഹിന്ദുക്കൾ ഏർപ്പെട്ടിരുന്ന മാന്യമായ ജോലികളിൽ ഏർപ്പെടാൻ ഹരിജനങ്ങൾക്കു അവകാശമില്ലായിരുന്നു. ചത്ത മൃഗങ്ങളുടെ ചീഞ്ഞുനാറുന്ന ശരീരവും മറ്റും ഹരിജനങ്ങളെക്കൊണ്ടു ബലം പ്രയോഗിച്ചു നീക്കം ചെയ്യിക്കുമായിരുന്നു. കുതിരപ്പുറത്തോ, സൈക്കിളിലോ ഹരിജനങ്ങൾ സഞ്ചരിക്കുന്നതിനെ തടഞ്ഞിരുന്ന ഒട്ടേറെ ഗ്രാമങ്ങൾ ഇന്ത്യയിലുണ്ടായിരുന്നു. ചില പ്രദേശങ്ങളിൽ മരണവും പകർച്ചവ്യാധികളും ഹരിജനങ്ങളുടെ മന്ത്രവാദം നിമിത്തം ഉണ്ടാക്കുന്നതാണെന്ന ധാരണയിൽ അവരെ കൂട്ടത്തോടെ പിടികൂടി ശിക്ഷിക്കുന്ന പതിവും ഉണ്ടായിരുന്നു.

അടിമപ്പണികളും കൂലി കൊടുക്കാതെ പണിയെടുപ്പിക്കലും ഹരിജനങ്ങൾക്കു വ്യാപകമായി നേരിടേണ്ടിയിരുന്നു. പൊതുവെ ഇവർ ഭൂരഹിതരും തലമുറകളായി തങ്ങൾ കൃഷിചെയ്തനുഭവിച്ചു പോന്നിരുന്ന ഭൂമി

ഭൂപ്രഭുക്കന്മാരുടെ ഭീഷണിക്കുവഴങ്ങി ഉപേക്ഷിക്കേണ്ടി വന്നവരുമാണ്. തങ്ങളുടെ അവകാശങ്ങളെക്കുറിച്ച് ഹരിജനങ്ങൾ എവിടെയെങ്കിലും ബോധവാന്മാരായാൽ അവിടങ്ങളിലൊക്കെ സംഘർഷം പൊട്ടിവിടരുക പതിവായിരുന്നു.

സബ്കമ്മിറ്റി ചൂണ്ടിക്കാണിച്ച സ്ഥിതിവിവരണത്തെ അടിസ്ഥാനപ്പെടുത്തി കേന്ദ്രബോർഡ് ചില പരിപാടികളും ആസൂത്രണം ചെയ്തു. തമിഴ്നാട് ഹരിജൻ സേവാസംഘത്തിന്റെ സെക്രട്ടറി എൽ എൻ ഗോപാലസ്വാമിയുടെ നിർദ്ദേശങ്ങൾ കൂടി പരിഗണിച്ചായിരുന്നു ഈ പരിപാടികൾ. സ്വാമി ആനന്ദതീർത്ഥനെ സംഘത്തിന്റെ ദക്ഷിണമേഖലാ ആസ്ഥാന കേന്ദ്രത്തിലേക്കു ക്ഷണിച്ചുവരുത്തി. അദ്ദേഹം താല്പര്യപൂർവ്വം മേഖലാ ഓഫീസറെ സന്ദർശിച്ച് രാമനാട്, മധുരൈ, തിരുച്ചിറപ്പള്ളി, തഞ്ചാവൂർ ജില്ലകളിൽ വിപുലമായ ഒരു സഞ്ചാരം അദ്ദേഹം നടത്തി. ഈ പ്രദേശങ്ങളിൽ നിലവിലിരിക്കുന്ന അയിത്തത്തിന്റെ സ്വഭാവത്തെക്കുറിച്ചു സമഗ്രമായ ഒരു ധാരണ സ്വാംശീകരിക്കുന്നതിന് ഈ സന്ദർശനം പ്രയോജനപ്പെട്ടു. ഈ സത്യഗ്രഹത്തിന്റെ ഒരു മുഖ്യകേന്ദ്രമായിരുന്ന വേദാരണ്യം പോലൊരു സ്ഥലത്തുപോലും ചായക്കടകളും ബാർബർ ഷോപ്പുകളും ഹരിജനങ്ങളെ അകറ്റിനിർത്തിയിരിക്കുന്നുവെന്ന കാര്യം അദ്ദേഹം കേന്ദ്ര ബോർഡിന് റിപ്പോർട്ട് ചെയ്തു. ഹരിജൻ വെൽഫയർ സ്കൂളുകളിൽ ഹരിജനങ്ങളോട് വിവേചനപൂർവ്വമാണ് പെരുമാറിയിരുന്നത്. ഹരിജൻ കുട്ടികളെ മറ്റു പിന്നോക്കജാതിക്കാരിൽ നിന്നും മാറ്റിയിരുത്തിയിരുന്നു. ഹരിജനങ്ങൾക്കിടയിലെ ജാതിയും ഉപജാതിയും തിരിച്ചായിരുന്നു അവരോടുള്ള പെരുമാറ്റം. ചിലർക്കു പ്രത്യേകം പാത്രങ്ങൾ ഉപയോഗിക്കുകയോ വെള്ളം കൈക്കുമ്പിളിൽ പകർന്നുകൊടുക്കുകയൊ ആണ് ചെയ്തിരുന്നത്.

തമിഴ്നാട് ഹരിജൻ സേവകസംഘത്തിന്റെ പ്രസിഡന്റായിരുന്ന ശ്രീ എൻ എം ആർ സുബ്ബരാമൻ, എസ് സി ബാലകൃഷ്ണൻ, ഒരു ഹരിജൻ എം എൽ എ ആയിരുന്ന പി കാക്കൻ (Kakkan) എന്നിവരുമായി ആലോചിച്ച് സ്വാമി ആനന്ദതീർത്ഥൻ മധുരൈ തന്റെ പ്രവർത്തനത്തിന്റെ ആസ്ഥാനമാക്കാൻ തീരുമാനിച്ചു. 1939 ൽ മധുരൈ മീനാക്ഷിക്ഷേത്രത്തിലേക്കു ഹരിജനങ്ങളെ കൂട്ടായി മാർച്ചു ചെയ്യിപ്പിച്ച ശ്രീ വൈദ്യനാഥ അയ്യർ ആയിരുന്നു സംഘത്തിന്റെ അദ്ധ്യക്ഷൻ. അദ്ദേഹവുമായി നിരന്തര സമ്പർക്കം പുലർത്താം എന്ന ലക്ഷ്യവും ഈ തീരുമാനത്തിന്റെ പിന്നിലുണ്ടായിരുന്നു.

ഹരിജൻ സേവാസംഘത്തിന്റെ സെക്രട്ടറി ആയിരുന്ന ശ്രീ കെ എസ് ശിവം സമഗ്രമായ പ്രവർത്തനത്തിന്റെ കാര്യത്തിൽ മറ്റൊരു ആശയം മുന്നോട്ടുവെച്ചു. തൊട്ടുതൊട്ടുള്ള മുപ്പതു ഗ്രാമങ്ങളെ കേന്ദ്രീകരിച്ച ഒരു ചെറിയ കേന്ദ്രത്തിൽ ശ്രീ എൽ എൻ ഗോപാല സ്വാമിയുടെ നിർദ്ദേശാനുസരണം ആനന്ദതീർത്ഥൻ തന്റെ പ്രവർത്തനം തുടരണമെന്നായിരുന്നു ആ ആശയം. സ്വാമിജിയുടെ കൂടെ ഒരു സ്ഥലത്തുനിന്നും മറ്റൊരു സ്ഥലത്തേക്കു മാറുന്നതിലദ്ദേഹത്തിനു കടുത്ത അതൃപ്തിയുണ്ടായിരുന്നു.

സംഘത്തിന്റെ അംഗീകൃത പരിപാടികളിൽ നിന്നു വ്യതിചലിച്ചു സ്വാമി ജിയുടെ പ്രവർത്തനം തുടർന്നാൽ, സ്വാമിജിയുടെ സേവനം അവസാനി പ്പിക്കുമെന്ന ഭീഷണിയും ഇദ്ദേഹം ഉയർത്തി.

ഇതുപ്രകാരം മേലൂരിനു സമീപമുള്ള 30 ഗ്രാമങ്ങളെ കേന്ദ്രീകരിച്ച് വിപുലമായ ഒരു പരിപാടി ആസൂത്രണം ചെയ്ത് പ്രവർത്തനം തുടങ്ങി. 1951 ഏപ്രിൽ 9 ന് മേലൂർ താലൂക്കിലെ പ്രവർത്തനം തുടങ്ങിവെച്ചു. ലഘു ലേഖകൾ പ്രസിദ്ധീകരിച്ചു. ഗ്രാമത്തലവന്മാരുമായി ബന്ധം പുലർത്തി. സംഘത്തിന്റെ ഉദ്ദേശ്യലക്ഷ്യങ്ങൾ അവർക്കു വിശദീകരിച്ചു കൊടുത്തു. എന്നാൽ, അയിത്താചരണത്തിലെ കുറ്റവാളികളെ പിടികൂടി നിയമ നടപ ടികൾക്ക് വിധേയരാക്കാൻ തുടങ്ങിയപ്പോൾ പലരുടെയും മട്ടുമാറി. സ്വാമി ജിയെ സഹായിക്കാൻ രൂപീകരിച്ചിരുന്ന പ്രാദേശികകമ്മിറ്റി പ്രധാനമായും കോൺഗ്രസ് എം എൽ എ മാരെക്കൊണ്ടും പ്രവർത്തകരെക്കൊണ്ടും നിറ ഞ്ഞതായിരുന്നു. ആസന്നമായ തിരഞ്ഞെടുപ്പിനെ മുന്നിൽക്കണ്ടുകൊണ്ട് അയിത്തത്തിനെതിരായ പ്രവർത്തനം നിർത്തിവയ്ക്കുകയോ മറ്റൊരു സ്ഥലത്തേക്കു മാറ്റുകയോ ചെയ്യണമെന്ന അഭിപ്രായമായിരുന്നു അവരിൽ ഭൂരിഭാഗത്തിനും. ചുരുക്കം ചില കോൺഗ്രസുകാർ പിന്തുണ പ്രഖ്യാപിച്ചു. മേലൂരിൽനിന്നുള്ള പാർലമെന്റ് സീറ്റിലേക്കു മത്സരിക്കാൻ വേണ്ടി നിയോ ഗിക്കപ്പെട്ട ഹരിജൻ എം എൽ എ പി കാക്കൻ, അയിത്തത്തിനെതിരായി സ്വാമി ആനന്ദതീർത്ഥൻ ദേവാലയങ്ങൾ, ചായക്കടകൾ, ബാർബർഷോ പ്പുകൾ ഇവയ്ക്കു മുന്നിലും പൊതു ജലാശയങ്ങൾക്കുമുന്നിലും പരസ്യ മായി നടത്തിക്കൊണ്ടിരിക്കുന്ന എതിർപ്പ് പൊതുജന പ്രീതിക്കുവേണ്ടി നിർത്തിവയ്ക്കണമെന്നാവശ്യപ്പെട്ടുകൊണ്ടു കത്തെഴുതുക പോലും ചെയ്തു. തങ്ങളുടെ നേതാക്കന്മാരുടെ പോക്കു മനസ്സിലാക്കിയ ഹരിജ നങ്ങൾ പോലും സ്വാമിജിയുടെ പ്രവർത്തനത്തിൽ ഏറെയൊന്നും താല്പര്യം കാട്ടിയില്ല. പ്രാദേശിക ഹരിജൻ നേതാക്കന്മാരെ പിണക്കേ ണ്ടതില്ലെന്ന ഉപദേശമാണ് സംഘത്തിന്റെ ഡൽഹി ഓഫീസറിൽനിന്നും ലഭിച്ചത്. ചില പ്രദേശിക കോൺഗ്രസ് നേതാക്കന്മാരാകട്ടെ, സ്വാമി ആനന്ദ തീർത്ഥന്റെ പേരിൽ കള്ളക്കേസുകൾ ഫയൽ ചെയ്യുമെന്ന ഭീഷണിയും മുഴക്കുകയുണ്ടായി. സ്വാമിയുമായി സഹകരിക്കരുതെന്നു സ്ഥലത്തെ പൊലീസുകാരെ അതു താക്കീതുചെയ്യുകയും ചെയ്തു.

ചായക്കട പിക്കറ്റിങ്ങും പീഡനവും

1952 ജനുവരി 2 ന് മേലൂരിലെ തിരഞ്ഞെടുപ്പ് നടന്നു. ശ്രീ പി കാക്കൻ പാർലമെന്റ് അംഗമായി തിരഞ്ഞെടുക്കപ്പെട്ടു. തന്റെ പ്രവർത്തനങ്ങൾ പൂർവ്വാധികം ശക്തിയോടെ തുടരുവാൻ സ്വാമി ആനന്ദതീർത്ഥൻ രണ്ടും കല്പിച്ചിറങ്ങി. 1951 ഒക്ടോബർ 25 ന് ഒരു വിഭാഗം ഹരിജൻ യുവാക്കൾ മാങ്കുളത്തുള്ള ഒരു ചായക്കടയിൽ പ്രവേശിക്കുവാൻതന്നെ തീരുമാനിച്ചു. കടയുടമ അവരെ വിലക്കിയപ്പോൾ അവരൊരു പരാതി പൊലീസിൽ സമർപ്പിച്ചു. സ്വാമി ആനന്ദതീർത്ഥനും അദ്ദേഹത്തിന്റെ സഹപ്രവർത്ത

കരും ഒക്ടോബർ 27 ന് ഗ്രാമത്തിലെത്തി. റവന്യൂ ഇൻസ്പെക്ടറും ഉണ്ടായിരുന്നു അവരോടൊപ്പം, അദ്ദേഹത്തിന്റെ അദ്ധ്യക്ഷതയിൽ ഒരു പ്രതിഷേധ സമ്മേളനം നടന്നു. ഒറ്റ ഹരിജൻപോലും ആ സമ്മേളനത്തിൽ ഹാജരായില്ല. വില്ലേജ് മുൻസിഫും സവർണ്ണഹിന്ദുനേതാക്കളും ഈ സമ്മേളനത്തിൽ പങ്കെടുക്കുന്നതിനെതിരായി ഹരിജനങ്ങളെ ഭീഷണിപ്പെടുത്തിയിരുന്നു. സമ്മേളാനന്തരം ഹരിജനങ്ങളെ നേരിൽ കണ്ടു സംസാരിക്കുന്നതിനു സ്വാമിജിയും അനുയായികളും ഹരിജൻ ചേരികളിൽ കയറിയിറങ്ങി. വില്ലേജ് മുൻസിഫിന്റെ നേതൃത്വത്തിൽ സവർണ്ണ പ്രമാണിമാരും അവരെ പിന്തുടർന്നു. ഒറ്റ ഹരിജനെക്കൊണ്ടുപോലും സ്വാമിജിയോട് ഒന്നും സംസാരിപ്പിക്കാതിരിക്കാൻ അവർക്കു കഴിഞ്ഞു.

1951 നംവബർ 1 ന് പരിയംപിള്ള എന്നൊരു ഹരിജൻ യുവാവ് മുൻപറഞ്ഞ ചായക്കട കേസിൽ സാക്ഷിപറഞ്ഞതിന്റെ പേരിൽ ക്രൂരമായ രീതിയിൽ ആക്രമിക്കപ്പെട്ടു. ഒരു തൂണിൽ കെട്ടിയിട്ട് മുളവടികൊണ്ട് കഠിനമായി മർദ്ദിച്ചു. ഈ സംഭവത്തെക്കുറിച്ച് അന്വേഷിക്കുവാൻ സ്വാമി ആനന്ദതീർത്ഥൻ അടുത്ത ദിവസം ആ സ്ഥലത്തെത്തി. സായാഹനത്തിൽ ഹരിജൻ ചേരിയിൽ ആനന്ദതീർത്ഥൻ തന്റെ അനുയായികളെയും കൂട്ടി ഒരു മീറ്റിങ് വിളിച്ചുകൂട്ടി. സവർണ്ണ പ്രമാണിമാരെ ഭയന്ന് വളരെക്കുറച്ചു ഹരിജനങ്ങൾ മാത്രമേ ഈ മീറ്റിങ്ങിൽ സന്നിഹിതരായിരുന്നുള്ളൂ. രാത്രി 9 മണിയോടുകൂടി രണ്ടു സവർണ്ണ ഹിന്ദുക്കൾ അസാധാരണമായി അവിടെ സന്നിഹിതരായി. അവർ യോഗ തീരുമാനം മണത്തറിയാനെത്തിയ സവർണ്ണ ചാരന്മാരായിരുന്നു.

അടുത്ത പ്രഭാതത്തിൽ പൊതുകിണറിൽ നിന്നു വെള്ളം കോരുവാൻ തയ്യാറായ ഒരു പറ്റം ഹരിജനങ്ങളെ അതിനായി കിണറ്റുങ്കരയിലേക്കു നയിക്കുവാൻ ഒരു ശ്രമം നടത്തി. ചില ഹരിജൻ സ്ത്രീകൾ അതിന് തയ്യാറായിരുന്നുവെങ്കിലും അവരുടെ പുരുഷന്മാർ അവരെ അതിൽനിന്നും വിലക്കി. മാത്രമല്ല ചില ഹരിജൻ പുരുഷന്മാർക്ക് വ്യാജചാരായം സമ്മാനിച്ച് അവരെക്കൊണ്ടു സ്വാമിജിയെ ചീത്ത വിളിപ്പിക്കുകയുംചെയ്തു. 1951 നവംബർ 9 ന് മലയനെന്നും മുത്തനെന്നും പേരുള്ള രണ്ടു ഹരിജൻ യുവാക്കൾ ക്രൂരമായ മർദ്ദനത്തിനിരയായി. അണ്ണാമലൈ അസലം എന്ന വില്ലേജ് മുൻസിഫിന്റെ ഭൃത്യനായിരുന്നു അക്രമി.

ശ്രീ. വൈദ്യനാഥ അയ്യർ എം എൽ എ ഇടപെട്ടതിനെത്തുടർന്ന് സ്ഥലം സബ്ബ് ഇൻസ്പെക്ടർ മാങ്കുളത്തു വരികയും പൊതുകിണറ്റിൽ നിന്നും തന്റെ സാന്നിദ്ധ്യത്തിൽ വെള്ളം കോരുവാൻ ഹരിജനങ്ങളെ പ്രോത്സാഹിപ്പിക്കുകയും ചെയ്തു. ഈ നടപടി ഗ്രാമത്തിലെ സവർണ്ണരുടെ ഇടയിൽ വ്യാപകമായ അതൃപ്തിയുണ്ടാക്കി. മാങ്കുളത്തെയും ചുറ്റുമുള്ള 18 ഗ്രാമങ്ങളിലെയും സവർണ്ണഹിന്ദുക്കൾ ഒത്തുകൂടി ഒരു പ്രതിഷേധ സമ്മേളനം നടത്തി. സാമൂഹ്യമായും സാമ്പത്തികമായും യാതൊരുവിധ കൊടുക്കൽ വാങ്ങലുകളും ഹരിജനങ്ങളുമായി പാടില്ലെന്നും ഇതു ലംഘിക്കുന്നവർ 50 രൂപ പിഴയടക്കേണ്ടി വരുമെന്നും ഗ്രാമപഞ്ചായത്തൊരു തീരുമാനമെടുത്തു.

1951 നവംബർ 15 മുതൽ പ്രായപൂർത്തിയായ 150 പേരും 60 ആൺകുട്ടികളും 20 പെൺകുട്ടികളും ഈ തീരുമാനം നിമിത്തം തൊഴിൽരഹിതരായി. ഇവർക്കു തൊഴിലോ ഭക്ഷണമോ നല്കാൻ അയൽഗ്രാമക്കാരും വിസമ്മതിച്ചു. സ്വാമിജിയുടെ അസിസ്റ്റന്റ് രാമസ്വാമി ഹരിജനങ്ങളുടെ കഷ്ടപ്പാടുകളോട് അനുഭാവം പ്രകടിപ്പിച്ചുകൊണ്ട് സത്യഗ്രഹം അനുഷ്ഠിച്ചു. വൈദ്യനാഥ അയ്യർ, ശ്രീ പി കാക്കൻ, മധുരൈ ജില്ലാ കലക്ടർ എന്നിവരിടപെട്ട് ഹരിജനങ്ങൾക്കെതിരെ ഏർപ്പെടുത്തിയ ബഹിഷ്കരണം 1951 നവംബർ 18 ന് പിൻവലിപ്പിച്ചു.

ഇതിനകം സവർണ്ണ ഹിന്ദുക്കൾ രണ്ടു ഹരിജനങ്ങളെ കള്ളക്കേസിൽ കുടുക്കി അറസ്റ്റു ചെയ്യിപ്പിച്ചു. ഒരുവൻ ഒരു കാളയെ മോഷ്ടിച്ചുകൊന്നെന്നും അപരൻ സൈക്കിൾ മോഷ്ടിച്ചുവെന്നുമായിരുന്നു കേസ്. അയാൾ വാടകയ്ക്കൊടുത്ത സൈക്കിൾ മോഷ്ടിച്ചതാണെന്നാരോപിച്ച് തൊണ്ടിയായി പിടിപ്പിക്കുകയായിരുന്നു ചെയ്തത്.

1951 നവംബർ 22 ന് സവർണ്ണ ഹിന്ദുക്കൾ ഒരു യോഗം ചേർന്നു താഴെപറയുന്ന വ്യവസ്ഥകൾ ഹരിജനങ്ങൾ പാലിക്കേണ്ടതാണെന്നും തീരുമാനം എടുത്തു.

ഹരിജനങ്ങൾ പണ്ടത്തേതുപോലെ ചത്തമൃഗങ്ങളുടെ മാംസം തിന്നണം.

ഹരിജൻസേവാസംഘത്തിന്റെ പ്രവർത്തകരുമായി ആരും ബന്ധപ്പെടുവാൻ പാടില്ല.

തങ്ങൾ തീണ്ടി അശുദ്ധമാക്കിയ കിണറ്റിലെ വെള്ളം അവർ തന്നെ തേകി വൃത്തിയാക്കണം.

1962 ജനുവരി 4 ന് സ്വാമി ആനന്ദതീർത്ഥൻ മാങ്കുളം സന്ദർശിക്കുകയും ഒരു രാത്രി ഹരിജൻ ചേരിയിൽ താമസിക്കുകയും ചെയ്തു. അടുത്ത പ്രഭാതത്തിൽ ക്ഷേത്രക്കുളത്തിൽ കുളിക്കുന്നതിനായി ഹരിജനങ്ങളെയും കൂട്ടി പുറപ്പെട്ടു. കുളിയെത്തുടർന്നദ്ദേഹം അവരെ ഒരു ബ്രാഹ്മണ കോഫി ഹൗസിലേക്കു കൂട്ടിക്കൊണ്ടുപോയി. ഇതെല്ലാം നിരീക്ഷിച്ചുകൊണ്ടിരുന്നിരുന്ന സവർണ്ണ ഹിന്ദുക്കൾ സ്വാമിജിയെ ആക്രമിക്കുവാൻ തന്നെ തീരുമാനിച്ചു. കാപ്പി കുടിച്ചു തിരിച്ചിറങ്ങി വന്നപ്പോൾ ആനന്ദതീർത്ഥനും ഒപ്പമുണ്ടായിരുന്ന ഹരിജനങ്ങളും ക്രൂരമായി മർദ്ദിക്കപ്പെട്ടു. ഇതേക്കുറിച്ച് സ്വാമിജിയുടെ തന്നെ വാക്കുകൾ.

> ഞാൻ തറയിൽ കമഴ്ന്നുകിടന്നു. അസാധാരണമായ കരുത്ത് പ്രകടിപ്പിക്കുവാൻ എനിക്കു കഴിഞ്ഞു. അങ്ങേയറ്റം ക്രൂരവും ദയയില്ലാത്തതുമായ അക്രമം ആയിരുന്നു അത്. ഇന്നതോർക്കുമ്പോൾ ഞാൻ പരിഭ്രാന്തനാകുന്നു. അടികൊണ്ടവശനായ സ്വാമിജിയെ ഹോസ്പിറ്റലിൽ പ്രവേശിപ്പിച്ചു. പരിശോധനയിൽ വലതുപാദത്തിൽ ഫ്രാക്ചറുണ്ടായിരുന്നുവെന്ന് കണ്ടെത്തി. അതു നേരെയാകുവാൻ മാസങ്ങളോളം പ്ലാസ്റ്റർ ഇടേണ്ടിവന്നു.

വൃദ്ധരായ അദ്ദേഹത്തിന്റെ മാതാപിതാക്കൾ ഈ വാർത്തകേട്ടു ഞെട്ടി. അദ്ദേഹത്തെ മടക്കിവിളിക്കാൻ അവരാഗ്രഹം പ്രകടിപ്പിച്ചു. മറുപടിയായി ആനന്ദതീർത്ഥൻ എഴുതി. "ധീരനായ ഒരു മകന് എങ്ങനെ യുദ്ധമുന്നണിയിൽ നിന്നു പിൻവാങ്ങുവാൻ കഴിയും. പാവപ്പെട്ട ഹരിജനങ്ങൾ അവരുടെ പ്രാഥമികവകാശങ്ങൾ ആവശ്യപ്പെടുമ്പോൾ സാമാന്യ മര്യാദയെങ്കിലും അവർക്കു ലഭിക്കുന്നത് കാണുവാനുള്ള അവസരം ഉണ്ടായിക്കണ്ടാൽ ഞാൻ സന്തുഷ്ടനായി.

മധുരയിലെ ഒന്നാം ക്ലാസ് മജിസ്ട്രേറ്റ് കോടതിയിൽ സ്വാമിജിക്കു നേരിടേണ്ടിവന്ന മർദ്ദനത്തിനെതിരായി ഒരു ക്രിമിനൽ കേസ് ഫയൽ ചെയ്യപ്പെട്ടു. പല പ്രാദേശിക കോൺഗ്രസ് പ്രവർത്തകരും ഒത്തുതീർപ്പുണ്ടാക്കി കേസ് പിൻവലിക്കണമെന്ന നിവേദനവുമായി സ്വാമിജിയെ സമീപിച്ചു. ഒരു ഹരിജൻ എം എൽ എ ആയ ശ്രീ വി എസ് ശിവപ്രകാശം, എം പി ശ്രീ കാക്കൻ ഇവരും ഈ നീക്കത്തിന്റെ പിന്നിലുണ്ടായിരുന്നുവെന്നതാണ് വിചിത്രം. ജില്ലാ കോൺഗ്രസ് കമ്മിറ്റിയെക്കൊണ്ട് ഒരു പ്രമേയം പാസാക്കി വച്ച് സർക്കാരിനെക്കൊണ്ട് കേസു പിൻവലിപ്പിക്കുവാനുള്ള ശ്രമവും ശ്രീ വി എസ് ശിവപ്രകാശം നടത്തുകയുണ്ടായി. തങ്ങളുടെ നിയോജകമണ്ഡലത്തിൽനിന്നും രാഷ്ട്രീയ സമ്മർദ്ദം ഈ ഹരിജൻനേതാക്കളെക്കൊണ്ട് ഹരിജനങ്ങളുടെ പരമവും പവിത്രവുമായ അവകാശങ്ങൾ സവർണ്ണ ഹിന്ദുക്കളുടെ ബലിപീഠത്തിൽ യാഗം കഴിപ്പിക്കുക എന്ന പരിഹാസ്യമായ ഏർപ്പാടിന് നിർബ്ബന്ധിതരാക്കി.

കേസിന്റെ പ്രഖ്യാപനം വന്നപ്പോൾ രാഷ്ട്രീയ സമ്മർദ്ദത്തിനതീതമായ ഫലം പുറപ്പെടുവിക്കുവാൻ കഴിയുമെന്ന് വ്യക്തമായി. സ്ത്രീകൾക്ക് സംശയത്തിന്റെ ആനുകൂല്യം നല്കി വിട്ടയച്ച ഒന്നാം ക്ലാസ് മജിസ്ട്രേറ്റ് എത്തിച്ചേർന്ന നിഗമനം രസകരമാണ്. ഇങ്ങനെ പോകുന്നു ഈ മജിസ്ട്രേട്ടിന്റെ നിഗമനങ്ങൾ.

> പ്രോസിക്യൂഷൻ ഒന്നാം വാദം 1-ാം സാക്ഷി സ്വാമി ആനന്ദതീർത്ഥൻ ആൾ ഇന്ത്യാ ഹരിജന സേവാസംഘത്തിന്റെ ശമ്പളം പറ്റുന്ന ഉദ്യോഗസ്ഥനും ഇത്തരം കേസുകൾ ഫയൽചെയ്യുന്നതിൽ തല്പരനുമാണ്. കഴിഞ്ഞ നാലു മാസത്തിനുള്ളിൽ ഏതാണ്ട് ഇരുപത് കേസുകൾ ഇദ്ദേഹം ഫയൽ ചെയ്തിട്ടുണ്ട്. ഹരിജനങ്ങളോട് തുല്യ നിലയിൽ പെരുമാറാത്ത സവർണ്ണ ഹിന്ദുക്കളെ കുടുക്കിലാക്കുവാൻ വേണ്ടി കെട്ടിച്ചമച്ച ഒരു കേസാണിതെന്നു വരാം. അതിനാൽ അദ്ദേഹം കോടതിയിൽ പറഞ്ഞ തെളിവുകൾ വിശ്വാസ്യമല്ലാത്തതിനാൽ തള്ളിക്കളയുന്നു. (മധുരൈ ഫസ്റ്റ് ക്ലാസ് മജിസ്ട്രേറ്റ് കോർട്ട് സി സി നമ്പർ 83/1952 വിധിന്യായം പേജ് 21 ഖണ്ഡിക 3)

തമിഴ്നാട് ഹരിജൻ സേവാസംഘത്തിന്റെ പ്രസിഡന്റ് ശ്രീ വൈദ്യനാഥ അയ്യർ "പേഴ്സണൽ" എന്ന് അടയാളപ്പെടുത്തി മദ്രാസ്

ഗവൺമെന്റിന്റെ നിയമമന്ത്രി ശ്രീ കുട്ടിക്കൃഷ്ണനെഴുതിയ ഒരു കത്തിൽ ഈ കേസ് വിചാരണ ചെയ്യപ്പെട്ട സാമൂഹ്യ രാഷ്ട്രീയ സാഹചര്യങ്ങൾ വിവരിക്കുന്നു.

സ്വാതന്ത്ര്യപ്രാപ്തിക്കുശേഷവും ഈ പ്രദേശത്തെ ഡിസ്ട്രിക്ട് ബോർഡിന്റെയും ഒട്ടേറെ കോൺഗ്രസ് സമിതികളുമായും ഭരണക്കാരായ സവർണ്ണ സമുദായത്തിൽപ്പെട്ട കോൺഗ്രസ് പ്രവർത്തകർ നമ്മുടെ ഭരണ ഘടന വാഗ്ദാനം ചെയ്യുന്ന തരത്തിൽ അയിത്തോച്ചാടനം ലക്ഷ്യമാക്കി പ്രവർത്തിക്കുന്നില്ലെന്ന കാര്യം നിർഭാഗ്യകരമാണ്. ഇതിന്റെ ഫലമായി ട്ടാണ് ഡിസ്ട്രിക്ട് ബോർഡ് പ്രസിഡന്റ് അദ്ധ്യക്ഷം വഹിച്ച ഒരു യോഗ ത്തിൽ വെച്ച് ചില ഹരിജൻ അംഗങ്ങൾ ഉൾപ്പെടെയുള്ള ചില ബോർഡ് അംഗങ്ങൾ ഈ കേസ് പിൻവലിപ്പിക്കുകയെന്ന ലക്ഷ്യത്തോടെ ഒരു പ്രമേയം അവതരിപ്പിക്കുകയും കലക്ടർക്കും മറ്റും അത് അയച്ചുകൊടു ക്കുകയും ചെയ്തു. മറ്റു ഗ്രാമങ്ങളിലെ തെമ്മാടികൾ മാങ്കുളം സംഭവത്തെ മാതൃകയാക്കി അയിത്താചരണം തുടർന്നുപോകണമെന്ന ഉറപ്പിന്മേൽ ഹരിജനങ്ങളെ പീഡിപ്പിക്കുന്നത് തുടരുന്നു.

കോൺഗ്രസ് പ്രവർത്തകർക്കു ശാശ്വതമായ അപമാനം വരുത്തിവെച്ച ഈ സംഭവത്തിന്റെ വിശദീകരണമെന്ന നിലയിൽ ഒരു ഡിസ്ട്രിക്ട് ബോർഡ് മെമ്പർ മുത്തു അസലം ഒരു തിരക്കഥയും പ്രചരിപ്പിക്കുകയു ണ്ടായി. സംഭവത്തിൽ സ്വാമിക്കേറ്റ പരുക്കുകൾ മറ്റെവിടെനിന്നോ കിട്ടി യതാണെന്നാണ് ആ കഥ.

ദുരന്തം ഇവിടെയാണ്. കേസ് വിചാരണ ചെയ്ത മജിസ്ട്രേട്ടിന്റെ അനുഭാവം മിക്കപ്പോഴും പ്രതികളോടായിരിക്കും. അല്ലാതെ ഹരിജൻ സേവാസംഘപ്രവർത്തകരോട് അല്ല എന്നതാണ്.

ഈ കേസിനെത്തുടർന്നു സവർണ്ണഹിന്ദുക്കൾക്കു ഈ പ്രദേശത്തെ ഹരിജനങ്ങളുടെ മേൽ ഉണ്ടായിരുന്ന ദൃഢമായ പിടി ഒന്നുകൂടി മുറുകു കയായിരുന്നു. 1967 ആദ്യം ഗവൺമെന്റ് ഹരിജൻ ഹോസ്റ്റലിലെ വാർഡ നെയും ചില കുട്ടികളെയും സ്ഥലത്തെ പൊലീസിന്റെ നയപരമായ പിന്തു ണയോടുകൂടി കോൺഗ്രസ് പ്രസിഡന്റും അദ്ദേഹത്തിന്റെ ഗുണ്ടകളും ചേർന്ന് മർദ്ദിച്ചവശരാക്കി ഹോസ്റ്റലിൽ നിന്നു പുറത്താക്കിയിരിക്കുന്നതായി നമ്മൾ വായിക്കുന്നു.

മാങ്കുളം സംഭവം കഴിഞ്ഞ് ഒരു മാസം പിന്നിട്ടപ്പോൾ ഈ പ്രദേ ശത്ത് തന്റെ പ്രവർത്തനത്തിന്റെ ഒരു രൂപരേഖ പ്രസിദ്ധീകരണത്തിനായി അയച്ചുകൊടുത്തു. സാമൂഹ്യഅവശത നിർമ്മാർജ്ജന നിയമം പ്രചരിപ്പി ക്കുവാനും നടപ്പിലാക്കുവാനും ബാദ്ധ്യസ്ഥനായ വില്ലേജ് മുൻസിഫിനെ പ്പോലുള്ളവർ സാധുക്കളായ ഹരിജനങ്ങളുടെ പ്രാഥമികാവകാശങ്ങളുടെ പാതയിൽ പ്രതിലോമകാരിയായി നിലകൊള്ളുന്ന ചിത്രം അദ്ദേഹം അതിൽ ചൂണ്ടിക്കാണിച്ചിരുന്നു. സവർണ്ണഹിന്ദുക്കളുടെ സമീപനത്തിൽ മനസ്സുനൊന്ത് തമിഴ്നാട്ടിലെ ഹരിജനങ്ങളുടെ പ്രശ്നങ്ങൾ എന്ന പേരിൽ പ്രസിദ്ധീകരണത്തിനു നല്കിയ ഒരു പ്രസ്താവനയിൽ ഹരിജന മർദ്ദന

ത്തിന്റെ പല വശങ്ങളും ചൂണ്ടിക്കാണിക്കുകയുണ്ടായി.

നാഥാത്തിനടുത്ത് പാർലി എന്ന സ്ഥലത്ത് ചിരട്ടയിൽ ചായ പകർന്നു കൊടുത്തത് കുടിക്കുവാൻ ഒരു ഹരിജൻ യുവാവ് വിസമ്മതിക്കുകയും ഗ്ലാസിൽ ചായ ആവശ്യപ്പെടുകയും ചെയ്തതിന്റെ പേരിൽ കടമയുടമ അയാളെ അടിച്ചു പുറത്താക്കി. ഇതിന്റെ പേരിൽ യുവാവ് നല്കിയ പരാതിയുടെ അടിസ്ഥാനത്തിൽ സബ് മജിസ്ട്രേറ്റ് കടയുടമയെ ശിക്ഷിച്ചു. എന്തായിരുന്നു ശിക്ഷ എന്നറിയണ്ടേ? പത്തു രൂപാ പിഴ. സ്വാമിയുടെ അനുഭവത്തിൽ നിന്നു മറ്റൊരു ഏട്. 'ഞാൻ മെലാവാൽവൂ (Melavalvoo) എന്നൊരു സ്ഥലത്ത് രണ്ടു ഹരിജൻ യുവാക്കളോടൊത്ത് ഒരു കടയിൽ ചായകുടിക്കുവാൻ കയറി. ഒരു സംഘം ആളുകൾ പെട്ടെന്ന് തങ്ങളുടെ നേരെ ഭീഷണിയുമായി ചാടിപ്പുറപ്പെട്ടു. കടയുടമയുടെ അശ്രദ്ധകൊണ്ട് ഒരു ഗ്ലാസ് നിലത്തുവീണു തകരുകയുണ്ടായി. അതിന്റെ നഷ്ടപരിഹാരം ഞാൻ കൊടുക്കണമെന്ന അന്യായമായ ആവശ്യം അവർ ഉന്നയിച്ചു. എന്നെയും എന്റെ കൂടെയുള്ള കുട്ടികളെയും അവർ കായികമായി ആക്രമിക്കുമെന്നുറപ്പായപ്പോൾ രക്ഷപ്പെടുവാൻ വേണ്ടി അടുത്തുള്ള എലിമെന്ററി സ്കൂളിൽ ഞങ്ങൾ അഭയം തേടി. സ്ഥലത്തെ പഞ്ചായത്തു ബോർഡിന്റെ അദ്ധ്യക്ഷൻ ഇടപെട്ടതിനു ശേഷമാണ് ജനക്കൂട്ടം പിന്തിരിഞ്ഞത്. മറ്റൊരിക്കൽ ഇതേ സ്ഥലത്തുതന്നെ ഒരു ഹരിജൻ, ആളുകൾ കുളിക്കുകയും കന്നുകാലികളെ കുളിപ്പിക്കുകയും ചെയ്യുന്ന ഒരു കുളത്തിൽ നിന്നു വെള്ളമെടുത്തതിന്റെ പേരിൽ അവിടുത്തെ സവർണ്ണ ഹിന്ദുക്കൾ ഇളകിവശായി. അടുത്തുതന്നെ ഒരു പൊലീസ് സ്റ്റേഷനുണ്ടായിരുന്നു. പൊലീസുകാർ ഹരിജനങ്ങളുടെ അവകാശങ്ങളോട് യാതൊരനുഭാവവും പുലർത്തിയിരുന്നില്ല. അടുത്തുതന്നെയുള്ള മറ്റൊരു സ്ഥലത്ത് ഹരിജനങ്ങൾ വെള്ളം ശേഖരിച്ചിരുന്ന ഒരു പൊതു കിണറ്റിലെ വെള്ളം സവർണ്ണ ഹിന്ദുക്കൾ രാത്രിയിൽ മലിനമാക്കുകയുണ്ടായി. കാരണം ഹരിജനങ്ങളെ കായികമായി എതിർക്കുവാൻ അവർക്കവിടെ ശക്തിയുണ്ടായിരുന്നില്ല. ഏട്ടിമംഗലം എന്ന സ്ഥലം ചില ഹരിജനങ്ങൾ സർക്കാർ വക പുറമ്പോക്കു ഭൂമിയിൽ ചെയ്തിരുന്ന നെൽകൃഷി നശിപ്പിച്ചുകളയുകയുണ്ടായി. പാവപ്പെട്ട ഹരിജനങ്ങൾ നല്കിയ പരാതികളിന്മേൽ പൊലീസിന്റെ ഭാഗത്തു നിന്ന് യാതൊരു നടപടികളും ഉണ്ടായില്ല.

തിരുവാതൂരിൽ ഞങ്ങളുടെ നിർദ്ദേശമനുസരിച്ച് പൊട്ടക്കിണറിൽനിന്ന് വെള്ളമെടുത്തതിന്റെ പേരിൽ ഒരു മേൽജാതിക്കാരൻ യുവാവ്, ഗർഭിണിയായ ഒരു ഹരിജൻ യുവതിയെ കൈയേറ്റം ചെയ്യുകയുണ്ടായി. കേസ് ചാർജ്ജ് ചെയ്ത് വിചാരണാനന്തരം പ്രതിക്കു നല്കിയ ശിക്ഷ കേവലം 15 രൂപ പിഴയടയ്ക്കുവാനായിരുന്നു. കോട്ടുഗുഡിയിൽ ഒരു ഗ്രാമീണ കർഷകൻ ഒരു ഹരിജൻ യുവാവിനു ക്ഷുരക വൃത്തി നടത്തുവാൻ വിസമ്മതിക്കുകയുണ്ടായി. ഇതിന്റെ പേരിലും ഒരു കേസ് ചാർജ്ജ് ചെയ്യിപ്പിക്കുകയുണ്ടായി.

കിദേരിപ്പാട്ടിയിൽ പൊതുനിരത്തിലൂടെ ഹരിജനങ്ങളുടെ ശവം

കൊണ്ടുപോകുവാൻ വിലക്കുണ്ടായിരുന്നു. ഗ്രാമവീഥികളിലൂടെ അവർക്കു സൈക്കിളിൽ സഞ്ചരിക്കുവാനും കഴിയുമായിരുന്നില്ല. ഒരു ഹരിജനനെ സൈക്കിൾ ഓടിക്കുന്നതിൽ നിന്ന് തടഞ്ഞതിന്റെ പേരിൽ സ്വാമിജി കൊടുപ്പിച്ച ഒരു കേസ് മേലൂർ സബ് മജിസ്ട്രേറ്റ് കോടതിയിൽ വിചാരണ പൂർത്തിയാകാതെ അവശേഷിക്കുന്നുണ്ട്. മേലൂർ താലൂക്കാഫീസിൽ നിന്ന് മൂന്നു ഫർലോങ്ങ് മാത്രം അകലമുള്ള നുണ്ടുകോവിൽപേട്ടി എന്ന സ്ഥലത്ത് ഹരിജനങ്ങൾ കുടിവെള്ളം ശേഖരിക്കുന്നത് മലിന ജലം കെട്ടിനില്ക്കുന്ന സ്ഥലത്തു നിന്നാണ്. ശുദ്ധജല സംഭരണികളെ സമീപിക്കുവാൻ വർണ്ണാശ്രമധർമ്മത്തിന്റെ കാവല്ക്കാർ ഈ സാധുക്കളെ അനുവദിച്ചിരുന്നില്ല.

മേലൂരു നിന്നു രണ്ടു മൈലു മാത്രം അകലെയുള്ള നവീനിപാട്ടിയിൽ ഗ്രാമ മുൻസിഫ് തന്നെ ഹരിജനങ്ങൾ അന്തസ്സായി വസ്ത്രം ധരിക്കുന്നതിനെ എതിർത്ത ഒരു സംഭവം ഉണ്ടായി. പൊങ്ങൽ ഉത്സവത്തോടനുബന്ധിച്ച് മികച്ച വസ്ത്രം ധരിച്ചു പ്രത്യക്ഷപ്പെട്ട രണ്ടു ഹരിജനയുവാക്കളെ തടഞ്ഞുനിർത്തി ഈ മനുഷ്യൻ അവരുടെ മേൽവസ്ത്രങ്ങൾ അഴിപ്പിക്കുകയുണ്ടായി. മാത്രമല്ല ശിക്ഷയായി യുവാക്കന്മാരെക്കൊണ്ടു ഏത്തം ഇടീക്കുകയും ചെയ്തു.

തന്റെ സുദീർഘമായ പ്രസ്താവന അദ്ദേഹം ഉപസംഹരിക്കുന്നു. "മഹാത്മജിയുടെ മഹത്തായ ത്യാഗത്തെ ആദരിച്ചുകൊണ്ടുതന്നെ പറയട്ടെ." ഈ രാജ്യത്തെ സവർണ്ണരെന്നഭിമാനിക്കുന്നവർ ഹരിജനങ്ങളോടു കാണിക്കുന്ന ക്രൂരമായ പെരുമാറ്റം ആരുടെയും മനസ്സു മടുപ്പിക്കുന്നതും കരളലിയിപ്പിക്കുന്നതുമായ തരത്തിലുള്ളതാണ്. റവന്യൂ പൊലീസ് അധികാരികൾ മനസ്സുവെച്ചാൽ ഒട്ടൊക്കെ ഈ ദയനീയാവസ്ഥയ്ക്ക് പരിഹാരമുണ്ടാക്കുവാൻ കഴിയും. മഹാത്മജി തെക്കെ ആഫ്രിക്കയിലെ ഇന്ത്യക്കാരുടെ അവകാശ സംരക്ഷണത്തിനുവേണ്ടി സത്യഗ്രഹം അനുഷ്ഠിച്ചു. എന്നാൽ, നമ്മളാകട്ടെ അതേ അവകാശങ്ങൾ ഗാന്ധിജി തന്റെ ബന്ധുക്കളെന്നു കരുതിയിരുന്ന ഹരിജനങ്ങൾക്കു നിഷ്കരുണം നിരസിക്കുന്നു. മഹാത്മജിയെ ആദരിക്കുന്ന കോൺഗ്രസുകാരെങ്കിലും ഇത് മനസ്സിലാക്കിയിരുന്നെങ്കിൽ. അയിത്തം തുടച്ചുമാറ്റിയാലല്ലാതെ ഗാന്ധിജിയുടെ ആത്മാവിന് ശാന്തി ലഭിക്കാൻ പോകുന്നില്ല.

ചാവടിക്കോടതികൾ

തമിഴ്നാട്ടിലെ ഗ്രാമപ്രദേശങ്ങളിൽ ചാവടിക്കോടതികൾ എന്നറിയപ്പെട്ടിരുന്ന നികൃഷ്ടമായ ഒരുതരം വിചാരണ നിലവിലുണ്ടായിരുന്നു. 'ഹരിജനങ്ങൾക്കെതിരായ കിരാത നിയമം' എന്ന പേരിൽ സ്വാമി ആനന്ദതീർത്ഥൻ ഒരു ലഘുലേഖ ഇതേക്കുറിച്ചു പ്രസിദ്ധീകരിക്കുകയുണ്ടായി. അതിലിപ്രകാരം എഴുതിയിരിക്കുന്നു.

തമിഴ്നാട്ടിലെ പൊതുചാവടികളിൽ ഹരിജനങ്ങൾ പ്രവേശനം

> നിഷേധിച്ചിരിക്കുകയാണെന്ന കാര്യം പരക്കെ അറിയപ്പെടുന്ന ഒരു കാര്യമാണ്. എന്നാൽ, സവർണ്ണ ഹിന്ദുക്കൾ ഇവരെ ഈ ചാവടികളിൽ വരുത്തി വിചാരണ ചെയ്യുകയും ശിക്ഷിക്കുകയും ചെയ്തു വരുന്നു. ഇതിന്റെ പിന്നിലെ ഉദ്ദേശ്യം എക്കാലത്തും ഉയർന്ന ജാതിക്കാരെക്കുറിച്ചുള്ള ഭയം ഹരിജനങ്ങളിൽ നിറയ്ക്കുക എന്നതു മാത്രമാണ്. അവരുടെ പൗരാവകാശങ്ങൾ സംരക്ഷിക്കുന്നതിനുവേണ്ടി തങ്ങൾ നടത്തുന്ന പ്രസ്ഥാനങ്ങളുമായി പോലും ഇവർ സഹകരിക്കാത്തതിന്റെ പ്രധാന കാരണം മേൽ ജാതിക്കാരോടുള്ള ഇവരുടെ പേടിയാണ്. ഗ്രാമപഞ്ചായത്തുകളുടെ മറവിലാണ് പലസ്ഥലത്തും ഇത്തരം വിചാരണ നടക്കുന്നത്. പാവപ്പെട്ട ഹരിജനങ്ങളെ ഇവർ ചാവടികളിൽ വിളിപ്പിച്ചു അടിമകളെയെന്ന പോലെ വിചാരണ ചെയ്യുന്നു. ഗ്രാമത്തലവന്റെ ആജ്ഞയെ ധിക്കരിക്കുന്നവർക്കെതിരെ കിരാത നിയമം നടപ്പിലാക്കുകയായി. അത്തരക്കാർ ക്രൂരമായ മരണത്തിനും പീഡനങ്ങൾക്കും ഇരയാകുന്നു. പരസ്യമായ ചാട്ടയടി, കനത്ത പിഴയടയ്ക്കൽ, സ്വത്തു കണ്ടുകെട്ടൽ, കള്ളക്കേസുകളിൽ കുടുക്കൽ, സാമ്പത്തിക ബഹിഷ്കരണം, തൊഴിൽ നിഷേധിക്കൽ, വേതനം തടഞ്ഞുവയ്ക്കൽ ഇങ്ങനെ പോകുന്നു ശിക്ഷയുടെ സ്വഭാവം. ഗവൺമെന്റ് ശക്തമായ നടപടികളെടുത്തെങ്കിൽ മാത്രമേ ഹരിജനങ്ങളുടെ വിമോചനം സാദ്ധ്യമാകൂ. ഒരു പരിഷ്കൃത ഗവൺമെന്റിനും, ഒരു പിന്നോക്ക സമുദായത്തിനെതിരായി മേല്പറഞ്ഞ തരത്തിലുള്ള ശിക്ഷാസമ്പ്രദായം ഗ്രാമീണർ സ്വയം നടപ്പിലാക്കുന്നതിനെ വെച്ചു പൊറുപ്പിക്കാനാവുകയില്ല.

ഈ ചാവടിക്കോടതികൾ ഏതു തരത്തിലാണ് സംഘടിപ്പിക്കപ്പെട്ടിരുന്നത് എന്നതിനെ സംബന്ധിച്ച് സ്വാമി ആനന്ദതീർത്ഥൻ ഒരു ലഘുലേഖയിൽ വിശദമാക്കുന്നു.

> ഏതു ഹൃദയത്തെയും മുറിവേല്പിക്കുവാൻ പര്യാപ്തമായ 1953 ആഗസ്ത് 1 ന് തുമ്പപ്പാടിയിൽ നടന്ന ഹരിജൻ വിചാരണം മേല്പറഞ്ഞ ഗ്രാമം മധുരയിൽനിന്നു 22 മൈലകലെ; പ്രമുഖനായ ഒരു ഹരിജൻ നേതാവ് ശ്രീ പി കാക്കൻ എം പിയുടെ നാടാണ്. ഞങ്ങൾ മനസ്സിലാക്കിയിടത്തോളം ആ ഗ്രാമത്തിലെ ഹരിജൻ ചേരിയിലെ പ്രായപൂർത്തിയായ മുഴുവൻ പുരുഷന്മാരെയും ചാവടിയിൽ വരുത്തിയിരുന്നു. പലതരത്തിലുള്ള ചെറിയ മോഷണക്കുറ്റങ്ങളുമായി ബന്ധപ്പെടുത്തി ഈ ഹരിജനങ്ങളെ സംശയിക്കുന്നുവെന്നതായിരുന്നു വിചാരണയ്ക്കാസ്പദമായി പറഞ്ഞതും. ഗ്രാമപ്രമാണിമാരോടു ഭയവും ബഹുമാനവും കീഴ്വഴക്കങ്ങളും പ്രകടിപ്പിക്കുവാൻ മടികാണിച്ച ഏതാനും അഭിമാനികളായ ജനങ്ങളെ വേർതിരിച്ചു നിർത്തി ക്രൂരമായി ശിക്ഷിക്കുകയായിരുന്നു അവർ ചെയ്തത്. തങ്ങൾ ചെയ്യാത്ത കുറ്റം തങ്ങളാണ് ചെയ്തെന്നു സമ്മതിക്കുന്ന

തുവരെ തല്ലുകൊള്ളുക എന്നതായിരുന്നു അവർക്കു ലഭിച്ച ശിക്ഷ. മറ്റുള്ളവരെ ചോദ്യം ചെയ്തപ്പോൾ ശിക്ഷ പേടിച്ചു പലരും ചെയ്യാത്ത കുറ്റങ്ങൾ ഏറ്റെടുത്തതായി പറയപ്പെടുന്നു.

ഇപ്രകാരം ശിക്ഷിക്കപ്പെട്ടവരിൽ ഒരാൾ അവരുടെ പിടിയിൽനിന്നും കുതറി മാറുകയും ഒരുതരത്തിൽ രക്ഷപ്പെടുകയും ചെയ്തു. ചാവടിക്കോടതിയോടുള്ള ഒരു അനാദരവിന് മറ്റു ഹരിജനങ്ങൾ ഒന്നടങ്കം പ്രായശ്ചിത്തം ചെയ്യേണ്ടിവന്നു. ഹരിജനങ്ങൾക്കെതിരെ ഏതെങ്കിലും മുൻ വിരോധമുണ്ടായിരുന്നവർ ഈ അവസരം ശരിക്കും മുതലെടുക്കുകതന്നെ ചെയ്തു. തങ്ങളുടെ പിടിയിൽ നിന്നും രക്ഷപ്പെട്ടുപോയ ഹരിജൻ യുവാവിനെ പിന്നീട് കണ്ടുപിടിക്കുകയും പകരം വീട്ടുവാനായി കാലിൽ പിടിച്ച് തറയിലൂടെ വലിച്ചിഴയ്ക്കുകയും ചെയ്തു. മറ്റു പല ഹരിജനങ്ങളെയും എല്ലൊടിക്കുന്നതുവരെ അടിച്ചവശരാക്കിയിരുന്നു. മരത്തിൽ എട്ടുമണിക്കൂർ പരസ്യമായി കെട്ടിയിട്ടപമാനിക്കുക മറ്റൊരു ശിക്ഷാസമ്പ്രദായമാണ്. കാണുന്നവരുടെയെല്ലാം വെറുപ്പിന് പാത്രമാക്കുവാനാണിങ്ങനെ ചെയ്തത്. ഹരിജൻസേവാസംഘത്തിന്റെ പ്രവർത്തകരെ കാണുകപോലും ചെയ്യരുതെന്നായിരുന്നു ഹരിജനങ്ങൾക്കു നല്കിയിരുന്ന താക്കീത്. ഗ്രാമീണരും അടങ്ങിയിരുന്നില്ല. ഹരിജൻ യുവാക്കൾക്ക് ഗുരുതരമായ പരിക്കുകൾ ഏറ്റിട്ടുണ്ടെന്നറിഞ്ഞപ്പോൾ അവരൊരു വ്യാജ പരാതി പൊലീസിൽ ഏല്പിച്ചു. ശ്രീ പി കാക്കൻ, എം പി യുടെ പിതാവ് 80 വയസ്സു കഴിഞ്ഞു. ശ്രീ പൂസാരിക്കാക്കനെക്കൊണ്ട് (മുമ്പ് ഒരു തോട്ടിപ്പണിക്കാരനായിരുന്നു) ഗ്രാമത്തിലെ ഹരിജൻ ക്ഷേത്രത്തിൽനിന്നു ചില സാധനങ്ങൾ കളവുപോയെന്നും അതു തങ്ങളുടെ എതിരാളികളായ ചില ഹരിജൻ യുവാക്കളുടെ പക്കൽ നിന്നും കണ്ടുകിട്ടിയെന്ന് ആരോപിച്ചൊരു കേസുകൊടുപ്പിച്ചു. പ്രസ്തുത ഹരിജൻ യുവാക്കളെ പൊലീസ് കൈയോടെ പിടികൂടി. അവർക്കു സാരമായ പരുക്കുകളേറ്റിരിക്കുന്നുവെന്നു മനസ്സിലാക്കിയതോടെ ഹോസ്പിറ്റലിൽ പ്രവേശിപ്പിച്ചു. ഹരിജൻ സേവാ സംഘത്തിന്റെ പ്രവർത്തകരിടപെട്ടു. ഉപരിയന്വേഷണത്തിൽ നിന്നു പ്രതികാരബുദ്ധിയോടെ കെട്ടിച്ചമച്ച കള്ളക്കേസാണെന്നു തെളിഞ്ഞു. സ്വാമിജി രേഖപ്പെടുത്തിയിരിക്കുന്നു. ഇതായിരുന്നു ഞങ്ങളുടെ പൊതു അനുഭവം. ഹരിജനങ്ങൾ എപ്പോൾ തങ്ങളുടെ പ്രാഥമികാവശ്യങ്ങൾക്കായി ഉണർന്നു പ്രവർത്തിച്ചുവോ അപ്പോഴൊക്കെ സവർണ്ണ ഹിന്ദുക്കൾ അവരെ ഒരുതരത്തിലല്ലെങ്കിൽ മറ്റൊരു തരത്തിൽ പീഡിപ്പിച്ചിരുന്നു.

സ്വാമി ആനന്ദതീർത്ഥൻ ഇതിൽ അങ്ങേയറ്റം അസംതൃപ്തനും മനസ്സു നൊന്തവനും ആയിരുന്നു. പൊതുജനങ്ങളിൽ നിന്നോ സർക്കാ

രിൽ നിന്നോ മതിയായ യാതൊരു സഹകരണവും ലഭിക്കാത്തതിനാൽ തന്റെ ജോലികളവസാനിപ്പിച്ചാലെന്താണെന്നു വരെ അദ്ദേഹം ആലോചിച്ചിരുന്നു. ഇതേക്കുറിച്ചു അദ്ദേഹം രാജാജിക്കെഴുതി. അന്നത്തെ സർക്കാർ തന്റെ പ്രവർത്തനങ്ങളോട് അനിഷ്ടം ഭാവിച്ചിരുന്നതായി അദ്ദേഹം വിശ്വസിച്ചിരുന്നു. പൂനാകരാർ സവർണ്ണഹിന്ദുക്കൾ ഹരിജനങ്ങൾക്കെതിരായി ചെയ്തുപോയ അന്യായങ്ങൾക്കുള്ള ഒരു പ്രായശ്ചിത്ത പ്രകടനമായിട്ടേ ആനന്ദതീർത്ഥൻ കണ്ടിരുന്നുള്ളൂ. ഇതു രൂപപ്പെടുന്ന കാലത്ത് ആനന്ദതീർത്ഥൻ ദിവസം ഒരു നേരം മാത്രം ആഹാരം കഴിച്ചു കൊണ്ട് ഉപവാസം അനുഷ്ഠിക്കുകയായിരുന്നു.

അവകാശ സംരക്ഷണത്തിന്റെ പാതയിൽ മുന്നോട്ട്

തന്റെ നിരാശയെ ഒരിക്കലും പ്രവർത്തനത്തിനു വിഘാതമായി സ്വാമി കണ്ടിരുന്നില്ല. 1954-55 ലെ വാർഷിക റിപ്പോർട്ടു പ്രകാരം അദ്ദേഹവും അദ്ദേഹത്തിന്റെ ചെറിയ സംഘവും ചേർന്ന് മേലൂർ താലൂക്കിലെ 100 ഗ്രാമങ്ങളിൽ തങ്ങളുടെ സമഗ്രമായ സേവനം എത്തിച്ചുകൊടുത്തു. തിരുപ്പത്തൂർ, ശിവഗംഗ, മധുരൈ, ഡിൻഡിഗൽ തുടങ്ങിയ താലൂക്കുകളിലും.. ദൂരെയുള്ള കാഞ്ചീപുരം, ചിദംബരം, ഗുഡിയട്ടം കൂടാതെ കാസർഗോഡ്, ഹോസ്ദുർഗ്ഗ് തുടങ്ങിയ സ്ഥലങ്ങളിലും ചില പ്രത്യേക പ്രശ്നങ്ങൾ ഏറ്റെടുത്തു പരിഹാരമുണ്ടാക്കുകയുണ്ടായി. ആ വർഷം ചായക്കടകളിലെ വിവേചനത്തിനെതിരായിത്തന്നെ 90 കേസുകൾ പൊലീസിൽ റിപ്പോർട്ടു ചെയ്യുകയുണ്ടായി. ബാർബർഷാപ്പുകളിലെ വിവേചനത്തിനെതിരായി 14 കേസുകളും 4 എണ്ണം ഡോബികൾക്കെതിരായുള്ള വിവേചനത്തിന്റെ പേരിലുള്ളതുമായിരുന്നു.

ഹരിജനങ്ങൾക്കുവേണ്ടിയുള്ള തമിഴ്നാട്ടിലെ സത്യഗ്രഹത്തിന്റെ ബാർദോളി (Bardoli) എന്ന് സ്വാമിജി വിശേഷിപ്പിക്കുന്ന ശുരാക്കുടിയിലെ കയ്പേറിയ അനുഭവത്തിനു ശേഷം പൊതുകിണറുകളും ജലാശയങ്ങളും ഹരിജനങ്ങൾക്കുകൂടി ഉപയുക്തമാക്കുവാൻ ബലപ്രയോഗം വേണ്ടി വന്നപ്പോഴൊക്കെ ആവശ്യമായ കരുതൽ സ്വാമിജി സ്വീകരിച്ചിരുന്നു. 1954 മാർച്ചിൽ ആയിരുന്നു ശൂരാക്കുടി സംഭവം. അവിടെ പൊതുകിണറുകളിൽനിന്നു ഹരിജനങ്ങളെ വെള്ളം കോരുവാൻ അനുവദിച്ചിരുന്നില്ല. അവരുടെ പാത്രങ്ങളിൽ സവർണ്ണ ഹിന്ദുക്കൾ വെള്ളം പകർന്നു കൊടുക്കും. ഈ പതിവ് അവസാനിപ്പിക്കുവാൻ സ്വാമിജി ഒരു സംഘം ഹരിജനങ്ങളെയും കൂട്ടി ബലമായി വെള്ളം കോരിച്ചു. അനന്തരഫലം ഗ്രാമീണർ ഒന്നടങ്കം ഹരിജൻ സമുദായത്തെ ബഹിഷ്കരിക്കുകയെന്നതായിരുന്നു. കുടികിടപ്പിനും പാട്ടത്തിനും മറ്റുമായി ഭൂമി ഹരിജനങ്ങൾക്കു നല്കാതിരിക്കുക, കാർഷിക ജോലികൾ ചെയ്യുന്നവർക്ക് അതു നിഷേധിക്കുക ഇങ്ങനെയൊക്കെ ചെയ്ത് അവർ പക വീട്ടി. അവസാനം ഈ സമുദായക്കാർ പണി കിട്ടുവാൻ വേണ്ടി ഹരിജൻ സേവാസംഘത്തിനു

ഒരു ജലസേചന പദ്ധതിയുടെ അണക്കെട്ടു നിർമ്മാണം കോൺട്രാക്ട് പിടിക്കേണ്ടി വന്നു. സ്വാമി ആനന്ദതീർത്ഥൻ തന്നെ 18 ഏക്കർ സർക്കാർ ഭൂമി കൃഷിക്കായി പാട്ടത്തിനെടുക്കുകയുണ്ടായി. ഇതു കിട്ടുന്നതിനു അന്നത്തെ തമിഴ്നാട് മുഖ്യമന്ത്രി കാമരാജിന്റെ സഹായം അദ്ദേഹത്തിനു ലഭിച്ചിരുന്നു. കൃഷി ചെയ്തത് ഹരിജനങ്ങളായിരുന്നുവല്ലോ. സവർണ്ണ ഹിന്ദുക്കൾക്ക് അത് തീരെപിടിച്ചില്ല. വിളവെടുക്കാറായപ്പോൾ ഗ്രാമത്തിലെ ജാതിക്കോമരങ്ങൾ ആ കൃഷിഭൂമി ആക്രമണ വിധേയമാക്കി.

കീലാവാലാവു (Keelavalavoo), പതിനെട്ടാൻ കുടി എന്നീ ഗ്രാമങ്ങളിലും ഹരിജനങ്ങളെ വെള്ളം കോരുവാൻ സ്വാമിജി പ്രേരിപ്പിച്ചു. എന്നാൽ, ജാതിഹിന്ദുക്കളോടുള്ള ഭയം നിമിത്തം അവരതിനു വിസമ്മതിച്ചു. കാഞ്ചീപുരത്തിനടുത്തു അബ്ദുള്ളാപുരത്ത്, അയ്യൻഗർകുളം, നടുവെണ്ണൂർ, വാടിപ്പെട്ടി എന്നീ വില്ലേജുകളിൽ ഹരിജനങ്ങൾക്കെതിരായി നടക്കുന്ന വിവേചനത്തിന് പരിഹാരം നടത്തണമെന്ന് ആവശ്യപ്പെട്ടുകൊണ്ട് ഒട്ടനവധി നിവേദനങ്ങൾ അധികാര സ്ഥാനങ്ങളിൽ സ്വാമിജി സമർപ്പിക്കുകയുണ്ടായി. നേരത്തെ പരാമർശിച്ചിരുന്ന ചാവടിക്കോടതി പോലുള്ള വിചാരണാഭാസങ്ങൾ തമിഴ്നാട്ടിലെ ഭൂരിപക്ഷം ഗ്രാമങ്ങളിലും നിലനിന്നിരുന്നു.

ഒരു പ്രമുഖ പട്ടണമായ കാഞ്ചിപുരത്ത് ഒരു ബോർഡു സ്ഥാപിച്ചിരുന്നത് ഇപ്രകാരമായിരുന്നു. “ആദി ദ്രാവിഡർക്കും കുഷ്ഠരോഗികൾക്കും പ്രവേശനമില്ല.” ആ ബോർഡ് നീക്കം ചെയ്യുവാൻ ആനന്ദതീർത്ഥൻ ഒരു തീവ്രശ്രമം നടത്തിയെങ്കിലും വിജയിച്ചില്ല.

നിലക്കോട്ടെ താലൂക്കിലെ കണാവരൻകോട്ടെ എന്ന സ്ഥലത്തും മേലൂർ താലൂക്കിലെ വലൈപാട്ടി എന്ന സ്ഥലത്തും സർക്കാർ പ്രൈമറി സ്കൂളുകളിൽ പോലും ഹരിജൻ കുട്ടികൾക്ക് വെള്ളം കുടിക്കാൻ പാത്രങ്ങൾ അനുവദിച്ചിരുന്നില്ല. അവർക്ക് വെള്ളം കൈക്കുമ്പിളിൽ ഒഴിച്ചു കൊടുക്കുകയാണ് ചെയ്തിരുന്നത്. ജില്ലാ ബോർഡിന്റെ പ്രസിഡന്റിന് സ്വാമിജി ഇക്കാര്യം റിപ്പോർട്ട് ചെയ്തു. അദ്ദേഹമിറക്കിയ ഒരു സർക്കുലറിൽ സ്കൂളധികൃതരെ ഇതിനെതിരെ താക്കീതു ചെയ്തിരുന്നു. കാവേരി ഛത്രത്തിലെ എയിഡഡ് സ്കൂളിലും കാഞ്ചീപുരത്തിനടുത്തുള്ള ഒരു ബോർഡിങ് സ്കൂളിലും ഹരിജൻ കുട്ടികളെ മറ്റു കുട്ടികളിൽ നിന്നകറ്റി വേറെയാണിരുത്തിയിരുന്നത്. പ്രസ്തുത സ്കൂളുകളിലെ ഹെഡ്മാസ്റ്റർമാർക്കെതിരെ സ്വാമി ആനന്ദതീർത്ഥൻ നടപടി എടുപ്പിക്കുകയുണ്ടായി. തിരുപ്പത്തൂർ താലൂക്കിലെ ഒരമ്മൻ കോവിലിൽ ഹരിജനങ്ങൾ പ്രവേശനം നിഷേധിച്ചിരുന്നതിനെതിരായി സ്വാമിജി പൊലീസിൽ പരാതി ബോധിപ്പിച്ചു. സ്വാമിജി സമർപ്പിച്ച മേല്പറഞ്ഞ കേസുകളിലെല്ലാംതന്നെ കുറ്റവാളികളെ ശിക്ഷിക്കുവാൻ കഴിഞ്ഞു. തളിപ്പറമ്പിനടുത്തുള്ള തൃച്ചംബരം ക്ഷേത്രത്തിൽ ബ്രാഹ്മണർക്കു മാത്രം പ്രസാദം കൈയിൽ കൊടു

ക്കുകയും അബ്രാഹ്മണർക്കു പ്രസാദം അടുത്തുള്ള കല്ലിൽ വെച്ചുകൊടുക്കുകയും ചെയ്യുന്ന സമ്പ്രദായത്തിനെതിരെ സ്വാമി കോടതിയെ സമീപിച്ചു. ക്ഷേത്ര പ്രവേശന നിയമപ്രകാരം ഇതൊരു കുറ്റകൃത്യമെന്ന നിഗമനത്തിലാണ് കേസ് വിചാരണയ്ക്കെടുത്ത സബ് മജിസ്ട്രേറ്റ് എത്തിച്ചേർന്നത്. ആദി ദ്രാവിഡർക്കും അഹിന്ദുക്കൾക്കും പ്രവേശനമില്ലെന്ന് ബോർഡ് സ്ഥാപിച്ചിരുന്ന കാഞ്ചിപുരത്തെ ഒരു ക്ഷേത്ര പരിസരത്തു നിന്നു ആ ബോർഡ് നീക്കം ചെയ്യിക്കാനും ചക്കളിയന്മാർ എന്ന ഹരിജൻ സമുദായത്തിൽപ്പെട്ടവരെ തന്നോടൊപ്പം ക്ഷേത്രത്തിന്റെ ഗർഭഗൃഹം വരെ ആരാധനയ്ക്കായി കൊണ്ടു പോകുവാനും സ്വാമിജിക്കു കഴിഞ്ഞു.

ഈ കാലഘട്ടത്തിൽത്തന്നെയാണ് പറശ്ശിനിക്കടവിലെയും മാൽക്കിയിലേയും ക്ഷേത്രപ്രവേശന കേസുകളുടെ വിജയത്തിനു വേണ്ടി തീവ്രശ്രമം നടത്തിക്കൊണ്ടിരുന്നത്.

വർദ്ധിച്ച തോതിൽ ഹരിജനങ്ങളിൽ നിന്നുള്ള നികുതി പിരിക്കുന്നതിനെതിരായും മറ്റുമുള്ള നിരവധി പരാതികൾ ഈ സമയത്ത് പല സ്ഥലങ്ങളിൽനിന്നും ഹരിജനങ്ങളിൽ നിന്ന് സ്വാമിജിക്കു ലഭിച്ചുകൊണ്ടിരുന്നു. ഒരു ഹരിജൻ എം പി സി ബാലകൃഷ്ണൻ നേരിട്ട് സ്വാമിജിയെ സമീപിച്ച് അദ്ദേഹത്തിന്റെ പ്രവർത്തനം മധുരൈയിലെ പളനി താലൂക്കിലേക്കും കൂടി വ്യാപിപ്പിക്കണമെന്ന് അഭ്യർത്ഥിച്ചു. അദ്ദേഹവും മറ്റു രണ്ടു പാർലമന്റ് അംഗങ്ങളും കൂടി ഹരിജൻ സേവാ സംഘത്തിന്റെ കേന്ദ്ര ആഫീസിലേക്ക് സ്വാമിജിയുടെ സേവനങ്ങളെ ശ്ലാഘിച്ചെഴുതി. അദ്ദേഹത്തിനു കൂടുതൽ സഹായികളും മറ്റു സൗകര്യങ്ങളും ചെയ്തുകൊടുക്കണമെന്നും ആവശ്യപ്പെട്ടു.

അംഗീകാരമില്ലായ്മ, അവഗണന

അയിത്തത്തിന്റെയും ഹരിജനമർദ്ദനത്തിന്റെയും കോട്ടകളിൽ ചെറിയ ഒരു പ്രതിരോധ താവളം സ്ഥാപിക്കുവാൻ സ്വാമിജിയുടെ പ്രവർത്തനങ്ങൾക്കു കഴിഞ്ഞു. ഹരിജനോദ്ധാരണം ലക്ഷ്യമാക്കി ഒരു മിഷനറിയെപ്പോലെ അദ്ദേഹം ഗ്രാമങ്ങളിൽ നിന്ന് ഗ്രാമങ്ങളിലേക്കു സഞ്ചരിച്ചു. മേലൂരിലെ പൊലീസ് സബ് ഇൻസ്പെക്ടർ പലപ്പോഴും ശത്രുതാഭാവത്തോടെയാണ് പെരുമാറിയിരുന്നത്. പരാതികളെഴുതിക്കൊടുത്താൽ അവ രജിസ്റ്റർ ചെയ്യുന്നതിനുപോലും അദ്ദേഹം വിസമ്മതിച്ചു. ഹരിജൻ സേവാ സംഘത്തിന്റെ അദ്ധ്യക്ഷനായിരുന്ന കെ എസ് ശിവത്തിന്റെ നേർക്കു ഹരിജൻസേവാസംഘം മേഖലാ സെക്രട്ടറി എൽ എൻ ഗോപാല സ്വാമി ആനന്ദതീർത്ഥനെക്കുറിച്ചൊരു പരാതി അയച്ചു. ആനന്ദതീർത്ഥൻ തുടർച്ചയായി തന്റെ പ്രവൃത്തി സ്ഥലത്തേക്കു മേലൂരുനിന്നു വിട്ടുനില്ക്കുന്നതായിട്ടായിരുന്നു പരാതി. സ്വാമിജിയുടെ തീവ്രവാദപരമായ സമീപനത്തെ പിന്താങ്ങിയിരുന്ന ശ്രീ വൈദ്യനാഥയ്യരുടെ നിലപാടാണ് ഇപ്രകാരം ചെയ്യുന്നതിന് എൽ എൻ ഗോപാല സ്വാമിക്കു ധൈര്യം പകർന്നത്. ഇതേ തുടർന്നു

അഖിലേന്ത്യാ ഹരിജൻ സേവാസംഘത്തിന്റെ ജനറൽ സെക്രട്ടറി സ്വാമിജിക്കു താക്കീതു നല്കി. മേലിൽ എൽ എൻ ഗോപാല സ്വാമിയുടെ മുൻകൂർ അനുവാദം വാങ്ങിക്കാതെ മേലൂർ വിട്ടുപോകരുതെന്നായിരുന്നു താക്കീത്. അദ്ദേഹം സ്വാമിജിക്കെഴുതുന്നു: "ഒരു സന്ന്യാസിയെന്ന നിലയ്ക്ക് നിങ്ങൾ സമ്പൂർണ്ണമായും മതപരമായ സമ്പ്രദായത്തിൽ ഉറച്ചു നിന്നുകൊണ്ട് പ്രവർത്തിക്കണമെന്നാണ് പ്രതീക്ഷിക്കപ്പെടുന്നത്. നമ്മുടെ വീക്ഷണത്തിലേക്ക് അല്പം വൈകിയിട്ടാണെങ്കിലും സവർണ്ണ ഹിന്ദുക്കളുടെ മനസ്സു തിരിക്കുവാൻ ശ്രമിക്കുക എന്നതാണ് ഏതൊരു ചെറിയ കാര്യവും കോടതിയിലേക്കു വലിച്ചിഴയ്ക്കുന്നതിനേക്കാൾ അഭികാമ്യം."* എൽ എൻ ഗോപാല സ്വാമിയുടെ പരാതി കിട്ടിയതോടെ എച്ച് എസ് എസിന്റെ മേലൂർ കോടതി അടച്ചുപൂട്ടാൻ തീരുമാനിച്ചു. 1955 മെയ് 31 ന് കേന്ദ്രത്തിൽ ചുമതല എൽ എൻ ഗോപാല സ്വാമിയെ ഏല്പിക്കുവാൻ സ്വാമി ആനന്ദതീർത്ഥനോടാവശ്യപ്പെട്ടു. അഖിലേന്ത്യാ എച്ച് എസ് എസ് ജനറൽ സെക്രട്ടറി ശ്രീ. വിയോഗാചാരി ആനന്ദതീർത്ഥന്റെ സമ്പ്രദായത്തോട് കടുത്ത എതിർപ്പുള്ള ആളായിരുന്നു. ഹരിജനങ്ങളെ ഹിന്ദു സമൂഹത്തിൽ നിന്നു അകറ്റിക്കൊണ്ടുപോകാനേ ആനന്ദതീർത്ഥന്റെ പ്രവർത്തന രീതി സഹായകമാകൂ എന്നതായിരുന്നു ഇവരുടെ നിഗമനം. ഹിന്ദുസമൂഹത്തിൽനിന്നുകൊണ്ടുതന്നെ ഹരിജനങ്ങൾക്കു സഹിക്കേണ്ടിവരുന്ന പീഡനങ്ങളെക്കുറിച്ച് ഇവരാരും തന്നെ സ്വാമി ആനന്ദതീർത്ഥനെപ്പോലെ ബോധവാന്മാരായിരുന്നില്ല.

സ്വാമിജി വല്ലാത്ത നിരാശയിലായി. ഇങ്ങനെയൊരു ഘട്ടത്തിൽ രംഗത്തു നിന്ന് നിഷ്ക്രമിക്കുവാൻ അദ്ദേഹം ഇഷ്ടപ്പെട്ടിരുന്നില്ല. അപ്രകാരം ചെയ്യുന്നത് ഹരിജനങ്ങളുടെ താല്പര്യങ്ങൾ അപകടപ്പെടുത്തുകയേ ഉള്ളൂ എന്ന് അദ്ദേഹത്തിനറിയാമായിരുന്നു. കേന്ദ്രം അടച്ചു പൂട്ടുവാനുള്ള തീരുമാനത്തിനെത്തിനെതിരെ അദ്ദേഹം ജനറൽ സെക്രട്ടറിക്കെഴുതി.

> നമ്മുടെ എതിരാളികൾ ഇതു നിമിത്തം വിജയോന്മാദരാകും. സാധുക്കളായ ഹരിജനങ്ങൾ കൂടുതൽ നിസ്സഹായരും നിരാശരുമായിത്തീരും. പീഡിപ്പിക്കപ്പെടുന്ന ഹരിജനങ്ങളെ സംബന്ധിച്ചിട

* ഹരിജൻ സേവാ സംഘത്തിന്റെ നേതൃത്വം ഗാന്ധിജിയുടെ അതേ മാർഗ്ഗമാണു പിന്തുടർന്നത്. ബോംബെ പ്രസിഡൻസിയിലെ ഹരിജനങ്ങൾ തങ്ങളുടെ പൗരാവകാശങ്ങൾ സ്ഥാപിക്കുന്നതിനുവേണ്ടി സവർണ്ണ ഹിന്ദുക്കൾക്കെതിരെ സത്യഗ്രഹം അനുഷ്ഠിച്ചപ്പോൾ ഗാന്ധിജിയുടെ പിന്തുണ തേടുകയുണ്ടായി. ക്ഷേത്ര പ്രവേശന സ്വാതന്ത്ര്യം, പൊതു ജലാശയങ്ങളിൽനിന്നു വെള്ളം ശേഖരിക്കാനുള്ള സ്വാതന്ത്ര്യം ഇവയ്ക്കുവേണ്ടിയായിരുന്നു അവർ സത്യഗ്രഹം പ്രഖ്യാപിച്ചത്. ഗാന്ധിജി ഈ സമരത്തെ അപലപിച്ചുകൊണ്ട് പ്രസ്താവന ഇറക്കുകയുണ്ടായി. സത്യഗ്രഹം പോലുള്ള സമര മാർഗ്ഗങ്ങൾ വിദേശികൾക്കു എതിരായിട്ടു മാത്രമാണ് പ്രയോഗിക്കേണ്ടത്. അല്ലാതെ സ്വന്തം ബന്ധുക്കൾക്കും രാജ്യക്കാർക്കും എതിരായിട്ടല്ല. ഇതായിരുന്നു ഗാന്ധിജിയുടെ വാദഗതി. "B R Ambedkar - What congress and Gandhi have done to the untouchables"

ത്തോളം നമ്മുടെ കേന്ദ്രം ഒരു നങ്കൂരമാണ്. സവർണ്ണ ഹിന്ദുക്കളിലെ കൂടുതൽ മുഷ്കരായ വിഭാഗത്തിനെങ്കിലും ഇത്തരം ഒരു ഓഫീസ് ഇവിടെ പ്രവർത്തിക്കുന്നു എന്നതു തന്നെ അതിരു വിട്ടു കളിക്കുന്നതിൽ നിന്നവരെ പിന്തിരിപ്പിക്കും. മാങ്കുളം, ശൂരാക്കുടി സംഭവങ്ങളുടെ പ്രതികരണം ഇപ്പോഴും കെട്ടടങ്ങിയിട്ടു ഏതു നേരവും ആളിക്കത്തിയേക്കാവുന്ന ഒരു തീജ്ജ്വാലയായി അതിവിടെ നീറിപ്പിടിക്കുന്നുണ്ട്. നമ്മുടെ കേന്ദ്രം അടച്ചിടുകയാണെങ്കിൽ അത് ആളിക്കത്തുവാൻ കാലതാമസമുണ്ടാവുകയും അതോടെ ഈ പ്രദേശത്തെ ഹരിജനങ്ങളുടെ ഗതി കൂടുതൽ അപകടത്തിലാവുകയും ചെയ്യും.

തന്നെ ഒഴിവാക്കണമെന്നുണ്ടെങ്കിൽത്തന്നെ എന്തെങ്കിലും പകരം ഏർപ്പാടു ചെയ്തിട്ടാണെങ്കിൽ നന്നായിരുന്നുവെന്നും തനിക്കു മനഃസമാധാനത്തോടെ ഇവിടം വിട്ടുപോകുവാൻ കഴിയുമായിരുന്നുവെന്നും അദ്ദേഹം എഴുതുകയുണ്ടായി. ഈ എഴുത്ത് ശ്രീ. ഗോപാല സ്വാമി വഴിയാണ് കേന്ദ്രത്തിലേക്കയച്ചത്. കേന്ദ്രവുമായി നേരിട്ട് നടത്തുന്ന കത്തിടപാട് അദ്ദേഹത്തിന്റെ ദേഷ്യം വർദ്ധിപ്പിച്ചേക്കുമെന്നും സ്വാമിജിക്കു തോന്നിയിരുന്നു. ഈ കത്തിന് ഫലമുണ്ടായി. ശ്രീ വിയോഗാചാരി സ്വാമിജി ചില നിബന്ധനകൾക്കു വിധേയമായി മേലൂരിൽ തുടരുവാൻ അനുവദിച്ചു. ഈ നിബന്ധനകളാകട്ടെ, സ്വാമിജിയുടെ പ്രവർത്തന സമ്പ്രദായത്തെ മൊത്തത്തിൽ തളർത്തിക്കളയുവാൻ ഉദ്ദേശിച്ചുകൊണ്ടുള്ളതായിരുന്നു. ശ്രീ ഗോപാല സ്വാമിയുടെ അനുവാദം കൂടാതെ സ്വാമിജി സ്ഥലം വിട്ടുപോകരുത്. എല്ലാ ഒന്നിടവിട്ടുള്ള ആഴ്ചകളിലും വിശദമായ പ്രവർത്തന റിപ്പോർട്ട് കേന്ദ്ര ആഫീസിൽ അയച്ചുകൊണ്ടിരിക്കണം. ആഫീസ് അസിസ്റ്റന്റ് ആയി ആരെയും അനുവദിക്കില്ല. ഒന്നോ രണ്ടോ ഹരിജൻ സേവകന്മാരെ ഉപയോഗിക്കാം. അവരിൽ ഒരാൾ ഹരിജൻസിന്റെ മതപരമായ ആവശ്യങ്ങൾ നിർവ്വഹിക്കുന്നതിന് നേതൃത്വം കൊടുക്കണം. ഈ നിബന്ധനകൾ എല്ലാം സ്വീകരിച്ചുകൊണ്ട് സ്വാമി അവിടെ തുടർന്നു. മതപരമായ ആവശ്യങ്ങൾക്കുവേണ്ടി നിയമിക്കേണ്ട ആളെ കണ്ടെത്തുവാൻ ശ്രീ ഗോപാല സ്വാമിയെത്തന്നെ ചുമതലപ്പെടുത്തണമെന്നും മതപരമെന്നതുകൊണ്ട് അദ്ദേഹം ഉദ്ദേശിക്കുന്നത് എന്താണെന്ന് തനിക്കു വ്യക്തമല്ലെന്നും അദ്ദേഹം ജനറൽ സെക്രട്ടറിക്കെഴുതി. "ഞാൻ ദൈവത്തിലും അവതാരപുരുഷന്മാരിലും വിശ്വസിക്കുന്നു." എന്നാൽ, മതത്തിന്റെ പേരിൽ നടക്കുന്ന മറ്റനേക കാര്യങ്ങളോട് തനിക്കു യോജിക്കാനാവുന്നില്ലെന്നും അദ്ദേഹം തന്റെ കത്തിൽ വ്യക്തമാക്കിയിരുന്നു.

ഹരിജനങ്ങൾക്കിടയിൽ ഹിന്ദുധർമ്മം പ്രചരിപ്പിക്കുവാനുള്ള ആളെ നിയമിക്കാത്തത് ആനന്ദ തീർത്ഥന്റെ പേരിലുള്ള കുറ്റമായി അവശേഷിക്കുക തന്നെ ചെയ്തു.

ആ വർഷം ആഗസ്തിൽ എച്ച് എസ് എസ് കേന്ദ്രം മേലൂരിൽ നിന്നു മധുരെയ്ക്കു മാറ്റുവാനുള്ള ആജ്ഞ ഗോപാലസ്വാമിയിൽ നിന്നുണ്ടായി. ഡൽഹിയിൽ നിന്ന് ഇതേക്കുറിച്ച് സംശയ നിവൃത്തി ആവശ്യപ്പെട്ടതിന്റെ പേരിൽ ശിവത്തിന്റെ വക ശാസനയാണ് സ്വാമിജിക്കു ലഭിച്ചത്. ഗോപാലസ്വാമി ആവശ്യപ്പെട്ടാൽ പിന്നീടെന്തു സംശയനിവൃത്തിയാണു വേണ്ടത്. അദ്ദേഹം പറഞ്ഞത് അതുപടി പാലിക്കുക എന്ന ഉത്തരമാണ് ഡൽഹിയിൽനിന്നും ലഭിച്ചത്.

നിവൃത്തിയില്ലാതെവന്നപ്പോൾ 1955 ഒക്ടോബർ 5 ന് ആനന്ദതീർത്ഥൻ തന്റെ വാസസ്ഥലം മധുരെയ്ക്കു മാറ്റി. സംഘത്തിന്റെ വാർഷിക ജനറൽ ബോഡി മീറ്റിങ്ങിനു വേണ്ടി എല്ലാവർഷവും ആനന്ദതീർത്ഥനെ ക്ഷണിക്കാറുണ്ടായിരുന്ന ശ്രീ ശിവം വാർഷിക ജനറൽ ബോഡിയിൽ ആനന്ദതീർത്ഥൻ പങ്കെടുക്കേണ്ടതില്ല എന്ന അറിയിപ്പാണ് അയച്ചു കൊടുത്തത്. അതേത്തുടർന്ന് 1956 മാർച്ച് 28 ന് ശ്രീ ഗോപാല സ്വാമി ആനന്ദതീർത്ഥനെ താഴെ പറയും പ്രകാരം എഴുതി അറിയിച്ചു. 1956 ഏപ്രിൽ മുതൽ സംഘത്തിന്റെ മധുരൈ കേന്ദ്രം അടച്ചു പൂട്ടുകയും നിങ്ങളിനിമേൽ യാതൊരു പ്രവർത്തനവും തുടരേണ്ടതില്ല താക്കോൽ ശ്രീ ചെക്കിലിംഗത്തെ ഏല്പിക്കുക. സ്വാമി ആനന്ദ തീർത്ഥനെ സംബന്ധിച്ചിടത്തോളം ഹൃദയഭേദകമായ ഒരു തീരുമാനമായിരുന്നു ഇത്. അദ്ദേഹം രേഖപ്പെടുത്തുന്നു. ശ്രീ എൽ എൻ ഗോപാലസ്വാമിയുടെ കോപം അശനിപാതം പോലെ തന്റെ മേൽ പതിച്ചിരിക്കുന്നു. "ഭയം അരുത് ധാരാളം പ്രവർത്തിക്കുവാനുണ്ട്" എന്ന ഗുരുവിന്റെ വാക്കുകൾ മാത്രമാണ് ധൈര്യം പകരുവാനുണ്ടായിരുന്നത്.

അദ്ദേഹം ശ്രീ ശിവത്തിനെഴുതി. "ഹരിജനങ്ങൾ കടുത്ത പ്രതിസന്ധിയിലാണുള്ളത്. അവർക്കാവശ്യം ഭക്ഷണവും താമസ സ്ഥലവുമാണ്. അവർക്കതു നേടിക്കൊടുക്കുന്നതിനു പകരം നമ്മൾ സവർണ്ണ ഹിന്ദുക്കൾക്കു മനപരിവർത്തനം ഉണ്ടാക്കുവാൻ നോക്കുന്നു. ഇതിലൂടെ പാവപ്പെട്ട ഹരിജനങ്ങൾക്കു നമ്മൾ വ്യർത്ഥ വ്യാമോഹങ്ങൾ സമ്മാനിക്കുന്നു. ജനങ്ങളിലെ ജാതിചിന്ത വൈകാരിക ദൗർബല്യത്തെ മുറിവേല്പിക്കുവാൻ കോൺഗ്രസുകാർക്കു ഭയമാണ്." ശ്രീ വൈദ്യനാഥ അയ്യർ ജീവിച്ചിരുന്നെങ്കിൽ ഇതു സംഭവിക്കുകയില്ലായിരുന്നു എന്നോർത്ത് അദ്ദേഹം സ്വയം ആശ്വസിച്ചു.

ഏപ്രിൽ പത്താം തീയതി കെ എസ് ശിവം സ്വാമിക്കെഴുതി. ആനന്ദതീർത്ഥൻ 1856 ഏപ്രിൽ 25 മുതൽ കോഴിക്കോട്ടെത്തി സേട്ട്സ്യാംജി സുന്ദർദാസിന്റെ കീഴിൽ പ്രവർത്തിക്കേണ്ടതാണ്. സ്വാമിജി അതിനു തയ്യാറായി. മെയ് ഒന്നിന് അദ്ദേഹം കോഴിക്കോട് ആഫീസിൽ ജോയിൻ ചെയ്തു. അസിസ്റ്റന്റിനെ നിയമിച്ചതിന് അംഗീകാരം ആവശ്യപ്പെട്ടുകൊണ്ട് ഡൽഹിക്കെഴുതി. വേലായുധൻ എന്ന പുലയ യുവാവായിരുന്നു അദ്ദേഹം നിയമിച്ച അസിസ്റ്റന്റ്. ഇതിനുള്ള ശിവത്തിന്റെ മറുപടി അപക്വവും അഖി

ലേന്ത്യാ ഹരിജൻ സേവാസംഘത്തിന്റെ ജനറൽ സെക്രട്ടറിയെന്ന നിലയിൽ പ്രവർത്തിക്കുന്ന ഒരാളിൽ നിന്ന് ഉണ്ടാകാൻ പാടില്ലാത്ത തരത്തിലുള്ളതുമായിരുന്നു. "നിങ്ങൾ ഇപ്പോൾത്തന്നെ സേട്ട് ശ്യാംജി സുന്ദർദാസിന്റെ അസിസ്റ്റന്റ് ആയിട്ടാണ് പ്രവർത്തിക്കുന്നത്. അതിലേക്ക് നിങ്ങൾക്കൊരു അസിസ്റ്റന്റിന്റെ ആവശ്യം യാതൊരു സാഹചര്യത്തിലും അനുവദിക്കത്തക്കതല്ല." ഇതായിരുന്നു മറുപടിയുടെ സാരാംശം. ഇതു തന്നെ വല്ലാത്ത മുറിവേല്പിച്ച തിരിച്ചടിയായിരുന്നുവെന്ന കാര്യം ആനന്ദതീർത്ഥൻ അനുമാനിക്കുന്നു. അദ്ദേഹം എഴുതി. "ഞാൻ സംഘത്തെ സേവിക്കുന്നത് പുനഃതീരുമാനത്തിന്റെ സ്പിരിറ്റ് ഉൾക്കൊള്ളുന്നതുകൊണ്ടാണ്. എന്റെ ബുദ്ധിമുട്ടുകൾ എനിക്കേ അറിയൂ. പരലോകത്തിലെങ്കിലും എനിക്കു സന്തോഷം ലഭിക്കും എന്നു ഞാൻ പ്രത്യാശിക്കുന്നു. പുനഃതീരുമാനം ഏതാണ്ടു വിശുദ്ധവും പാവനമാണ്." അദ്ദേഹത്തെ സംബന്ധിച്ചിടത്തോളം സവർണ്ണ ഹിന്ദുക്കൾ തങ്ങളുടെ തെറ്റുകൾക്കായി ചെയ്യേണ്ട പ്രായശ്ചിത്തമാണിത്.

സംഘം ആനന്ദതീർത്ഥന്റെ സ്വാതന്ത്ര്യത്തെ പടിപടിയായി നിയന്ത്രിച്ചു. അയിത്തോച്ചാടന സമരത്തിലേക്ക് പലരും ആകൃഷ്ടരായത് തികഞ്ഞ രാഷ്ട്രീയ ലക്ഷ്യങ്ങൾ വെച്ചുകൊണ്ടാണന്നദ്ദേഹം വേഗം മനസ്സിലാക്കി. അയിത്താചരണം സംബന്ധിച്ച ഏതെങ്കിലും കേസുകൾ പൊലീസിൽ റിപ്പോർട്ടു ചെയ്യുന്നതിനു മുമ്പായി ഡൽഹി ആഫീസിന്റെ അനുവാദം വാങ്ങിയിരിക്കണം എന്ന നിബന്ധനപോലും ഉണ്ടായി. ഈ പുതിയ നിയന്ത്രണം സ്വതന്ത്ര ഇന്ത്യയിലെ ഒരു പൗരനെന്ന നിലയിൽ അനീതിയെന്നു തോന്നുന്ന ഒരു കാര്യത്തിനെതിരെ നിയമപരമായ പരിഹാരം തേടുവാനുള്ള തന്റെ പ്രാഥമികാവകാശത്തെപ്പോലും ലംഘിക്കുന്നതാകയാൽ ഇതു പിൻവലിക്കണമെന്നദ്ദേഹം ആവശ്യപ്പെട്ടു.

കോഴിക്കോട്ടെ അന്തരീക്ഷം കൂടുതൽ അനുകൂലമായി സ്വാമിജിക്കു തോന്നി. ജനങ്ങൾ പൊതുവേ പ്രതികൂലമാണെങ്കിലും തമിഴ്നാട്ടിലെപ്പോലെ ശത്രുതാഭാവത്തിൽ പെരുമാറുന്നില്ലെന്നത് ആശ്വാസകരമായിരുന്നു. ഈ സമയത്ത് അദ്ദേഹത്തിന്റെ വലതുകണ്ണിൽ രോഗം പിടിപെട്ടു. ചികിത്സയ്ക്കായി മദ്രാസ്സിലേക്കു പോകേണ്ടി വന്നു. അദ്ദേഹത്തിന്റെ ഒരു ബന്ധുവായിരുന്നു മദ്രാസ് ഗവൺമെന്റിന്റെ ആശുപത്രിയിലെ ഒപ്താൽമോളജി ഡിപ്പാർട്ടുമെന്റിന്റെ തലവൻ. ചില പ്രാഥമിക ചികിത്സയ്ക്കുശേഷം കാഞ്ചിപുരത്തെത്തി ആയുർവ്വേദ ചികിത്സ തുടങ്ങി. ഇതിനിടയിലും ഹരിജനങ്ങളെ ചായക്കടകളിലേക്കും ബാർബർഷാപ്പുകളിലേക്കും മറ്റും നയിക്കുന്ന പ്രവർത്തനത്തിൽ വ്യാപൃതനായി. തന്റെ മുൻകാല പ്രവർത്തനങ്ങൾക്ക് എത്രമാത്രം ഫലമുണ്ടായിരുന്നു എന്ന് പരീക്ഷിച്ചു നോക്കുകയായിരുന്നു ഇത്തവണ.

ഇത്തവണത്തെ കാഞ്ചിപുരം താമസത്തിനിടയ്ക്ക് പ്രസിദ്ധമായ ഏകാംബരേശ്വര ക്ഷേത്രത്തിലെ ട്രസ്റ്റിയായി നാമനിർദ്ദേശം ചെയ്യപ്പെട്ട

ശ്രീ എം കണ്ണന് മറ്റു ട്രസ്റ്റിമാരോടൊപ്പമുള്ള ബഹുമതികൾ നല്കാതിരുന്ന കേസ് സ്വാമിജി ഏറ്റെടുത്തതു. ഇതിനു കാരണം പറഞ്ഞത് ഒരു ഹരിജൻ ട്രസ്റ്റിയുടെ വീട്ടിൽ പോകുവാൻ ആചാരപ്രകാരം കുടപിടിക്കുന്നവർ വിസമ്മതിച്ചു എന്നതാണ്. 1956 നവംബർ 5 ന് ഹരിജൻ ട്രസ്റ്റി ചാർജ്ജെടുത്തതിനു ശേഷം അന്നുവരെയും ട്രസ്റ്റിമാരുടെ യോഗം ചേർന്നിട്ടില്ല. ആനന്ദതീർത്ഥൻ ഈ വിഷയം ഗവൺമെന്റിന്റെ ശ്രദ്ധയിൽപ്പെടുത്തി. ഹിന്ദു റിലീജിയസ് & ചാരിറ്റബിൾ എൻഡോവ്മെന്റിന്റെ കമീഷണർ ക്ഷേത്രത്തിലെ മാനേജിങ് ട്രസ്റ്റിമാരെ ഈ കാര്യത്തിൽ താക്കീതു ചെയ്ത് വേണ്ട നിർദ്ദേശങ്ങൾ കൊടുക്കണമെന്ന് ആനന്ദതീർത്ഥൻ ആവശ്യപ്പെട്ടു. എല്ലാ ട്രസ്റ്റികളെയും തുല്യ നിലയിൽ പരിഗണിക്കണമെന്നും എല്ലാത്തരത്തിലുള്ള വിവേചനവും അവസാനിപ്പിക്കുകയും ചെയ്യണമെന്നാവശ്യപ്പെട്ടതുകൊണ്ട് ഡെപ്യൂട്ടി കമീഷണറുടെ താക്കീത് എല്ലാവർക്കും കിട്ടി.

കാഞ്ചീപുരത്തുനിന്നും ആനന്ദതീർത്ഥനു പോകേണ്ടിയിരുന്നത് തിരുവനന്തപുരത്തേക്കാണ്. ക്ഷേത്രപ്രവേശനം, ഹരിജൻ സ്കോളർഷിപ്പ് ഹരിജൻ കോളനികൾ, തീർപ്പ് കല്പിക്കുവാൻ ബാക്കി കിടക്കുന്ന നിയമത്തർക്കങ്ങൾ എന്നിങ്ങനെ ഉടൻ പരിഹാരം കാണേണ്ട ഒരു നീണ്ട ലിസ്റ്റുമായി അദ്ദേഹം മന്ത്രി മന്ദിരങ്ങളിലും ഉദ്യോഗസ്ഥ മേധാവികളുടെ ആഫീസുകളിലും കയറിയിറങ്ങി.

സ്വാമിജി തന്റെ ഒരു കത്തിൽ നേരത്തെ ചൂണ്ടിക്കാണിച്ച മേലൂരിലെ അദ്ദേഹത്തിന്റെ അഭാവം ഒട്ടേറെ പ്രശ്നങ്ങൾ സൃഷ്ടിച്ചു. 1957 ലെ പൊതു തിരഞ്ഞെടുപ്പു കഴിഞ്ഞതോടെ പീഡനങ്ങളുടെ പരമ്പര തന്നെ ഹരിജനങ്ങൾക്കു നേരിടേണ്ടിവന്നു. മേലൂരിൽനിന്നും 6 മൈൽ മാത്രം അകലെയുള്ള കിഭേരിപാട്ടി എന്ന സ്ഥലത്ത് 60 വീട്ടുകാർ അടങ്ങുന്ന ഒരു ഹരിജൻ ചേരി പൂർണ്ണമായും സവർണ്ണഹിന്ദുക്കൾ തീവെച്ചു നശിപ്പിക്കുകയുണ്ടായി. നിർദ്ദോഷികളായ ഹരിജനങ്ങളുടെമേൽ പശുഹത്യപോലുള്ള വ്യാജ ആരോപണങ്ങൾ ഉന്നയിക്കപ്പെട്ടു. സ്ഥലത്തെ ഗവ. ട്രെയിനിങ് സ്കൂളിൽ കുട്ടികളെ തെരഞ്ഞെടുക്കുന്നതിലും ഗുരുതരമായ വിവേചനം നിലവിലുണ്ടായിരുന്നു. 1957 സെപ്തംബർ 6 വരെ സാമിജി മേലൂരിൽ തങ്ങി. അവിടെനിന്നദ്ദേഹം തിരുവനന്തപുരം വഴി വർക്കലയ്ക്കു തിരിച്ചു. അവിടെ ശ്രീനാരായണ ഗുരു സമാധിയായ സ്ഥലത്തുപോലും തീവ്രമായ അയിത്താചരണം നടക്കുന്നു എന്നത് അദ്ദേഹത്തെ വല്ലാതെ ആശ്ചര്യപ്പെടുത്തി. ഇതിനിടെ ശക്തമായ പ്രചാരണം അദ്ദേഹം അഴിച്ചുവിട്ടു. ഹരിജനങ്ങൾക്ക് നിഷേധിച്ചിരുന്ന ബാർബർ ഷോപ്പുകളിലേക്കും ഹോട്ടലുകളിലേക്കും മറ്റും അദ്ദേഹം ഹരിജനങ്ങളെ നയിച്ചു. അയിത്തത്തിനെതിരായ തുറന്ന വെല്ലുവിളിയുമായി അദ്ദേഹം വർക്കലയിലും സമീപ പ്രദേശങ്ങളായ വടശ്ശേരിക്കര, എടവാ, രഘുനാഥപുരം എന്നീ സ്ഥലങ്ങളിലും ചുറ്റി സഞ്ചരിച്ചു.

ഇതിനകം മധുരൈ ഡിസ്ട്രിക്ടിലെ രാമനാഥപുരത്ത് ഹരിജനങ്ങളും മാർവാരരും തമ്മിലുള്ള ഏറ്റുമുട്ടൽ കൂടുതൽ വഷളായിക്കഴിഞ്ഞിരുന്നു. മധുക്കുലത്തൂർ അസംബ്ലി തിരഞ്ഞെടുപ്പിനു ശേഷമാണ് ഇതു മൂർച്ഛിച്ചത്. മാർവരർ കോൺഗ്രസിനെതിരായി നിർത്തിയിരുന്ന ഫോർവേർഡ് ബ്ലോക്ക് സ്ഥാനാർത്ഥിക്കെതിരായി ഹരിജനങ്ങൾ പരസ്യമായി കോൺഗ്രസിനെ പിന്തുണച്ചിരുന്നു. ഹരിജനങ്ങളുടെ ഭാഗത്തുനിന്നുള്ള വിശ്വാസലംഘനം എന്ന നിലയിൽ ഇതു കണക്കാക്കി ഒരു ജാതിക്കോമരം എന്നു വിശേഷിപ്പിക്കാവുന്ന ശ്രീ മുത്തുരാമ ലിംഗ തേവർ എം പിയുടെ നേതൃത്വത്തിൽ ചിലർ ഇളകിവശായി. ഹരിജൻ ചേരികൾക്കു കൂട്ടത്തോടെ തീ വെക്കുക, അവരുടെ സ്വത്തുക്കൾ കവർച്ച ചെയ്യുക തുടങ്ങി ഒരു ഭീകരക്കാഴ്ച തന്നെ അഴിച്ചുവിട്ടു. മുതുക്കുലത്തൂർ, പരമാലുൻഡി മണ്ടമാമധുരൈ, ശിവഗംഗ തുടങ്ങിയ പ്രദേശങ്ങളിലെ നൂറുകണക്കിനു ഗ്രാമങ്ങളിൽ ഒട്ടേറെ ഹരിജനങ്ങൾ കൊല്ലപ്പെട്ടു. മുത്തുരാമരൻ ലിംഗത്തേവരുടെ ഗുണ്ടകൾ ഒരു പ്രമുഖ ഹരിജൻ നേതാവായിരുന്ന ശ്രീ ഇമ്മാനുവേൽ ശേഖരനെ വധിച്ചു.

വാർത്ത ഡൽഹിയിലെത്തിയപ്പോൾ ആഭ്യന്തര മന്ത്രികാര്യാലയത്തിൽ നിന്നു ശ്രീ എം എൻ ദത്താർ പട്ടികജാതിക്കമീഷണർ ശ്രീ ശ്രീകാന്ത എന്നിവരെ ഈ ദേശങ്ങൾ സന്ദർശിച്ച് സ്ഥിതിഗതികൾ മനസ്സിലാക്കുവാൻ നിയോഗിച്ചു. തങ്ങളും രംഗത്തുണ്ടെന്നു കാണിക്കുവാൻ വേണ്ടി സ്വാമിജിയെ ഇങ്ങോട്ടയയ്ക്കണമെന്നാവശ്യപ്പെട്ടുകൊണ്ട് ശ്രീ ശിവം സേത്ത് ശ്യാംജി സുന്ദർദാസിന് അടിയന്തരസന്ദേശം അയച്ചു. കാര്യങ്ങൾ അന്വേഷിക്കുവാനും അനുരഞ്ജനം ഉണ്ടാക്കുവാനും സ്വാമിജിയെ നിയോഗിക്കുന്നുവെന്നും അദ്ദേഹത്തിനൊരസിസ്റ്റന്റിനെക്കൂടി നല്കണമെന്നും സന്ദേശത്തിൽ വ്യക്തമാക്കിയിരുന്നു. പിന്നീടദ്ദേഹം സ്വാമിക്കെഴുതി. “നിങ്ങളുടെ സഹായത്തിന് രണ്ടോ മൂന്നോ പേരെ വേണമെങ്കിൽ എടുത്തുകൊള്ളുക.” ഏതാനും മാസങ്ങൾക്കുമുമ്പ് നിങ്ങൾ മറ്റൊരാളുടെ അസിസ്റ്റന്റ് ആണ്, ആ നിലയ്ക്കു നിങ്ങൾക്കെന്തിനാണ് മറ്റൊരു അസിസ്റ്റന്റ് എന്നു ചോദിച്ച അതേ മനുഷ്യൻ തന്നെയാണിദ്ദേഹമെന്നോർക്കണം.

തമിഴ്നാട്ടിലെ അതിക്രമങ്ങളെക്കുറിച്ചുള്ള റിപ്പോർട്ട്

ലഹള ബാധിത പ്രദേശങ്ങളിൽ എൻ എം ദത്താറിനെ സ്വാമി ആനന്ദതീർത്ഥൻ അനുഗമിച്ചിരുന്നു. അതിക്രമങ്ങളുടെ സ്വഭാവവും ഈ സംഘർഷത്തിന്റെ സാമൂഹ്യ സാമ്പത്തിക പശ്ചാത്തലവും വിശദമാക്കുന്ന താഴെപ്പറയുന്ന റിപ്പോർട്ട് സ്വാമിജി ഡൽഹിയിലെ എച്ച് എസ് എസ് ആസ്ഥാനത്തേക്കയച്ചു.

രാമനാഥപുരം ഡിസ്ട്രിക്ടിലെ മധുക്കുലത്തൂർ, അരുപ്പ്യക്കോട്ടൈ,

പാറാംകുഴി, ശിവഗംഗ എന്നീ താലൂക്കുകളിൽ ഈയിടെ സംഭവിച്ച അതിക്രമവും തികച്ചും അപലപനീയവും വേദനാജനകവുമാണ്. ദാരുണമായ കാഴ്ചകളാണിവിടെ നമ്മെ സ്വീകരിക്കുന്നത്. കത്തിച്ചാമ്പലായ ഹരിജൻ വീടുകൾ, പരിക്കുപറ്റിയ മനുഷ്യർ. ധരിച്ചിരിക്കുന്ന വസ്ത്രമൊഴികെ മറ്റെല്ലാം അവർക്കു നഷ്ടപ്പെട്ടിരിക്കുന്നു. മൃഗതുല്യരായി എന്തും ചെയ്യാൻ മടിക്കാത്ത ഒരു സംഘം തെമ്മാടികൾ അവിടെ തമ്പടിച്ചുകൊണ്ടു ഹരിജനങ്ങളിൽ ഭീതി പരത്തുന്നു. സാധുക്കളായ ഹരിജനങ്ങളുടെ എടുത്തുമാറ്റാവുന്ന സ്വത്തുക്കളത്രയും ഈ തെമ്മാടികൾ കൊള്ളയടിച്ചിരിക്കുന്നു. ഹരിജൻ വീടുകൾക്കു തീകൊളുത്തുന്ന ഈ നിഷ്ഠുരന്മാർ തീ മറ്റു ഭാഗങ്ങളിലേക്കു പടരാതിരിക്കുവാൻ മുൻകരുതലെടുക്കുന്നുണ്ട്. ഒരു സ്ഥലത്തു നിന്നു മറ്റൊരു സ്ഥലത്തേക്കു നീങ്ങി ഇവർ തങ്ങളുടെ അതിക്രമം ആവർത്തിക്കുന്നു. ഏകദേശം 200 ഗ്രാമങ്ങളിലായി 2000 ഹരിജൻ കുടുംബങ്ങൾ മാർവാരർ എന്നറിയപ്പെടുന്ന ജാതിക്കാരുടെ ഭീകരവാദത്തിന് ഇരയായി. തിരുപ്പൾച്ചെട്ടി പൊലീസ് സ്റ്റേഷന്റെ അവിടെ നിന്നു ബസ്സ്റ്റാന്റിൽ ഒരു ഫർലോങ് മാത്രം അകലെയായി 190 ഹരിജൻ വീട് അഗ്നിക്കിരയാക്കിയിട്ടുണ്ട്. പ്രാദേശിക പൊലീസധികാരികൾ ഇടപെട്ടില്ലെന്നു മാത്രമല്ല അധികാരികൾക്കൊരു റിപ്പോർട്ടുപോലും ഇതേക്കുറിച്ചയക്കുകയുണ്ടായില്ല. ലഹളബാധിത പ്രദേശങ്ങൾ ഇതുവരെയും പൊലീസോ മറ്റേതെങ്കിലും അധികാരികളോ സന്ദർശിക്കുകപോലുമുണ്ടായിട്ടില്ല. സാധുക്കളും നിരക്ഷരരുമായ ഈ പ്രദേശത്തെ ഹരിജനങ്ങളുടെ കാഴ്ചപ്പാടുകൾ അതിരൂക്ഷമാണ്.

ലഹളയുടെ യഥാർത്ഥ കാരണം

ഈ ലഹള പെട്ടെന്നു പൊട്ടിപ്പുറപ്പെടുവാനുണ്ടായ കാരണം തൊട്ടടുത്തു നടന്ന തിരഞ്ഞെടുപ്പു ആയിരുന്നുവെങ്കിലും ഈ താലൂക്കിലെ വില്ലേജുകളെ അടുത്തറിഞ്ഞവർക്കറിയാം കുറഞ്ഞൊരുകാലം സ്വയം തിരിച്ചറിവിൽ നിന്നുണ്ടായ ഹരിജനങ്ങളുടെ ഉണർവ്വിനെയും ചെറുത്തുനില്പിനെയും തടഞ്ഞുനിർത്തുവാനുള്ള മാർവാര സമൂഹത്തിന്റെ പരിശ്രമം ഇതിന്റെ പിന്നിലുണ്ടെന്ന കാര്യം. സാമൂഹ്യരംഗത്ത് മേൽജാതിക്കാരായ മാർവാര തങ്ങളുടെ അടിമകളായിട്ടാണ് ഹരിജനങ്ങളെ കണക്കാക്കിയിരുന്നത്. ഉടമകളുടെ മുഖത്തുനോക്കി ഭരണഘടന ഉറപ്പു നല്കുന്ന സ്വന്തം പൗരാവകാശങ്ങൾ ഉന്നയിക്കുവാൻ തുടങ്ങിയ ഹരിജനങ്ങളെ നിലയ്ക്കുനിർത്തുവാൻ ഉദ്ദേശിച്ചഴിച്ചുവിട്ടതായിരുന്നു ഈ ലഹള. തിരഞ്ഞെടുപ്പുകാലത്ത് ചില ഹരിജനങ്ങൾ മാർവാരാനേതാക്കന്മാരെ തള്ളിപ്പറയുകയും കോൺഗ്രസ് സ്ഥാനാർത്ഥിയെ പരസ്യമായി പിന്തുണയ്ക്കുകയും

ചെയ്തു. ഇതിന്റെ ഫലമായി സംവരണ നിയോജക മണ്ഡലമായിരുന്ന അവിടെനിന്നും കോൺഗ്രസ് സ്ഥാനാർത്ഥിയായിരുന്ന ശ്രീ അറുമുഖം തിരഞ്ഞെടുക്കപ്പെട്ടു. മാർവാരരുടെ അഭിമാനത്തിനേറ്റ ക്ഷതമായി അവർ കരുതി. അവർ പകരം വീട്ടുവാൻ തന്നെ തീരുമാനിച്ചു. ഏറ്റുമുട്ടലിനു തയ്യാറായ ഗവൺമെന്റ് ആശങ്കയോടെയാണ് ഇതിനെ വീക്ഷിച്ചത്. നിരവധി ഹരിജനമർദ്ദനങ്ങളുടെ കേസുകൾ പൊലീസിൽ റിപ്പോർട്ട് ചെയ്യപ്പെട്ടു. എന്നിട്ടും പൊലീസ് വേണ്ടത്ര ജാഗ്രത പാലിച്ചില്ല. 1957 സെപ്തംബർ 10 ന് രാംനാട് ജില്ലാകളക്ടർ സമാധാന സമ്മേളനം വിളിച്ചുകൂട്ടി. ഈ സമ്മേളനത്തിനു ശേഷമാണ് ഹരിജനങ്ങളുടെ മേൽ ചാടിവീണ് ഒരാക്രമണം അഴിച്ചുവിടാനുള്ള ഗൂഢാലോചന രൂപപ്പെട്ടത്.

സർക്കാർ നടപടികൾ കാലേക്കൂട്ടി ഉണ്ടാകേണ്ടതായിരുന്നു

സാഹചര്യത്തിന്റെ ഗൗരവം നേരത്തെ തന്നെ അറിഞ്ഞിരുന്ന സ്ഥിതിക്ക് ഗവൺമെന്റിന് പൊലീസിനു വേണ്ട നിർദ്ദേശങ്ങൾ നേരത്തെ നല്കാമായിരുന്നു. പ്രാദേശിക പൊലീസ് സംഘത്തിലെ കൂടുതൽപേരും മാർവാര സമുദായത്തിൽനിന്നും തെരഞ്ഞെടുക്കപ്പെട്ടവരായിരുന്നതിനാൽ അവർ അവരുടെ സമുദായക്കൂറു വെളിപ്പെടുത്തി. ക്രമാതീതമായ നഷ്ടം സംഭവിച്ചുകഴിഞ്ഞാണ് സർക്കാർ ഇവിടേക്കു ആവശ്യമായ ശ്രദ്ധ പതിപ്പിച്ചത്.

സഹായം ആവശ്യപ്പെടുന്നു

ഇപ്പോൾ ഈ പ്രദേശം കലാപമുക്തമാണെങ്കിലും ഇത് ഉപരിതല സ്പർശിയായ ഒരു ശാന്തത മാത്രമല്ലെ എന്നു ഞങ്ങൾ ഭയപ്പെടുന്നു. എല്ലാം നഷ്ടപ്പെട്ട നിലയിൽ തെരുവിലേക്കു വലിച്ചിഴക്കപ്പെട്ട ഹരിജനങ്ങൾക്കടിയന്തര സഹായമെത്തിച്ചുകൊടുക്കുക എന്നതാണ് ഉടൻ നമുക്കു ചെയ്യാൻ കഴിയുന്ന കാര്യം. 30 പേർ വീതം ഉൾക്കൊള്ളുന്ന പ്രവർത്തകരെ ഈ നാലുതാലൂക്കുകളിലെ കലാപ ബാധിത പ്രദേശങ്ങളിലേക്കു നിയോഗിക്കുവാൻ ഞാൻ ഹരിജൻ സേവാ സംഘത്തിന്റെ കേന്ദ്ര ആഫീസിനോട് അഭ്യർത്ഥിക്കുന്നു. ഇപ്രകാരം നിയോഗിക്കപ്പെടുന്നവർ ഞങ്ങളുടെ കുടിലുകളിൽ ഭയവിഹ്വലരായിക്കഴിയുന്ന ജനങ്ങളെ സന്ദർശിച്ച് അവർക്കു ധൈര്യവും പ്രതീക്ഷയും നല്കണം. സ്വന്തം പാർപ്പിടം നഷ്ടപ്പെട്ടവരെ ആശ്വസിപ്പിക്കേണ്ടതുണ്ട്. ഭക്ഷണവും വസ്ത്രവും മറ്റാവശ്യങ്ങളും അവരുടെ ഇടയിൽ വിതരണം ചെയ്യേണ്ടതുണ്ട്. പ്രവർത്തനങ്ങൾക്കെല്ലാം പണം ആവശ്യമുണ്ട്. ഹരിജനങ്ങൾക്കെതിരായ അക്രമ പ്രവണതയെ മുളയിലേ നുള്ളിക്കളയുവാനും സമൂഹത്തിലെ താഴെക്കിടയിൽക്കിടക്കുന്ന അവശരായ ഈ ജനവിഭാഗത്തിന്റെ അന്തസ്സുയർത്തുവാനും സവർണ്ണ യുവാക്കൾ ഇവരുമായി നല്ല ബന്ധം പുലർത്തുവാനുമുള്ള പ്രചരണ പരിശ്രമങ്ങൾ നടക്കേണ്ടതുണ്ട്.

സാമൂഹ്യ സാമ്പത്തിക പശ്ചാത്തലം

രാംനാടു ജില്ലയുടെ കിഴക്കൻ താലൂക്കുകൾ, പരമാക്കുടി, ശിവഗംഗ, മുതുക്കുലത്തൂർ, അരിപ്പുക്കോട്ടൈ തുടങ്ങിയ സ്ഥലങ്ങൾ രാജാക്കന്മാരുടെയും സെമീന്ദാന്മാരുടെയും ഭരണത്തിൻ കീഴിലായിരുന്നു ഒട്ടേറെക്കാലം. ഗ്രാമത്തിന്റെ എല്ലാ പ്രധാനപ്പെട്ട സ്ഥലങ്ങളിലും ഈ രാജാക്കന്മാരുടെയും സെമിന്ദാരന്മാരുടെയോ അകന്ന ബന്ധുക്കളാണ് താമസിച്ചിരുന്നത്. സെമിന്ദാരി നിർത്തലാക്കിക്കൊണ്ടുള്ള നിയമം നടപ്പിലാക്കിയപ്പോൾ അതിനോട് പൊരുത്തപ്പെടാൻ ഈ പ്രമാണിമാരിൽ പലർക്കും കഴിഞ്ഞിരുന്നില്ല.

ഈ താലൂക്കുകളിലെ സെമിന്ദാരന്മാർ എല്ലാവരുംതന്നെ മാർവാര സമുദായത്തിൽപ്പെട്ടവരായിരുന്നു. ഹരിജനങ്ങളുടെ മേൽ തങ്ങൾക്കുണ്ടായിരുന്ന ഭരണാവകാശം പഴയതുപോലെ തുടരണമെന്നവർക്കു വാശിയായിരുന്നു.

ഈ പ്രദേശങ്ങളിലെ ഹരിജനങ്ങളുടെ വിധി വളരെ കഷ്ടമായിരുന്നു. അയിത്തം അവരുടെ ഇടയിൽ വളരെ ആഴത്തിൽ വേരോടിയിരുന്നു. തങ്ങളുടെ സാമൂഹ്യമായ പദവിയെക്കുറിച്ച് അവർ ബോധമുള്ളവരായി വരുന്നതേ ഉണ്ടായിരുന്നുള്ളൂ. മാർവാര സംഘവുമായി സംഘർഷത്തിനു വഴിയൊരുക്കിയത് ഈ ബോദ്ധ്യമായിരുന്നു.

ഈ പ്രദേശങ്ങൾ മുഴുവൻതന്നെ വരണ്ടതും കൃഷിക്കു വേണ്ടി മഴയെ മാത്രം ആശ്രയിച്ചു കഴിഞ്ഞുപോരുന്നതുമായ പ്രദേശങ്ങളായിരുന്നു. ഒരിടത്തുപോലും ചണവ്യവസായമോ മറ്റെന്തെങ്കിലുമോ ഉണ്ടായിരുന്നില്ല. ഇതുൾപ്പെടെ മറ്റു പല കാരണങ്ങൾകൊണ്ടും ദാരിദ്ര്യവും അജ്ഞതയും ഈ സമൂഹത്തിൽ പൊതുവിലുണ്ടായിരുന്നു. പല ഗവൺമെന്റ് ഡിപ്പാർട്ടുമെന്റുകളുടെ കാര്യത്തിലും ഈ പ്രദേശം സുദീർഘകാലമായി അവഗണിക്കപ്പെട്ടു കിടന്നിരുന്നു. ഇതിനാൽ, സാമൂഹ്യ വിദ്യാഭ്യാസത്തിന്റെയും സാമ്പത്തിക വികസനത്തിന്റെയും കാര്യത്തിൽ വ്യക്തമായ പരിപാടികൾ ഈ പ്രദേശത്തിന്റെ വികസനത്തെ മുന്നിൽ കണ്ടുകൊണ്ട് ആസൂത്രണം ചെയ്യേണ്ടതുണ്ടായിരുന്നു.

സാമൂഹ്യമായ പിന്നോക്കാവസ്ഥ

ഗവൺമെന്റിന് എന്തൊക്കെ ചെയ്യുവാൻ കഴിയും: കുടിവെള്ളം ശേഖരിക്കുന്നതിനാവശ്യമായ കിണറുകൾ സൗകര്യംപോലെ ഇല്ലാത്തതാണ് ഏതാണ്ട് വെള്ളം കോരുന്നതു സംബന്ധിച്ചുണ്ടാകാറുള്ള എല്ലാ ഏറ്റുമുട്ടലുകളുടെയും ഒരു പ്രധാനകാരണം. ഭൂരിഭാഗം ഗ്രാമങ്ങളിലും ജനങ്ങൾ കുടിവെള്ളം ശേഖരിക്കുന്നത് കൃഷിക്കായി വെള്ളം സംഭരിക്കുവാൻ കെട്ടിയുണ്ടാക്കിയ ചെളിക്കുഴികളിൽനിന്നാണ്. മഴക്കാലത്ത് ഈ കുഴികൾ മൂടപ്പെടുകയും ജനങ്ങൾക്ക് ഒഴുക്കുവെള്ളം കുറച്ച് ദാഹം തീർക്കുകയും ചെയ്യേണ്ടിവരുന്നു. അതിനാൽ വെള്ളത്തിനായുള്ള കിണറുകളുടെ നിർമ്മാണം ഊർജ്ജിതപ്പെടുത്തേണ്ടതുണ്ടായിരുന്നു.

ആശയവിനിമയം

ചാലക്കുടിയും മുതുക്കൂലത്തൂറും തമ്മിൽ യോജിപ്പിക്കുന്ന ഒരു റോഡും മുതുക്കൂലത്തൂറും കാമുദിയും തമ്മിൽ യോജിപ്പിക്കുന്ന റോഡും ഒഴിച്ചു നിർത്തിയാൽ മുതുക്കൂലത്തൂർ താലൂക്കിൽ മറ്റൊരൊറ്റ റോഡു പോലുമില്ലെന്നതാണ് സത്യം. ആളുകൾക്ക് അന്യോന്യം ആശയവിനിമയത്തിന് ഒരു മാർഗ്ഗവുമില്ല. ഒരു പ്രദേശത്തെ പ്രധാനപ്പെട്ട ഗ്രാമങ്ങളെല്ലാം കൂട്ടിയിണക്കുന്ന റോഡ് ആ പ്രദേശത്തിന്റെ വികസനത്തിനത്യന്താപേക്ഷിതമാണ്. ജനങ്ങൾക്കു യാതൊരു സുരക്ഷിതത്വബോധവുമില്ല, പ്രത്യേകിച്ച് ഹരിജനങ്ങൾക്ക്.

പാർപ്പിട പ്രശ്നം

ചിലപ്പോൾ ആകസ്മികമായി, മറ്റു ചിലപ്പോൾ രണ്ടു വിഭാഗങ്ങൾ തമ്മിലുള്ള ഏറ്റുമുട്ടലിന്റെ ഫലമായി ഉണ്ടാകുന്ന തീപിടുത്തം ഈ പ്രദേശത്തെ ഒരു സ്ഥിരം സംഭവമാണ്. ജനങ്ങൾ നിരന്തരമായ ഭയത്തിലാണ് ജീവിതം തള്ളിനീക്കുന്നത്. ഓടുമേഞ്ഞ വീടുകൾ ഇവർക്കു നല്കിയാൽ തീപിടുത്തത്തിൽ നിന്ന് ഒട്ടൊക്കെ കര കയറുവാൻ ഹരിജനങ്ങളെ സഹായിക്കും. ഒറ്റ തിരിഞ്ഞു താമസിക്കുന്ന ഹരിജനങ്ങളെ ഒരുമിപ്പിച്ച്, കുറഞ്ഞത് 100 ഹരിജൻ കുടുംബങ്ങൾക്കെങ്കിലും ഒരുമിച്ചു താമസിക്കുവാനുള്ള സൗകര്യങ്ങളുണ്ടാക്കിക്കൊടുക്കുന്നത് നന്നായിരിക്കും.

പ്രചരണ പ്രവർത്തനങ്ങൾ

വിവിധ സമുദായങ്ങൾ തമ്മിൽ തമ്മിൽ മെച്ചപ്പെട്ട ബന്ധങ്ങൾ വളർത്തിയെടുക്കുവാൻ സഹായകമായ പ്രചാരണ പ്രവർത്തനങ്ങൾ നടത്തേണ്ടതുണ്ട്. അയിത്തം ഉന്മൂലനം ചെയ്യാൻ ഇതു സഹായിക്കും. ഗ്രാമങ്ങളുടെ അഭിവൃദ്ധിക്കുവേണ്ടി അവരുടെതന്നെ ശ്രമദാന ജോലിയേയും പ്രോത്സാഹിപ്പിക്കാവുന്നതാണ്.

വിദ്യാഭ്യാസം

വിദ്യാഭ്യാസപരമായി വളരെ പിന്നോക്കമാണ് മുതുക്കൂലത്തൂർ താലൂക്ക്. മുൻ കൊലക്കുറ്റവാളികളുടെ വംശത്തിൽപ്പെട്ടവരാണ് കൂടുതലാളുകളും. മാർവാരരുടെ ബന്ധപ്പെട്ട ജാതിയായ സേർവായിക്കർ, കോനാരർ, കൂടാതെ ഹരിജനങ്ങളും ആണ് ഇവിടുത്തെ ജനങ്ങൾ. അഞ്ഞൂറിൽ അധികം ജനസംഖ്യ ഉള്ള ചില ഗ്രാമങ്ങളിൽ പോലും സ്കൂളുകളില്ല. ചില സ്ഥലത്ത് സ്കൂളുകൾ ഉള്ളതുതന്നെ ഇടിഞ്ഞു പൊളിഞ്ഞ ഭജന കോവിലുകളിലും അനാരോഗ്യകരമായ സാഹചര്യങ്ങളിൽ തട്ടിക്കൂട്ടിയ ഷെഡ്ഡുകളിലുമാണ്. ആൺകുട്ടികൾക്കും പെൺകുട്ടികൾക്കും പ്രത്യേകം ഹോസ്റ്റലുകൾ സ്ഥാപിക്കേണ്ടതുണ്ട്. ഇവിടുത്തെ ജനങ്ങളുടെ ദാരിദ്ര്യം

കണക്കിലെടുത്ത് സൗജന്യ ഉച്ചഭക്ഷണം കുട്ടികൾക്ക് നല്കേണ്ടതുണ്ട്. എലിമെന്ററി സ്കൂളുകളെ ഹൈസ്കൂളുകളായി ഉയർത്തുന്നതിനുള്ള നട പടികൾ ഘട്ടം ഘട്ടമായി നടപ്പിലാക്കുന്നു.

സമ്പദ്ഘടന

ഈ പ്രദേശത്തെ മണ്ണ് പൊതുവേ ഫലഭൂയിഷ്ഠമാണ്. പക്ഷേ, ഇതിൽനിന്നുള്ള വരുമാനം തുച്ഛമാണ്. മഴയുടെ അഭാവം, അനുയോജ്യ മായ വളം ചെയ്യാനുള്ള കഴിവില്ലായ്മ, മേൽത്തരം വിത്തുകൾ തിരഞ്ഞു പിടിക്കുന്നതിൽ സംഭവിക്കുന്ന പാളിച്ച; ഇവയൊക്കെയാണ് ഇതിനു കാരണം. മഴവെള്ളം ശേഖരിച്ചു നിർത്തിയിരിക്കുന്ന ടാങ്കുകളെ ആശ്രയി ച്ചാണ് ഇവിടങ്ങളിൽ കൃഷി ചെയ്യുന്നത്. ഇത്തരം ധാരാളം ടാങ്കുകൾ ഈയിടെയായി പണി പൂർത്തിയായിട്ടുണ്ടെങ്കിലും അവയിലൊന്നിലും ഒരു വിളയ്ക്കുപോലും മതിയായത്ര വെള്ളം ഇല്ലായെന്നതാണ് വസ്തുത. വൈറെ നദിയിൽനിന്ന് ഈ ടാങ്കുകളിലേക്കു വെള്ളം തിരിച്ചുവിടുവാൻ കഴിയും. ജനങ്ങൾക്കു ഒരു വിളയ്ക്കെങ്കിലും മതിയായത്ര ജലം ഈ ടാങ്കുകളിലെത്തിച്ചുകൊടുക്കുവാൻ സർക്കാർ നിരൂപിച്ചാൽ സാധിക്കു ന്നതേയുള്ളൂ. കിണറുകുഴിച്ചാൽ പല സ്ഥലങ്ങളിലും വെള്ളം കണ്ടെത്തുവാൻ കഴിയും. ജലത്തിനുവേണ്ടിയുള്ള പരിശ്രമം ഈ വഴിക്കു തുടരേണ്ടതാണ്. കൃഷിയുടെ നിലവാരം ഉയർത്തുവാനും തദ്വാര ഉല്പാ ദനം മെച്ചപ്പെടുത്തുവാനും കഴിയണം.

ഈ പ്രദേശത്തു മൊത്തത്തിൽ ആടു വളർത്തൽ ഒരു തൊഴിലാണ്. കാലിവളർത്തൽ, കോഴിവളർത്തൽ തുടങ്ങിയവയെ പ്രോത്സാഹിപ്പിച്ചും ഗ്രാമീണരുടെ ഐശ്വര്യ സമൃദ്ധിക്കുവേണ്ടി സർക്കാരിനു പ്രവർത്തിക്കാ വുന്നതാണ്.

ഭൂരിഭാഗം സ്ഥലങ്ങളും വർഷത്തിലൊരിക്കൽ മാത്രം കൃഷി ചെയ്യു വാൻ കഴിയുന്നവയാണ്. അതിനാൽ കൃഷിയില്ലാത്ത ആറോ ഏഴോ മാസ ങ്ങൾ ജനങ്ങൾ മടിപിടിച്ചുകഴിയുവാൻ നിർബ്ബന്ധിതരാകുന്നു. ഇതുതന്നെ ജനങ്ങളെ അധാർമ്മിക പ്രവർത്തനങ്ങളിൽ തള്ളിവിടുന്നതിനു ഒരു മുഖ്യ കാരണമാണ്. നെയ്ത്ത്, നൂൽനൂൽപ്പ് തുടങ്ങിയ ഗ്രാമീണ വ്യവസായ ങ്ങൾ ഏർപ്പെടുത്തി ജനങ്ങൾക്കു തൊഴിലുണ്ടാക്കിക്കൊടുക്കുന്നപക്ഷം അതൊരു വലിയ മുന്നേറ്റത്തിനു വഴിയൊരുക്കും. പരുത്തി ഇവിടങ്ങളിൽ വ്യാപകമായി വളരുന്നുണ്ട്. കോ ഓപ്പറേറ്റീവ് സൊസൈറ്റികൾ വഴി ചില ചെറുകിട വ്യവസായങ്ങൾ അവിടവിടെയായി മുളച്ചുവരുന്നുണ്ട്. വിപുല മായ ഒരു തീരപ്രദേശം ഈ സ്ഥലങ്ങൾക്ക് ചുറ്റുമായി ഉണ്ടെന്നതിനാൽ മത്സ്യബന്ധനത്തിന്റെയും അനുബന്ധ വ്യവസായങ്ങളുടെയും സാദ്ധ്യ തകൾ വിപുലമായ പഠനത്തിനു വിധേയമാക്കേണ്ടതുണ്ട്.

ഈ പ്രദേശങ്ങളിൽ നിന്നു വാണിജ്യ തല്പരരായ നിരവധി ആളു

കൾ ബർമ്മ, സിലോൺ തുടങ്ങിയ സ്ഥലങ്ങളിൽ പോയി സ്വന്തം ജീവിത മാർഗ്ഗം കണ്ടെത്തുന്നുണ്ടായിരുന്നു. സമീപകാലത്തായി ഈ വാതിലുകൾ അടഞ്ഞുകൊണ്ടിരിക്കുകയാണ്. പലരും തിരിച്ചുവന്നുകൊണ്ടിരിക്കുകയും നിലനില്പിനുള്ള ജോലികൾ തേടി അലയുകയുമാണ്. ഇവരെ പുനരധിവസിപ്പിക്കുവാനുള്ള മാർഗ്ഗവും കണ്ടെത്തേണ്ടതുണ്ട്.

സ്വാമി ആനന്ദതീർത്ഥൻ കൂടുതൽ സേവകന്മാരെ ഇങ്ങോട്ടു നിയോഗിക്കുവാൻ ഡൽഹി എച്ച് എസ് എസ് ആഫീസിലേക്കെഴുതി അറിയിച്ചു. അവർ രണ്ടു പേരെക്കൂടി അയച്ചു. ശ്രീ തൊണ്ടൂർ മുത്തു (വാണിയച്ചെട്ടി), ശ്രീ വിവാസ്റാവു (ബ്രാഹ്മൺ)എന്നിവരായിരുന്നു അവർ. മൂന്നു സൈക്കിളുകൾ വാങ്ങിക്കുവാൻ 600 രൂപയും ദുരിതാശ്വാസ പ്രവർത്തനങ്ങൾക്കായി 2000 രൂപയും അയച്ചു കൊടുക്കണമെന്നദ്ദേഹം ശ്രീ ശിവത്തിനോടാവശ്യപ്പെടുകയുണ്ടായി. ലഹളയിൽ കൊല്ലപ്പെട്ട മാതാപിതാക്കളുടെ സന്താനമായ അനാഥ ബാലന് വാഗ്ദാനം ചെയ്തിരുന്ന ധനസഹായത്തിന്റെ കാര്യവും അദ്ദേഹം ഓർമ്മിപ്പിച്ചു. അയിത്തോച്ചാടന പ്രവർത്തനങ്ങളിൽ നേരിട്ടുകൊണ്ടിരിക്കുന്ന ചില ബുദ്ധിമുട്ടുകൾ വിശദീകരിക്കുന്നതിനും സംഘത്തിന്റെ അഭിപ്രായം ആരായുന്നതിനും സംഘത്തിന്റെ വാർഷിക ജനറൽ ബോഡി മീറ്റിങ്ങിൽ പങ്കെടുക്കുന്നതിനു തന്നെ അനുവദിക്കണമെന്നും അദ്ദേഹം ആവശ്യപ്പെട്ടു.

എച്ച് എസ് എസ് സഹപ്രവർത്തകരുമായി ഇടയുന്നു

ഹരിജൻ സേവാസംഘം വേണ്ട സമയത്തിടപെട്ട് ചിലതൊക്കെ ചെയ്തു എന്നു പൊതുജനങ്ങളെ ബോദ്ധ്യപ്പെടുത്തണമെന്നേ ശ്രീ ശിവത്തിനുണ്ടായിരുന്നുള്ളൂ. അതുചെയ്തുവെന്നു ബോദ്ധ്യം വന്നപ്പോൾ അദ്ദേഹം വീണ്ടും തന്റെ സ്കൂൾ മാസ്റ്റർ ശൈലി അവലംബിക്കുവാൻ തുടങ്ങി. "ഈ ജോലിയിൽ നിങ്ങൾ ശ്രീ. സുബ്ബരാമനുമായി ആലോചിക്കാതെ യാതൊന്നും ചെയ്യുകയില്ലെന്ന് ഉറപ്പുവരുത്തുക. നിങ്ങളുടെ എല്ലാ കത്തിടപാടുകളും ഗോപാൽ സ്വാമി മുഖേന വേണം ഇങ്ങോട്ടയയ്ക്കുവാനെന്ന കാര്യം ഓർമ്മിപ്പിക്കുന്നു.'' ശ്രീ എൽ എൻ ഗോപാലസ്വാമിയോടൊപ്പം ഇനിമേൽ പ്രവർത്തിക്കുക എന്നത് ആനന്ദതീർത്ഥനെ സംബന്ധിച്ചിടത്തോളം അസാദ്ധ്യമായിരുന്നു. തന്നിമിത്തം ശിവത്തിന്റെ നിർദ്ദേശങ്ങൾ സ്വീകരിച്ചുകൊണ്ട് രാംനാട് ജില്ലയിലെ പ്രവർത്തനം തുടരുവാനാവില്ലെന്ന കാര്യം അദ്ദേഹം ഭവ്യതയോടെതന്നെ കേന്ദ്ര ആഫീസിൽ അറിയിച്ചു.

> രാംനാട് ജില്ലയിലെ സ്ഥിതിഗതികൾ ഒട്ടൊക്കെ ശാന്തമായ ദുരിതാശ്വാസ പ്രവർത്തനങ്ങൾ പുരോഗമിക്കുന്നുണ്ട്. ഇവിടെ എന്റെ ജോലികൾ താല്കാലികമാണെന്ന് എനിക്കറിയാം. ഞാൻ വീണ്ടും ഗോപാൽ സ്വാമിയുടെ കീഴിൽ ജോലിചെയ്യണമെന്ന് താങ്കളുടെ

> കത്തിൽനിന്നു മനസ്സിലാക്കുന്നു. സുബ്ബരാമനുമായി ചില അഭിപ്രായവ്യത്യാസങ്ങൾ ഉണ്ടെങ്കിൽക്കൂടി അദ്ദേഹത്തിന്റെ കീഴിൽ പ്രവർത്തിക്കുവാൻ കഴിയും. കാരണം, വ്യക്തിപരമായി അന്യോന്യ ബഹുമാനവും മനസ്സിലാക്കലും ഉണ്ടെന്നതു തന്നെ കാര്യം. ശ്രീ ഗോപാൽ സ്വാമിയുടെ കാര്യത്തിലാവട്ടെ രാഷ്ട്രീയാഭിപ്രായങ്ങളെ മുൻനിർത്തിയും മറ്റും ഞങ്ങൾ തമ്മിൽ നിലവിൽ തെറ്റിദ്ധാരണകളും മറ്റും എല്ലാവർക്കും അറിവുള്ളതാണ്. ഈ സാഹചര്യത്തിൽ കേരളത്തിലെ എന്റെ ജോലികൾ തുടർന്നു നടത്തുവാൻ എന്നെ വിട്ടയയ്ക്കണമെന്ന് ഞാൻ അപേക്ഷിക്കുന്നു. ഇതായിരുന്നു സ്വാമിജി എഴുതിയ കത്തിലെ വാചകങ്ങൾ.

എന്നാൽ, ഈ കത്തിൽ അദ്ദേഹം പ്രകടിപ്പിച്ച ഉദ്ദേശ്യ ശുദ്ധി സംശയിക്കപ്പെട്ടു. 1957 ഡിസംബർ 13 ന് ശിവം സ്വാമിക്കെഴുതി. സേത്ത് ശ്യാംജി സുന്ദർദാസുമായി ആലോചിച്ച് 20 മുതൽ 30 വരെ ഗ്രാമങ്ങളെ പ്രവർത്തനത്തിനായി തെരഞ്ഞെടുത്ത് ലിസ്റ്റയച്ചുതരിക. പുതിയ കുടുക്കുകൾ അപ്രതീക്ഷിത സ്ഥാനത്തുനിന്നും വന്നുചേരുകയായിരുന്നു. സേത്ത് ശ്യാംജി സുന്ദർദാസാകട്ടെ സ്വാമിജിയുടെ പ്രവർത്തനശൈലിയെ തീരെ ഇഷ്ടപ്പെട്ടിരുന്നില്ല. അവിടെയും ഇവിടെയും ഓടിനടന്ന് ഒട്ടേറെ കേസുകൾ ഫയൽ ചെയ്യുന്ന സ്വാമിജിയുടെ രീതിയെക്കുറിച്ച് ഇദ്ദേഹം നേരത്തെ സ്വാമിജിയോട് വിശദീകരണം ആവശ്യപ്പെട്ടിരുന്നു. ഇതിന് 1958 മെയ് 16 ന് സ്വാമിജി എഴുതിയ മറുപടിക്കത്ത് അദ്ദേഹത്തിന്റെ ഫയലിൽ ഉണ്ട്. അതിപ്രകാരമായിരുന്നു.

> കേസു കൊടുക്കുക എന്നെ സംബന്ധിച്ചിടത്തോളം ഒട്ടും ഇഷ്ടമുള്ള കാര്യമല്ല. ഇതു തീർത്തും അനിഷ്ടകരമായ ഒരു കർത്തവ്യമായിട്ടാണ് എനിക്കനുഭവപ്പെടുന്നത്. നമ്മളേറ്റെടുത്തിരിക്കുന്ന ജോലിയുടെ ഭാഗമായിട്ടാണ് ഈ കേസുകളെ ഞാൻ കാണുന്നത്. മൈസൂറിലെ ചില മന്ത്രിമാർ തന്നെ നിർദ്ദേശിക്കുകയുണ്ടായി. അയിത്താചരണ നിരോധന നിയമം നടപ്പിലാക്കുന്നതിനും കുറ്റക്കാരെ പിടിക്കുന്നതിനുമായി ഒരു പ്രത്യേക പൊലീസ് സേനയെ നിയമിക്കേണ്ടതുണ്ട്. അങ്ങ് ഇക്കാര്യം പത്രത്തിൽ വായിച്ചിരിക്കും. നിശ്ചയമായും ഞാനിക്കാര്യത്തിൽ ചിലതു കൂടുതൽ ചെയ്തുപോയിരിക്കാം. അങ്ങയുടെ അഭിപ്രായത്തെ ആദരിച്ച് കേരളത്തിൽ വന്നതിൽപ്പിന്നെ വളരെ കുറച്ചുകേസുകളെ ഞാൻ റിപ്പോർട്ടു ചെയ്തിട്ടുള്ളൂ.

അങ്ങയുടെ കത്തു കിട്ടിയതിനുശേഷം ഒന്നും തന്നെ റിപ്പോർട്ടു ചെയ്തിട്ടില്ല. അയിത്തത്തിനെതിരായ പോരാട്ടത്തിന്റെ തന്റെ സ്വഭാവം വിശദീകരിച്ചുകൊണ്ട് ആനന്ദതീർത്ഥൻ കത്ത് തുടരുന്നു.

> കുറ്റവാളികളെ താക്കീതു ചെയ്ത് പൊലീസിൽ വിവരം അറിയിക്കാതിരുന്ന എത്രയോ സന്ദർഭങ്ങൾ ഉണ്ടായിട്ടുണ്ട്. പ്രതികൾ പലതവണ താക്കീതു നല്കിയിട്ടും കൂട്ടാക്കാത്തവരും ഭീഷണിയും മുഷ്കും സ്വഭാവമാക്കിയവരുമാണെന്ന് ബോദ്ധ്യപ്പെട്ട സന്ദർഭങ്ങളിലോ നിയമം ലംഘിക്കപ്പെടുന്നത് നിസ്സാരമാണെന്നു കരുതുന്നവരോ ആയിരിക്കുമ്പോൾ മാത്രമാണ് ഞാൻ പ്രശ്നവുമായി പൊലീസിനെ സമീപിക്കുന്നത്.

ഈ വിശദീകരണങ്ങൾക്കൊന്നും തന്റെ നിലപാടിന്റെ സാദ്ധ്യത മറ്റുള്ളവരെ ബോദ്ധ്യപ്പെടുത്തിക്കൊടുക്കുവാൻ കഴിഞ്ഞില്ല.

ശ്യാംജിയെപ്പോലുള്ള ആളുകൾക്കുപോലും തന്നെ മനസ്സിലാക്കുവാൻ കഴിയുന്നില്ലെന്ന വസ്തുത സ്വാമിജിയെ വല്ലാതെ വേദനിപ്പിച്ചിരുന്നു. “അങ്ങയുടെ കത്ത് എന്നെ വല്ലാതെ അസന്തുഷ്ടനാക്കുന്നു. എന്റെ നീക്കങ്ങളിൽ അങ്ങു പ്രകടിപ്പിക്കുന്ന ഉൽക്കണ്ഠ എന്നെ മാനസികമായി തളർത്തി.” ശ്യാംജിക്കെഴുതിയ മറ്റൊരു കത്തിലെ വാചകം. പരമാവധി വിട്ടുവീഴ്ചകൾ ചെയ്തും ശ്യാംജിയെപ്പോലുള്ളവരുടെ വിമർശനങ്ങൾക്കു മറുപടി പറയുവാൻ അദ്ദേഹം തയ്യാറായിരുന്നു. രണ്ടാഴ്ചകൾക്കുശേഷം അദ്ദേഹം വീണ്ടും എഴുതുന്നു. (28 മെയ് 1958)

> ഈ മാസത്തിൽ ഞാൻ ഒരു കേസുപോലും പൊലീസിൽ റിപ്പോർട്ടു ചെയ്തിട്ടില്ല. അങ്ങയുടെ അഭിപ്രായത്തെ മാനിച്ചു മാത്രമാണ് ഇപ്രകാരം ചെയ്തത്. തീർച്ചയായും ശ്രീ കേളപ്പൻ ഈ കാര്യത്തിൽ അദ്ദേഹത്തിന്റെ അഭിപ്രായം അങ്ങയെ ധരിപ്പിച്ചിട്ടുണ്ടാകും. ക്ഷുരകന്മാർ ഹരിജനങ്ങൾക്കെതിരായി നടത്തിയ ചില അതിക്രമങ്ങൾ കണ്ടു നില്ക്കേണ്ടിവന്നപ്പോൾ എനിക്കു നിയന്ത്രണം പാലിക്കുവാൻ വളരെ പണിപ്പെടേണ്ടി വന്നു. മുടിവെട്ടിക്കുവാനോ, ക്ഷൗരം ചെയ്യുവാനോ സമീപിച്ച ഹരിജനങ്ങളുടെ മുഖത്തുനോക്കി അതു നിരസിക്കുക. അല്ലെങ്കിൽ താങ്ങാനാവാത്തതിലധികം കൂലി ആവശ്യപ്പെടുക. ഇതായിരുന്നു ക്ഷുരകന്മാരുടെ പതിവു രീതി. ഹോട്ടലുകളിലെത്തുന്ന ഹരിജനങ്ങളുടെ മുഖത്തുനോക്കി അവരെ അധിക്ഷേപിക്കുകയും ഭക്ഷണസാധനങ്ങൾ നല്കാതെ ഇറക്കിവിടുകയും ചെയ്യുന്ന സംഭവങ്ങൾ ദിവസവും നടക്കുന്നു. ഇത്തരം വിവേചനങ്ങളെ പൊലീസ് മുഖേന കോടതിയിൽ എത്തിച്ചില്ലെങ്കിൽ ഇതിനേക്കാൾ വഷളായ രീതിയിൽ ഇത് തുടർന്നുകൊണ്ടിരിക്കും. ഇതാണിക്കാര്യത്തിൽ എന്റെ തുറന്ന വീക്ഷണം. എന്തായാലും അങ്ങയുടെ അനുഭാവം എനിക്കാവശ്യമായതിനാൽ തല്ക്കാലം കീഴടങ്ങുന്നു.

എത്രതന്നെ ശ്രമിച്ചിട്ടും അദ്ദേഹത്തിനു ശ്യാംജിയെ തൃപ്തിപ്പെടുത്തുവാനായില്ല. ശ്യാംജി ആനന്ദതീർത്ഥനെഴുതി (17/1958)

> വളരെക്കാലമായി നിങ്ങളുടെ കേസുകളെക്കുറിച്ച് പരാതികൾ കിട്ടിക്കൊണ്ടിരിക്കുന്നു. പല കോടതികളിൽനിന്നും നിങ്ങൾക്ക് രജിസ്റ്റർ ചെയ്തയച്ച നിരവധി കത്തുകൾ ഞാൻ കാണുകയുണ്ടായി, ഹരിജനോദ്ധാരണത്തിനു വേണ്ടി സമർപ്പിക്കപ്പെട്ട ഒരു പ്രവർത്തകനാണ് നിങ്ങളെന്ന കാര്യം എനിക്കറിയാം. പക്ഷേ, നിങ്ങൾ നിങ്ങളുടെ വഴി വിട്ടുമാറുകയും, വെറുപ്പും ദേഷ്യവും വളർത്തത്തക്കവണ്ണം കോടതികളിലേക്ക് കേസുകളുമായി പായുന്നത് നമ്മുടെ സല്പേരിനുതന്നെ കളങ്കമായിരിക്കും. സമചിത്തത നഷ്ടപ്പെടുത്തിക്കൊണ്ടുള്ള ഒരു മാനുഷിക പ്രവർത്തനങ്ങളും ഫലമുളവാക്കുകയില്ല. എന്റെ ഉറച്ച അഭിപ്രായം ഇതാണ്.

ശ്യാംജി ഡൽഹിയിലേക്ക് ശിവത്തിനെഴുതിയകത്ത് (18 December 1958)

> അയാളെക്കുറിച്ചെനിക്കും യാതൊരറിവുമില്ല. അയാളുടെ ശമ്പളം നല്കേണ്ടതില്ലെന്നു ഞാൻ ശ്രീ നമ്പീശനെ അറിയിച്ചിട്ടുണ്ട് അഞ്ചു മാസമായി അയാൾക്കു ശമ്പളം കൊടുക്കാതായിട്ട്. കേസുകളുമായി കോടതിയിലേക്കു പായുന്നതിൽ ഭ്രാന്തുപിടിച്ചിരിക്കുന്ന അയാൾക്ക് എന്റെ ഉപദേശം ഒന്നും പ്രയോജനപ്പെടുമെന്ന വിശ്വാസം എനിക്കില്ല.

സ്വാമി ആനന്ദതീർത്ഥൻ ഇതിനകം മറ്റൊരു കാര്യത്തെച്ചൊല്ലി തന്റെ സഹപ്രവർത്തകരുമായി തെറ്റിപ്പിരിഞ്ഞുകഴിഞ്ഞിരുന്നു. ഹരിജനങ്ങളെ നല്ല ഹിന്ദുക്കളാക്കി മാറ്റണമെന്നതായിരുന്നു ഹരിജൻസേവാസംഘം നേതൃത്വത്തിന്റെ പ്രധാന ഉദ്ദേശ്യം. ഹരിജനങ്ങളുടെ മതംമാറ്റം ഇവരെ വല്ലാതെ അലോസരപ്പെടുത്തി. ക്രിസ്തുമതത്തിലേക്കു നടക്കുന്ന മതപരിവർത്തനത്തെക്കുറിച്ച് പ്രത്യേകിച്ചും തിരുവിതാംകൂർ ഭാഗത്ത് ക്രിസ്റ്റോഫർ പ്രസ്ഥാനം എന്നപേരിൽ അറിയപ്പെട്ട സംഘത്തിന്റെ നേതൃത്വത്തിൽ ഹരിജനങ്ങളെ കൂട്ടത്തോടെ ക്രിസ്ത്യാനികളാക്കിയതിനെ സംബന്ധിച്ച് ശ്രീ ശിവം ഒരു റിപ്പോർട്ട് ആവശ്യപ്പെട്ടിരുന്നു. സ്വാമി ആനന്ദതീർത്ഥന്റെ സഹപ്രവർത്തകരുടെ അഭിപ്രായത്തിൽ ഹരിജനങ്ങളെ ഹിന്ദുക്കളാകുന്ന കാര്യത്തിൽ സ്വാമിജി തീരെ താല്പര്യമില്ലായിരുന്നു. നേരെമറിച്ച് സവർണ്ണ ഹിന്ദുക്കളുമായി സദാ ഏറ്റുമുട്ടലിനു വേദിയൊരുക്കുന്ന തരത്തിലായിരുന്നു അദ്ദേഹത്തിന്റെ പ്രവർത്തനശൈലി. ശ്രീ നമ്പീശൻ ശിവത്തിനെ അറിയിച്ചിരുന്നു, ആനന്ദതീർത്ഥൻ ഹരിജനങ്ങളെ ക്ഷേത്രത്തിലേക്കു നയിച്ചിരുന്നത് ക്ഷേത്രങ്ങളിലുള്ള വിശ്വാസം വളർത്താനല്ല തങ്ങൾക്കും

ക്ഷേത്രപ്രവേശനത്തിനർഹതയുണ്ടെന്ന ബോദ്ധ്യം അവരിൽ സൃഷ്ടിക്കാനായിരുന്നു. ശിവം ആനന്ദതീർത്ഥനെഴുതുന്നു (31 ഡിസംബർ 1958)

> നമ്മുടെ തത്ത്വങ്ങൾക്കു നിരക്കുന്ന മട്ടിലല്ല നിങ്ങളുടെ പ്രവർത്തനം ക്ഷേത്രങ്ങളാരാധനാസ്ഥലങ്ങളെന്ന നിലയിൽ വിശ്വസിക്കുന്നവർ ഒരു കാരണവശാലും ക്ഷേത്രപ്രവേശനസമരത്തിനു നേതൃത്വം കൊടുത്തുകൂടാ. ഞാൻ മനസ്സിലാക്കിയിടത്തോളം നിങ്ങളുടെ പ്രവർത്തനശൈലി ഹരിജനങ്ങൾക്ക് ആരാധനയ്ക്കുവേണ്ടിയല്ല ഒരവകാശമെന്ന നിലയ്ക്ക് ക്ഷേത്രത്തിൽ പ്രവേശിക്കണമെന്ന അവകാശവാദവുമായിട്ടാണ്. നിയമത്തിന്റെ ദൃഷ്ടിയിൽ നിങ്ങളുടെ പ്രവർത്തനം ശരിയായിരിക്കാം. പക്ഷേ, ഗാന്ധിജി നമുക്ക് കാണിച്ചുതരുന്ന മാർഗ്ഗത്തിനിതു യോജിച്ചതല്ല. നിങ്ങളുടെ പ്രവർത്തനത്തിൽ അവർ തൃപ്തരല്ലാത്തതിനാൽ നിങ്ങൾക്കു ശമ്പളം നല്കേണ്ടതില്ലെന്ന് ഞാനവരെ അറിയിച്ചിട്ടുണ്ട്. സവർണ്ണ ഹിന്ദുക്കളുമായി ഒരേറ്റുമുട്ടൽ ഞങ്ങൾ ലക്ഷ്യമാക്കുന്നില്ല.

ഈ കത്തിനു മറുപടിയായി സ്വാമിജി ഇങ്ങനെ എഴുതി (8 ജനുവരി 1959)

> ശ്രീ നമ്പീശനിൽ നിന്നാണ് എന്റെ പ്രവർത്തനങ്ങളെക്കുറിച്ച് ഈ നിഗമനങ്ങളിൽ എത്തിച്ചേർന്നത് എന്നു വ്യക്തം. അതുശരിയല്ല ആരാധനയ്ക്കായിട്ടല്ലാതെ ഒരവകാശമെന്ന നിലയിൽ ഹരിജനങ്ങളെ ഞാൻ ഒരിക്കൽപ്പോലും ക്ഷേത്രത്തിലേക്കു നയിച്ചിട്ടില്ല. തീർച്ചയായും ക്ഷേത്രങ്ങൾ ആരാധനാ സ്ഥലങ്ങൾ തന്നെയാണ്. ഗാന്ധിജിയുടെ ഹരിജനോദ്ധാരണ പ്രവർത്തനങ്ങളിൽ ഞാനാദ്യം മുതലേ പങ്കെടുക്കുകയും ആ സ്പിരിറ്റ് ഉൾകൊള്ളുകയും ചെയ്യുന്നുണ്ട്. ഈ ഘട്ടത്തിൽ, എന്റെ പ്രവർത്തനങ്ങളെക്കുറിച്ച് വിമർശനം ഉയരുന്നത് വിചിത്രമായിരിക്കുന്നു. ഈയിടെ അയിത്തോച്ചാടനത്തിനായുള്ള ഒരു കമ്മിറ്റിയിൽ ഈ അഭിപ്രായം ഞാൻ പറയുകയുണ്ടായി. സർക്കാർ തലത്തിലുള്ള പ്രചാരകൻമാർ അവരുടെ അഭിപ്രായം എന്തുതന്നെ ആയാലും ഹരിജനങ്ങളോടൊപ്പം പോകുകയും ക്ഷേത്രപ്രവേശന കാര്യത്തിൽ തങ്ങൾക്കുള്ള അവകാശങ്ങളെക്കുറിച്ച് അവരെ ബോധവാന്മാരാക്കുകയും ചെയ്യണമെന്നായിരുന്നു പ്രസ്തുത അഭിപ്രായം. ഞാൻ അർത്ഥമാക്കിയത് കമ്യൂണിസ്റ്റുകാർക്കു പോലും ഈ കാര്യം ഹരിജനങ്ങളെ സഹായിക്കുവാൻ കഴിയണമെന്നാണ്. അതേത്തുടർന്ന് ശ്രീ നമ്പീശൻ തന്റെ നിലപാടു വിശദീകരിക്കുകയും എന്റെ നിലപാട് വ്യക്തമാക്കണമെന്ന് ആവശ്യപ്പെടുകയും ചെയ്തു. ഞാനിപ്പോഴും കരുതുന്നത് ഹരിജനങ്ങൾ ക്ഷേത്രാന്തരീക്ഷത്തിലെ അച്ചടക്കം പാലിക്കുകയാ

ണെങ്കിൽ അവകാശം എന്ന നിലയിൽ അവർക്ക് ക്ഷേത്രപ്രവേശനം അനുവദിക്കണമെന്നു തന്നെയാണ്. എന്നാൽ, ആരാധനയ്ക്കായി നമ്മൾ ഹരിജനങ്ങളെ ക്ഷേത്രത്തിലേക്ക് തെളിച്ചുകൊണ്ടുപോകുമ്പോൾ നമ്മുടെ സമീപനം ഇതല്ല. ഹരിജനങ്ങളെയും മേൽ ജാതിക്കാരെയും തമ്മിൽ പിണക്കാതിരിക്കുക എന്ന നമ്മുടെ സമീപനത്തെ ഞാൻ മാനിക്കുന്നു. എന്നാൽ, തമിഴ്നാട്ടിൽ സവർണ്ണ ഹിന്ദുക്കൾ ഹരിജനങ്ങൾക്കെതിരെ പൊട്ടിത്തെറിച്ചത് എന്തിനാണ്? അവർ അവരുടെ അവകാശങ്ങൾ ചോദിച്ചതിന്റെ പേരിലാണ്. ഔദാര്യത്തിലൂടെയല്ല നിയമനിർമ്മാണത്തിലൂടെയും അതിന്റെ കുറ്റമറ്റ നടപ്പാക്കലിലൂടെയും ഹരിജനങ്ങളുടെ അവശതകൾ പരിഹരിക്കും. എന്നുതന്നെയാണ് ഞാനിപ്പോഴും വിശ്വസിക്കുന്നത്. മറ്റൊരു കത്തിൽ ആനന്ദതീർത്ഥൻ എഴുതുന്നു (ജാനു 28, 1959)

ഞാൻ നിയമസഹായം തേടാൻ നിർബ്ബന്ധിതനാകുന്നത് ചില സാഹചര്യങ്ങൾ അതനിവാര്യമാക്കുന്നതിനാലാണ്. ശ്രീ ശ്യാംജിയെപ്പോലുള്ള ഭൂദാൻ നേതാക്കൾ നിയമസഹായം കൂടാതെ സാമൂഹ്യമാറ്റം ഉണ്ടാക്കുവാൻ ശ്രമിച്ചുകൊണ്ടിരിക്കുന്നവർ സ്വാഭാവികമായും എന്നോടു വിയോജിക്കുകയും എന്റെ പ്രവർത്തനങ്ങളെ വിമർശിക്കുകയും ചെയ്യും. പ്രത്യക്ഷമായ പ്രവർത്തനമൊന്നും കൂടാതെ ഒരു പ്രചരണം നടത്തിക്കൊണ്ടുപോകണമെന്നനുശാസിക്കുന്ന മിതവാദികളാണവർ. എന്നാൽ അന്തരിച്ച ശ്രീ വൈദ്യനാഥയ്യരെപ്പോലുള്ളവർ അനുഭവത്തിൽനിന്ന് നിയമ നിർമ്മാണത്തിന്റെ ആവശ്യം മനസ്സിലാക്കിയിരുന്നു.

താൻ വഞ്ചിക്കപ്പെടുകയായിരുന്നുവെന്ന് ആനന്ദതീർത്ഥനു ബോദ്ധ്യപ്പെട്ടു. ശ്രീ നമ്പീശൻ കമ്മിറ്റിയിൽ താൻ പറഞ്ഞ അഭിപ്രായത്തെ വളച്ചൊടിച്ച് വികലമാക്കി തനിക്കെതിരെ റിപ്പോർട്ട് അയയ്ക്കുകയായിരുന്നു. ചില കോൺഗ്രസുകാരും തനിക്കെതിരെ ഡൽഹിയിലേക്ക് എഴുതിയിരിക്കുമെന്നദ്ദേഹം സംശയിക്കുന്നു.

നമ്മുടെ കോൺഗ്രസ് സുഹൃത്തുക്കളിലാരെങ്കിലും ശ്രീ ശ്യാംജിയുടെ അടുത്ത് എന്റെ ജോലിയെ സംബന്ധിച്ചു പരാതി ബോധിപ്പിച്ചിട്ടുണ്ടോ എന്നെനിക്കറിയില്ല. പൊലീസ് ചാർജ്ജ് ചെയ്ത പല കേസുകളിലും കോൺഗ്രസുകാരാണ് പ്രതികളുടെ സഹായത്തിന് എത്തിയിരുന്നതെന്ന് മനസ്സിലാക്കുവാൻ കഴിഞ്ഞിട്ടുണ്ട്." സ്വാമിജിയുടെ വിശദീകരണം ശിവത്തിനെ തൃപ്തിപ്പെടുത്തിയില്ല. 1959 ജനുവരി 19 ന് ശിവം സ്വാമിജിക്കെഴുതി. "ഈ സാഹചര്യത്തിൽ നിങ്ങളെ സർവ്വീസിൽ തുടരാൻ അനുവദിക്കാൻ നിവൃത്തിയില്ല. ഈ കത്തിന്റെ കോപ്പി ഞാൻ ശ്രീ നമ്പീശന

യയ്ക്കുന്നു. അദ്ദേഹം നിങ്ങൾക്കു നവംബർ അവസാനംവരെ ശമ്പളം തരും.''

നമ്പീശനു കുറ്റബോധം തോന്നി. അദ്ദേഹം 1959 ജനുവരി 26 ന് സ്വാമി ജിക്കെഴുതിയ കത്ത്.

> ശ്രീ ശിവത്തിന്റെ കത്തു കിട്ടിയതോടെ സ്വാമിജി എന്നെ തെറ്റിദ്ധരിച്ചിരിക്കുന്നു എന്നു ഞാൻ കരുതുന്നു. ഞാൻ യാതൊരു റിപ്പോർട്ടും നിങ്ങൾക്കെതിരായി അയച്ചിട്ടില്ല. എന്നാൽ, ശ്രീ ശിവം മറ്റുചില ആളുകളിൽ നിന്നാണ് വിവരങ്ങൾ ശേഖരിച്ചത്. ഡൽഹിയിൽ ശ്രീ എൽ എൻ ഗോപാലസ്വാമിയും ഞാനും ഒരേ മുറിയിൽ താമസിക്കുമ്പോൾ ശ്രീ ശിവം അവിടെ വന്നു സ്വാമിജിയെ കണ്ട് സംസാരിച്ചു തുടങ്ങി. കമ്മറ്റി മീറ്റിങ്ങിൽ വെച്ച് ആരാധന എന്ന വാക്ക് മിനിറ്റ്സിൽ ഉൾക്കൊള്ളിക്കാൻ താങ്കൾ വിസമ്മതിച്ച സംഭവം ഞാൻ വിശദീകരിക്കുകയുണ്ടായി. നിങ്ങളതിനായി ശാഠ്യം പിടിച്ചുവെന്നു ഞാനിപ്പോഴും കരുതുന്നില്ല.

താൻ നിരപരാധിയാണെന്നു തെളിയിക്കവാനുള്ള ശ്രമം അതായിരുന്നു ആ കത്തിന്റെ ഉദ്ദേശ്യം. തന്നെ താഴെയിടുന്നതിനു തന്റെ സഹപ്രവർത്തകർ അവലംബിച്ച വഴി സ്വാമി ആനന്ദതീർത്ഥനിൽ കോപവും സങ്കടവും ഉണ്ടാക്കി.

> ഞാനെന്നെത്തന്നെ ഏതു മഹത്തായ ജോലിക്കു സമർപ്പിച്ചുവോ അതിനായി സ്വർഗ്ഗത്തിലോ നരകത്തിലോ പോകുവാൻ ഞാൻ തയ്യാറാണ്. ഞാനവിടെയും ഇവിടെയും നടന്നു സമയം പാഴാക്കിയെന്ന നിങ്ങളുടെ പരാമർശം വേദനാജനകമാണ് മെച്ചപ്പെട്ട പ്രവർത്തനങ്ങൾ കാഴ്ചവെക്കുന്ന എന്റെ ഡയറിയും റിപ്പോർട്ടും വായിച്ചിട്ട് നിങ്ങൾക്കു പറയാൻ കണ്ട അഭിപ്രായമാണോ ഇത്? അങ്ങനെയെങ്കിൽ എന്റെ മുഴുവൻ ജീവിതവും പാഴായതുതന്നെ,
>
> തമിഴ്നാട്ടിലെ ഹരിജനങ്ങൾ എന്റെ പ്രവർത്തനം ഇപ്പോഴും ആദരവോടെ സ്മരിക്കും. കേരളത്തിലെ ഹരിജനങ്ങളും അവർണ്ണരും എന്റെ പ്രവർത്തനങ്ങളെ ശ്ലാഘിക്കുകതന്നെ ചെയ്യും. ഹരിജൻ സേവക സംഘം ഇപ്പോൾ തിരുവിതാംകൂറിലും അറിയപ്പെടുന്നു. എന്റെ മികച്ച പ്രവർത്തനമാണ് ഇതു സാദ്ധ്യമാക്കിയത്. എന്നാൽ, ഗൗഡ സാരസ്വത ബ്രാഹ്മണ സമൂഹം അവരുടെ ക്ഷേത്രങ്ങളിൽ ഹരിജനങ്ങളെ പ്രവേശിപ്പിക്കുവാൻ വേണ്ടി ഞാൻ നടത്തിയ സമരങ്ങൾ കാരണം ഇളകി വശായിട്ടാണുള്ളത്. എനിക്കെതിരെ അവർ ഒരധോലോക പ്രചാരണം തന്നെ തുറന്നു വിട്ടിരിക്കുന്നു. അത് പല കോൺഗ്രസുകാരെയും ശ്രീ ശ്യാംജിയെപ്പോലുള്ള സൃഷ്ടിപര

> പ്രവർത്തകരെയും സ്വാധീനിച്ചിരിക്കുന്നു. ശിവത്തിന് ആനന്ദ തീർത്ഥൻ എഴുതിയ കത്ത്. (8 മാർച്ച് 1959)

ഈ വിശദീകരണങ്ങൾക്കെല്ലാം ശേഷം സ്വാമിജി പ്രതീക്ഷിച്ചിരുന്നത് ശ്രീ ശിവം തന്നെ സംഘത്തിന്റെ പ്രവർത്തനത്തിൽ തുടരുവാൻ സമ്മതിക്കുമെന്നു തന്നെയാണ്. എന്നാൽ ശിവമാകട്ടെ സംഘത്തിൽത്തന്നെയും, കോൺഗ്രസിലുമുള്ള ചിലരെ തൃപ്തിപ്പെടുത്തുവാനാണ് തയ്യാറായത്. അദ്ദേഹം നമ്പീശനെഴുതി. അദ്ദേഹത്തിന്റെ പ്രവർത്തനരീതി തീരെ തൃപ്തികരമല്ലെന്ന് എഴുതേണ്ടി വന്നതിൽ ഖേദിക്കുന്നു. ശ്യാംജി സുന്ദർദാസ് അദ്ദേഹത്തിന്റെ സേവനം ആഗ്രഹിക്കുന്നില്ലെങ്കിൽ 1959 മാർച്ച് 31 മുതൽ സർവ്വീസ് അവസാനിപ്പിക്കുവാൻ അദ്ദേഹം നോട്ടീസ് നല്കട്ടെ. 1959 മാർച്ച് 9 ന് കെ എസ് ശിവം നമ്പീശനെഴുതിയ ഈ കത്തിൽ ഇതു കൂടി പറയുന്നു. സ്വാമിജി കാര്യമായി യാതൊന്നും ചെയ്യുന്നില്ല. അദ്ദേഹത്തിന്റെ റിപ്പോർട്ട് അവ്യക്തമാണ്.

സ്വാമി ആനന്ദതീർത്ഥൻ വീണ്ടും ഈ വിഷയം ശ്യാംജി സുന്ദർദാസിന് വിശദീകരിച്ചുകൊടുക്കുവാൻ ഒരു ശ്രമം കൂടി നടത്തി നോക്കുന്നു.

> ഞാൻ പ്രയോജനകരമായ രീതിയിൽ കഴിഞ്ഞ രണ്ടു വർഷമായി ചിലതൊക്കെ ചെയ്തുവെന്നാണ് എന്റെ വിശ്വാസം. എന്നാൽ, എന്നാണോ അങ്ങ് പൂജ്യവിനോഭജിയുടെ പ്രസ്ഥാനത്തിൽ ആകൃഷ്ടനായിത്തുടങ്ങിയത്. അന്നുമുതൽ എന്റെ പ്രവർത്തനങ്ങൾ അംഗീകരിക്കുവാൻ കൂട്ടാക്കാത്ത ഒരു മനസ്സ് അങ്ങിൽ വളർന്നുവന്നു. ശരിയാണ്. സാമൂഹ്യ പ്രശ്നങ്ങളോടുള്ള അദ്ദേഹത്തിന്റെ സമീപനവും അയിത്തം അവസാനിപ്പിക്കുവാനുള്ള എന്റെ പരിശ്രമവും തമ്മിൽ കാര്യമായ അന്തരമുണ്ട്. (ആനന്ദതീർത്ഥന്റെ കത്ത്- ശ്യാംജി സുന്ദർദാസിന് 19 മാർച്ച് 1959)

നിയമപ്രകാരം ഒര നോട്ടീസ് നല്കി അദ്ദേഹത്തെ പിരിച്ചയക്കുവാൻ ശ്യാംജി സുന്ദർദാസ് ആഗ്രഹിച്ചിരുന്നില്ല. സത്യത്തിൽ എച്ച് എസ് എസിൽ സ്വാമിജി ഉണ്ടായിരിക്കണമെന്ന് ശ്യാംജി ആഗ്രഹിച്ചിരുന്നു. ആനന്ദതീർത്ഥന്റെ ആത്മാർത്ഥതയും സമർപ്പണബോധവും സംശയാതീതമായിരുന്നു. ശ്യാംജിക്കാവശ്യം ആനന്ദതീർത്ഥന്റെ അയിത്ത വിരുദ്ധ പ്രവർത്തനങ്ങൾ മാത്രം അവസാനിപ്പിച്ചുകിട്ടിയാൽ മതി. ഇത് സ്വാമിജി ശിവത്തിനെഴുതിയ ഒരു കത്തിലെ വാചകങ്ങൾ വ്യക്തമാക്കുന്നു. (8 ഏപ്രിൽ 1959)

1959 മാർച്ച് 23 ന് കോഴിക്കോടിനു തിരിച്ചുചെന്ന് ശ്യാംജി ഭായിയെക്കണ്ടു. ഭൂദാൻ പ്രസ്ഥാനത്തിലൂടെ ഭൂമി ലഭിച്ച സാധുക്കളായ ഹരിജനങ്ങളെ സഹായിക്കുന്നതിനുള്ള ജോലിയിൽ ഏർപ്പെടണം. അയിത്തോച്ചാടന പ്രവർത്തനത്തിൽ പിന്തിരിയണം. ഇതായിരുന്നു അദ്ദേഹത്തിനെ

ന്നോട് പറയാനുണ്ടായിരുന്നത്. എന്റെ പ്രവർത്തനങ്ങൾ സവർണ്ണ ഹിന്ദുക്കളുടെ മുഷിച്ചിലിനു കാരണമായിട്ടുള്ളതായി കാണിച്ചുകൊണ്ട് അനുവധിച്ച റിപ്പോർട്ടുകൾ അദ്ദേഹത്തിനു കിട്ടിയിരുന്നുവെന്നത് സത്യ മാണ്. എന്റെ വിശദീകരണങ്ങൾ അദ്ദേഹത്തെ തൃപ്തിപ്പെടുത്തില്ല. അദ്ദേഹം പറഞ്ഞു. പ്രേമം, ദയ, ഭക്തി ഈ മൂന്നുമാർഗ്ഗത്തിലൂടെ വേണം. അല്ലാതെ കുറ്റക്കാരെ കോടതിയിലേക്കു നയിച്ചല്ല നമ്മൾ പ്രശ്നങ്ങൾ പരിഹരിക്കേണ്ടത്.

ഈ സാഹചര്യത്തിൽ സ്വയം വിട്ടുപോകുവാനുള്ള തീരുമാനത്തിൽ ഞാനെത്തിച്ചേർന്നു. അങ്ങു നിർദ്ദേശിച്ചതുപോലെ ഒരു പിരിച്ചുവിടൽ നോട്ടീസ് എത്രയോ നേരത്തെ ഞാൻ ശ്രീ നമ്പീശനിൽ നിന്നു പ്രതീ ക്ഷിക്കുകയായിരുന്നു. എന്നോടുള്ള ചില പ്രത്യേക പരിഗണനകൾ കൊണ്ടായിരിക്കണം അത് ഇനിയും വൈകുന്നത്. ഏതായാലും അങ്ങ യുടെ കത്തിനെ മാനിച്ചു ഞാൻ വിടവാങ്ങുന്നു.

അടുത്ത ദിവസം പ്രേമം, ദയ, ഭക്തി തുടങ്ങിയവയെക്കുറിച്ചു ഉദ്ബോ ധിപ്പിച്ച ശ്യാംജിക്ക് അദ്ദേഹം എഴുതി (9 ഏപ്രിൽ 1959)

> ഞാൻ ദിവസവും ഗീത വായിക്കാറില്ല. എന്നാൽ, ഗീതയുടെ പാഠ സർവ്വ പ്രവൃത്തിയും ദൈവത്തിനു സമർപ്പിച്ച് ഒരു ത്യാഗിയാവുന്ന താണെങ്കിൽ എന്റെ ജീവിതം തദനുസൃതമാണ്. ഹിന്ദുക്കളോട് എനിക്കു യാതൊരു വിരോധവുമില്ല. ഹരിജനങ്ങളെ സഹജീവി കളെന്ന നിലയിൽ കണക്കാക്കി അവരുടെ അവകാശങ്ങളെ മാനി ക്കാത്ത ഏതൊരു ഹിന്ദുവും തീവ്രമായി ശിക്ഷിക്കപ്പെടണമെന്ന അഭിപ്രായമാണ് എനിക്കുള്ളത്. ഡോക്ടർ അംബേദ്കർ ബുദ്ധി പൂർവ്വമാണ് 17-ാം ആർട്ടിക്കിൾ നമ്മുടെ ഭരണഘടനയിൽ കൂട്ടി ച്ചേർത്തത്. കാരണം അദ്ദേഹത്തിനറിയാമായിരുന്നു. അയിത്തം ആചരിക്കുന്നവരെ നിയമ നടപടികൾക്കു വിധേയമാക്കുവാൻ വിസ മ്മതിക്കുന്ന കോൺഗ്രസുകാർ പോലും ധാരാളമുണ്ടാകുമെന്ന്."

ആനന്ദതീർത്ഥന്റെ രാജി സ്വീകരിച്ചുകൊണ്ട് പെട്ടെന്നു ശിവം കത്ത യച്ചു.

കോൺഗ്രസിനെ എതിർത്തുകൊണ്ട് അധികാരത്തിൽ വന്ന കേരള ത്തിലെ കമ്യൂണിസ്റ്റ് മുഖ്യമന്ത്രി ഇ എം എസ് നമ്പൂതിരിപ്പാടും നിയമ മന്ത്രി കൃഷ്ണയ്യരും സ്വാമിജിക്കു അയിത്തം അവസാനിപ്പിക്കുവാനുള്ള ശ്രമത്തിൽ സർവ്വ പിന്തുണയും നല്കി. 1958 ജനുവരി 14 നു അദ്ദേഹം ശിവത്തിനെഴുതി. അയിത്തം അവസാനിപ്പിക്കുന്ന കാര്യത്തിൽ കേരള ഗവൺമെന്റ് ജാഗ്രത പാലിക്കുന്നുവെന്ന് ഉറപ്പാണ്. ഈ സംസ്ഥാനത്ത് ഒരു പ്രത്യേക കമ്മിറ്റി തന്നെ ഇതിനായി രൂപീകരിച്ചു. ഇത്തരം കമ്മറ്റി കൾ ഇന്ത്യയിലെ മറ്റൊരു സംസ്ഥാനത്തും നിലവിലുള്ളതായി എനിക്ക റിയില്ല. കോൺഗ്രസുകാരെക്കാളധികം അയിത്തോച്ചാടനത്തോട്

ആത്മാർത്ഥതയും സമർപ്പണവുമുള്ളത് ഇവർക്കാണെന്ന് എനിക്കു തോന്നുന്നു. മഹാത്മജിയോടുള്ള സഹതാപത്തിൽ കവിഞ്ഞു മറ്റൊന്നു മല്ല കോൺഗ്രസുകാർക്കു അയിത്തത്തോടുള്ള എതിർപ്പ്. കേരളത്തിലെ മുൻ ഗവൺമെന്റുകൾ ഒന്നും ഈ വിഷയത്തിൽ ഇത്രയും പ്രാധാന്യം നല്കിയിരുന്നില്ല. സ്വാമിജിക്കു കേരളത്തിലെ പ്രഥമ കമ്യൂണിസ്റ്റ് സർക്കാരിനോടുള്ള സമീപനം മേല്പറഞ്ഞതായിരുന്നു. കമ്യൂണിസ്റ്റുകളെ അധികാരത്തിൽനിന്നു പുറന്തള്ളുവാൻ കോൺഗ്രസുകാർ നടത്തിയ കുപ്രസിദ്ധ വിമോചന സമരത്തോട് തീർത്തും അനുഭാവം ഇല്ലായിരുന്നു. അദ്ദേഹം അതിനെ വിമർശിച്ചിരുന്നു. മറ്റൊരു കത്തിൽ അദ്ദേഹം എഴുതുന്നു. (9 ഏപ്രിൽ 1957 ശിവത്തിനുള്ള കത്ത്) ശ്രീ കേളപ്പൻ സത്യഗ്രഹം തുടങ്ങുവാൻ പോകുന്നുവെന്നത് ആശ്ചര്യം ആയിരിക്കുന്നു. തീർച്ചയായും കമ്യൂണിസ്റ്റുകാരെ അധികാരത്തിൽ നിന്നു താഴെയിടുവാൻ ഉള്ള ആയുധങ്ങളായിട്ടാണദ്ദേഹം സത്യഗ്രഹത്തെ ഉപയോഗിക്കുന്നത്. അതിനാൽ നിങ്ങളൊക്കെ അദ്ദേഹത്തെ അഭിനന്ദിച്ചേക്കും. എന്നാൽ, കമ്യൂണിസ്റ്റ് ഗവൺമെന്റ് ഇത്തരം നീക്കങ്ങളെ അതിജീവിക്കുവാൻ കരുത്താർജ്ജിച്ചിരിക്കുന്നു.

കാര്യങ്ങൾ ഈ നിലയിലെത്തിയെങ്കിലും ശ്രീ കേളപ്പനും സ്വാമിജി സുന്ദർദാസും സ്വാമിജി ഹരിജൻ സേവാസംഘം വിട്ടു പോകുന്നതിനെ അനുകൂലിച്ചില്ല. ഹരിജൻ സമാജം എന്ന പേരിൽ കേളപ്പന് ഒരു സംഘടനയുണ്ടായിരുന്നു. സ്വാമിജിയെപ്പോലെ ഒരാളുടെ സഹകരണം ഈ പ്രസ്ഥാനത്തിന് ഗുണകരമായിരിക്കുമെന്ന് എന്ന് അദ്ദേഹം കരുതിയിരുന്നു. അതിനായി അദ്ദേഹം സ്വാമിജിയിൽ പ്രേരണ ചെലുത്തി. എന്നാൽ, സ്വാമിജിയുടെ ക്ഷേത്രവിശ്വാസത്തിൽ ശ്രീ ശിവം സംശയാലു ആയിരുന്നു. ഈ കാര്യത്തിൽ വിശദീകരണം തേടുവാൻ അവർ ശ്രമിച്ചു. അതിനു മറുപടിയായി സ്വാമിജി സുദീർഘമായ ഒരു കത്തയച്ചു. അതിന്റെ കോപ്പികൾ ശ്രീ കേളപ്പനും ശ്യാംജി സുന്ദർദാസിനും അയച്ചുകൊടുത്തു ഇതായിരുന്നു ആ കത്ത്.

> ഞാൻ എന്റെ ചെറുപ്പകാലത്ത് കറതീർന്ന ഒരു ക്ഷേത്രാരാധകനായിരുന്നു. എന്നാൽ സവർണ്ണ ഹിന്ദുക്കളുടെ ക്ഷേത്രങ്ങൾ അയിത്തത്തിന്റെ പിശാചു കുടിയിരിക്കുന്ന സ്ഥലങ്ങളാണെന്നു പില്ക്കാലത്ത് ഞാൻ തിരിച്ചറിഞ്ഞു. ഹരിജനങ്ങൾക്കു പ്രവേശനമില്ലാത്ത ക്ഷേത്രങ്ങൾ ബഹിഷ്കരിക്കുവാൻ മഹാത്മജി ആഹ്വാനം ചെയ്യുമ്പോഴാണ് ഈ തിരിച്ചറിവിലേക്കു ഞാൻ നയിക്കപ്പെട്ടത്. പിന്നീട് ഞാൻ സർവ്വർക്കും പ്രവേശനം അനുവദിച്ചിട്ടുള്ള ശ്രീനാരായണ ക്ഷേത്രങ്ങളിൽ ആരാധനയ്ക്കായി പോയി. ഇതേക്കുറിച്ച് ഞാൻ എഴുതിയതും *ഹരിജൻ* പത്രത്തിൽ പ്രസിദ്ധീകരിച്ചതുമായ ഒരു ലേഖനത്തിൽ ഒരു കാര്യം ഞാൻ വ്യക്തമാക്കിയിരുന്നു. മഹാത്മ

> ജിയുടെ *ഹരിജൻ* പ്രസ്ഥാനത്തിനുവേണ്ടി ഞാൻ ഹിന്ദുമതത്തെ ത്യജിക്കുന്ന ഒരു പരീക്ഷണാർത്ഥം ഏതെങ്കിലും ക്ഷേത്രത്തിൽ വന്നു എന്റെ ക്ഷേത്രവിശ്വാസത്തെ പരിശോധിക്കുവാനുള്ള ഒരു നീക്കത്തിനും ഞാൻ തയ്യാറല്ല എന്നാൽ, നമ്മുടെ നിയമനിർമ്മാണത്തിന്റെ ശക്തി പരീക്ഷിച്ചറിയുവാനും നിയമം ഹരിജനങ്ങൾക്കു നല്കിയിരിക്കുന്ന തുല്യാവകാശങ്ങൾ ഏതു നിലയിൽ പ്രയോഗത്തിലിരിക്കുന്നു എന്ന പരിശോധിച്ചറിയുവാനുമായി ഞാൻ തനിച്ചോ ഹരിജനങ്ങളോടൊപ്പമോ ക്ഷേത്രങ്ങളിൽ പോകും. നമ്മുടെ ഹരിജൻ പ്രസ്ഥാനത്തിന്റെ ശക്തി പരിശോധിക്കുവാനുള്ള ശ്രമം കൂടിയാണ്.
>
> ജാതിയുടെയും അയിത്തത്തിന്റെയും കോട്ടയായ ഈ ക്ഷേത്രങ്ങൾക്കുള്ളിൽ ഒരവകാശമെന്ന നിലയിൽ കടന്നു ചെന്നാരാധിക്കുവാനും ഏറ്റവും മുന്തിയ ഹിന്ദുവിനോട് സമത്വം അവകാശപ്പെടുവാനും ഹരിജനങ്ങൾക്കുള്ള അവകാശങ്ങൾക്കുവേണ്ടി ഞാൻ നിലകൊള്ളുന്നു. ഹരിജനങ്ങളെ ക്ഷേത്രത്തിന്റെ ട്രസ്റ്റികളായും പൂജാരികളായും നിയമിക്കുന്നതിനായുള്ള സമരം നമ്മൾ തുടങ്ങേണ്ടതുണ്ട്.

ഈ കത്തിനുള്ള ശിവത്തിന്റെ മറുപടി ഹരിജൻ സേവാ സംഘത്തിനു സ്വാമി ആനന്ദതീർത്ഥനുമായുള്ള ആശയപരം വിയോജിപ്പ് വ്യക്തമാക്കുന്നതായിരുന്നു. ശിവം ഗാന്ധിജിയെ ഉദ്ധരിച്ചുകൊണ്ടെഴുതി (27 സെപ്തംബർ 1960) "ക്ഷേത്രപ്രവേശനത്തിനു വേണ്ടി പരിശ്രമിക്കുന്ന പ്രദേശങ്ങളിലെങ്കിലുമുള്ള ഭൂരിപക്ഷം ഹിന്ദുക്കളുടെയും മനഃപരിവർത്തനത്തിന് നിങ്ങൾ കൂടുതൽ ഊന്നൽ കൊടുക്കേണ്ടതുണ്ട്." സ്വാമി ആനന്ദതീർത്ഥൻ അദ്ദേഹത്തിന്റേതായ ശൈലിയിൽ പ്രവർത്തനം തുടർന്നു. ഒരു വർഷം കഴിഞ്ഞപ്പോൾ സ്വാമിജി വീണ്ടും സവർണ്ണഹിന്ദുക്കളാൽ കൈയേറ്റം ചെയ്യപ്പെട്ടു. ഇതറിഞ്ഞു ശിവം അദ്ദേഹത്തിനെഴുതി.

> ഇത്രയധികം മർദ്ദനവും കഷ്ടപ്പാടുകളും ഈ കാര്യത്തിൽ നിങ്ങൾക്കുമാത്രമാണ് സഹിക്കേണ്ടിവന്നത് എന്നതിൽ ഞാൻ ഖേദിക്കുന്നു. ആദ്യം തമിഴ്നാട്ടിൽ വെച്ചു മർദ്ദനമേറ്റ് നിങ്ങളുടെ കാലൊടിഞ്ഞു. കോഴിക്കോടിന് മാറ്റിയതിനുശേഷവും പ്രശ്നങ്ങൾ കൂടുകയാണുണ്ടായത്. ഇപ്പോഴിതാ വീണ്ടും നിങ്ങൾക്കു മർദ്ദനം ഏറ്റിരിക്കുന്നു. ഒരു കേസും നിങ്ങൾക്കെതിരെയുണ്ട്. ഹരിജൻ സേവാസംഘത്തിന്റെ ഒരു പ്രവർത്തകൻ എന്ന നിലയിൽ മാത്രമല്ല ഒരു സന്ന്യാസി എന്ന നിലയിലും ഇതു തീരെ അഭിമാനിക്കത്തക്കതല്ല. രാജ്യത്തുടനീളമായി നമുക്കു 300 മുഴുവൻസമയ പ്രവർത്തകരുണ്ട്. അവരിൽ ആർക്കും തന്നെ നിങ്ങളോളം മർദ്ദനം

ഏല്ക്കേണ്ടി വന്നിട്ടില്ല (1961 ആഗസ്ത് 10 ന് സ്വാമിജിക്കെഴുതിയ കത്ത്)

ഇതേ കത്തിൽ തന്നെ കേളപ്പൻ സ്ഥാപിച്ച നെടിയിരിപ്പ ഹരിജൻ കോളനിയുടെ ചുമതല ഏറ്റെടുക്കുവാനും ശ്യാംജി സുന്ദർദാസിന്റെ മേൽനോട്ടം അംഗീകരിച്ചു പ്രവർത്തിക്കുവാനും തയ്യാറാണെങ്കിൽ സേവാ ഹരിജന സംഘത്തിൽ വീണ്ടും ചേർന്നു പ്രവർത്തിക്കുന്നതിൽ വിരോധമില്ലെന്നു വ്യക്തമാക്കിയിരുന്നു. ഹരിജൻ സേവാസംഘത്തിന്റെ നിർമ്മാണ പ്രവർത്തനങ്ങൾ എന്നു വിളിക്കപ്പെട്ടിരുന്ന അപ്പോഴത്തെ പ്രവർത്തനരീതിയോട് തീരെ യോജിപ്പില്ലാതിരുന്നതിനാൽ സ്വാമിജി ആ ക്ഷണം നിരസിച്ചു.

4

അയിത്തത്തിന്റെ ശ്രീകോവിലുകൾ തകരുന്നു

അയിത്തത്തിന്റെ അവസാനത്തെ കോട്ടകൾക്കെതിരായ ചരിത്ര പ്രസിദ്ധമായ പോരാട്ടം എന്നു വിശേഷിപ്പിക്കപ്പെട്ട ഗുരുവായൂർ ക്ഷേത്ര പ്രവേശനസത്യഗ്രഹം 1931 ൽ ഉദ്ഘാടനം ചെയ്യപ്പെട്ടു. ഇന്ത്യൻ സ്വാതന്ത്ര്യ പ്രസ്ഥാനത്തിൽ നിന്നു പ്രചോദനം ഉൾക്കൊണ്ടുകൊണ്ടാണ് ഈ പ്രസ്ഥാനം ആരംഭിച്ചത്. ജാതീയമായ ഉച്ചനീചത്വങ്ങളും അയിത്താചരണവും അവസാനിപ്പിക്കേണ്ടത് മതപരമായ ഒരാവശ്യം എന്നതിലുപരി സ്വാതന്ത്ര്യ പ്രസ്ഥാനത്തിന്റെ വിജയത്തിനും ആവശ്യമായിരുന്നു.

ഈഴവർ കൂട്ടമായി ക്രിസ്തുമതത്തിലേക്കു മതപരിവർത്തനം ചെയ്യുമെന്നുള്ള ഭീഷണി മേല്പറഞ്ഞ പ്രശ്നത്തിന്റെ ഗൗരവം വർദ്ധിപ്പിക്കുവാനും അടിയന്തരപരിഹാരം തേടുവാനും പ്രേരകമായി ഭവിച്ചു. കെ അയ്യപ്പൻ, സി കൃഷ്ണൻ തുടങ്ങിയ പ്രമുഖ ഈഴവ നേതാക്കൾ ബുദ്ധമതം സ്വീകരിച്ചതും ഈ കാലയളവിലായിരുന്നു. ദുർഗ്ഗന്ധം വമിക്കുന്ന ഹിന്ദുമതത്തോട് നമുക്കു വിട പറയാം നമുക്കു ബുദ്ധമതം സ്വീകരിക്കാം എന്നുള്ള അവരുടെ ആഹ്വാനം അയിത്തത്തിനെതിരെ പൊട്ടിപ്പുറപ്പെട്ട ഒരു പോരാട്ടത്തിന്റെ കാഹളം വിളി ആയിരുന്നു.

കേരളത്തിന്റെ സാമൂഹ്യ നവോത്ഥാനത്തിന്റെ നേതാക്കന്മാരിൽ അഗ്രഗണ്യനായിരുന്ന മന്നത്തു പത്മനാഭൻ മുപ്പതുകളിൽ കേരളത്തിന്റെ അവസ്ഥയെക്കുറിച്ച് ഇപ്രകാരം രേഖപ്പെടുത്തിയിരിക്കുന്നു.

> പ്രപഞ്ച സ്രഷ്ടാവും സർവ്വവ്യാപിയുമായ ഈശ്വരന്റെ ഇരിപ്പിടങ്ങളായിട്ടാണ് ക്ഷേത്രങ്ങൾ കരുതപ്പെട്ടുപോരുന്നത്. എന്നാൽ, യഥാർത്ഥത്തിൽ അത് സർവ്വവിധ അന്ധവിശ്വാസികളുടെയും അറിവു കെട്ടവരുടെയും അഭയ കേന്ദ്രങ്ങളായി മാറിയിരിക്കുന്നു. ക്ഷേത്ര ഭക്തന്മാരെത്തന്നെ രണ്ടു തട്ടുകളായി വിഭജിച്ചിരിക്കുന്നു.

ക്ഷേത്രത്തിന്റെ മതിൽക്കെട്ടിനുള്ളിൽ പ്രവേശിക്കുവാൻ അനുമതിയുള്ളവർതന്നെ തങ്ങളുടെ ജാതി ശ്രേണിക്കനുസൃതമായി ക്യൂ നിന്നു വേണം ദേവനെ സമീപിക്കുവാൻ. ജാതിയുടെ നിലവാരം അനുസരിച്ച് ആരാധനാ സമ്പ്രദായത്തിനും മാറ്റമുണ്ട്. ശൂദ്രന്മാരുടെ കൂട്ടത്തിൽ നിന്ന് ക്ഷേത്രത്തിനുള്ളിൽ പ്രവേശനം അനുവദിച്ചിട്ടുള്ളത് നായന്മാർക്ക് മാത്രമാണ്. ഇതര ജാതിക്കാർക്കു മതിൽക്കെട്ടിന് വെളിയിലാണ് സ്ഥാനം. മറ്റു ജാതിക്കാരുടെ കൂട്ടത്തിൽ സ്ഥാനത്തിലും എണ്ണത്തിലും മുന്തിയവർ ഈഴവരായിരുന്നു. ഇവർ ക്ഷേത്ര മതിൽക്കെട്ടിനു വെളിയിൽ നിന്നാൽ മാത്രം പോരാ ക്ഷേത്ര മതിലിൽ നിന്നും പന്ത്രണ്ടടി അകലം പാലിക്കണം. ഹരിജനങ്ങൾ, പഞ്ചവർ തുടങ്ങിയവർ വേണം ഏറ്റവും പിന്നിൽ നില്ക്കുവാൻ. ഇവർക്കു കല്പിച്ചിരുന്ന അകലം അറുപത്തിനാലടിയായിരുന്നു. മറ്റുള്ളവരിൽ നിന്ന് മൂന്നടിയെങ്കിലും മുന്നിൽ നില്ക്കുവാൻ അനുവാദം കിട്ടിയിരുന്ന ഓരോ ജാതിയും തങ്ങളുടെ ആഭിജാത്യത്തിൽ അഭിമാനം കൊണ്ടിരുന്നു. കാലം ചെല്ലുന്തോറും ഈ അകലത്തിന്റെ ആളവു കൂടി വന്നതേയുള്ളൂ ഒരിഞ്ചുപോലും കുറഞ്ഞുവന്നില്ല. ഈ ഹിന്ദു വിശ്വാസികൾക്ക് ക്ഷേത്രത്തിനുള്ളിൽ പ്രവേശിച്ച് ദർശനം നടത്തുവാൻ കഴിഞ്ഞിരുന്നില്ലെന്നു മാത്രമല്ല അവർക്ക് ക്ഷേത്രത്തിനു സമീപമുള്ള റോഡുകളിലൂടെ നടക്കുവാനും കഴിഞ്ഞിരുന്നില്ല. ഈ റോഡുകൾ ഹിന്ദു മതസ്ഥരല്ലാത്ത മറ്റാളുകൾക്ക് നിർബ്ബാധം ഉപയോഗിക്കുവാൻ കഴിഞ്ഞിരുന്നു എന്നതാണ് രസകരം. പ്രധാനപ്പെട്ട ക്ഷേത്ര പരിസരങ്ങളിലെ റോഡുകളിലെ നാലുകോവിലുകളിലും "അഹിന്ദുക്കൾ സഞ്ചരിക്കരുത്" എന്ന ബോർഡ് സ്ഥാപിച്ചിരുന്നു. എങ്കിലും അഹിന്ദുക്കൾക്കു പ്രവേശിക്കുവാൻ കഴിയുന്നിടത്തു പോലും ഹരിജനങ്ങളെ പ്രവേശിപ്പിച്ചിരുന്നില്ലെന്നതാണ് വിചിത്രം.

(*വിപ്ലവകാരിയായ ശ്രീ നാരായണഗുരു* മന്നത്ത് പത്മനാഭൻ
പേജ് 336.337. എസ് പി സി എസ് പ്രസിദ്ധീകരണം)

ക്ഷേത്രപ്രവേശന പ്രചാരണത്തിന്റെ നേട്ടങ്ങൾ

ഗുരുവായൂർ സത്യഗ്രഹവും 1932 ൽ പൊന്നാനി താലൂക്കിലെ സവർണ്ണ ഹിന്ദുക്കളുടെ ഇടയിൽ നടന്ന ഹിത പരിശോധനയും ക്ഷേത്രാധികാരികളിലോ ഭരണകർത്താക്കളിലോ കൃത്യമായ പ്രതികരണമൊന്നും സൃഷ്ടിച്ചില്ല. വടക്കേ മലബാറിൽ സ്വാമി ആനന്ദ തീർത്ഥനും സുഹൃത്തുക്കളും കുറേക്കൂടി ധീരമായ മാർഗ്ഗമാണ് സ്വീകരിച്ചത്. ഹരിജനങ്ങൾക്കു സവർണ്ണ ക്ഷേത്രങ്ങളിൽ പ്രവേശനം ഇല്ലായിരുന്നെങ്കിലും അവരുടെ കാഴ്ചവസ്തുക്കൾ ക്ഷേത്രങ്ങളിൽ സ്വീകാര്യമായിരുന്നു. കാഴ്ചവസ്തുക്കൾ കൊണ്ടുവരാനുള്ള സമ്മർദ്ദവും ഇവരുടെമേൽ പ്രയോഗിക്കപ്പെട്ടിരുന്നു. സ്വാമി ആനന്ദ തീർത്ഥനും അനുയായികളും ഇതിനെ എതിർത്തു.

ഇത്തരം ക്ഷേത്രങ്ങൾ ബഹിഷ്കരിക്കുവാൻ അവർ ഹരിജനങ്ങളെ പ്രേരിപ്പിച്ചു. 1939 ൽ ആനന്ദതീർത്ഥൻ പ്രസിദ്ധീകരിച്ച ഒരു ലഘുലേഖയിൽ ഇങ്ങനെ പറയുന്നു:

> നിങ്ങൾ ക്ഷേത്രങ്ങളിൽ കാഴ്ചയർപ്പിച്ച് മർദ്ദനം പകരം വാങ്ങിക്കുന്നു. കാഴ്ചയുമായി മതിലിനുവെളിയിൽ കാത്തുനില്ക്കുന്നു. ഇതൊരുവന്റെ ആത്മാഭിമാനത്തിനു യോജിച്ചതല്ല. ദൈവത്തിനു നമ്മുടെ പണമോ, നെല്ലോ, കോഴിയോ ആവശ്യമില്ല. ദൈവത്തിനാവശ്യം ഭക്തിയാണ്. മൃഗങ്ങളെ ബലിയർപ്പിക്കുന്നതിൽ പ്രീതിപ്പെടുന്ന ഒരു ദൈവത്തെ ആരാധിക്കുന്നത് പാപമാണ്. അത്തരം ക്ഷേത്രങ്ങളുടെ അരികിലൂടെ നമുക്കു പോകുവാനേ പാടില്ല.
>
> മതത്തിന്റെയും ദൈവത്തിന്റെയും പേരിൽ നമ്മളെ ചൂഷണ വിധേയരാക്കുവാൻ നമ്മളനുവദിച്ചുകൂടാ. അയിത്തമാചരിക്കുന്ന ക്ഷേത്രങ്ങളിൽ കാഴ്ചയർപ്പിക്കുന്നതിനു പകരം നമ്മുടെ കുട്ടികൾക്കു നല്ല ആഹാരം നല്കിയാൽ അതിലായിരിക്കും ദൈവം കൂടുതൽ പ്രസാദിക്കുക.
>
> ക്ഷേത്രപ്രവേശനത്തിനായുള്ള സമരം തുടങ്ങിയിട്ട് ഇപ്പോൾ എട്ടു വർഷം പിന്നിട്ടു. ഇപ്പോഴും ജനങ്ങൾക്ക് ക്ഷേത്രത്തിന്റെ അടുത്തുകൂടി പോലും പോകുവാൻ പറ്റില്ല. ഇതിനെതിരെ പ്രതിഷേധിക്കുവാൻ നല്ല മാർഗ്ഗം ക്ഷേത്രങ്ങളിൽ കാഴ്ചയർപ്പിക്കുന്ന പതിവ് അവസാനിപ്പിക്കുകയാണ്. ഹരിജനങ്ങളുടെ ആത്മാഭിമാനം സംരക്ഷിക്കുവാനും ഇത്തരമൊരു നീക്കം കൂടിയേ കഴിയൂ.

പോയ വർഷം ഹരിജനങ്ങൾ ഏതെല്ലാം സ്ഥലങ്ങളിൽ ഇപ്രകാരം കാഴ്ചയർപ്പിക്കൽ അവസാനിപ്പിച്ചു എന്നു കാണിക്കുന്ന ഒരു ലിസ്റ്റും ഈ ലഘുലേഖയിൽ ഉൾക്കൊള്ളിച്ചിരുന്നു. ഇപ്രകാരം പ്രവർത്തിച്ചവർക്ക് എതിരായി യാതൊരു ദൈവകോപവും ഉണ്ടായിരുന്നില്ല എന്ന കാര്യവും ലഘുലേഖയിൽ എടുത്തു പറഞ്ഞിരുന്നു.

അക്കാലത്തെ പതിവനുസരിച്ച്, പണവും നെല്ലും കോഴിയും കാഴ്ചയർപ്പിക്കുന്ന ഹരിജന് ഒരല്പം പ്രസാദം കിട്ടുവാൻ വേണ്ടി ദീർഘനേരം മതിൽക്കെട്ടിനു വെളിയിൽ കാത്തുനില്ക്കണമായിരുന്നു. ഉയർന്ന ജാതിക്കാരുടെ ക്ഷേത്രങ്ങളിൽ പ്രവേശനം നിഷേധിച്ചിരുന്നവരും അതിനായി മുറവിളി കൂട്ടിയിരുന്നവരുമായ തിയ്യന്മാർ തങ്ങളുടെ ക്ഷേത്രങ്ങളിൽ തങ്ങളിലും താഴെയുള്ള ജാതികളെ കയറ്റിയിരുന്നില്ലെന്നതാണ് വിരോധാഭാസം.

പയ്യന്നൂരിനടുത്തുള്ള ഏഴോം ക്ഷേത്രത്തിൽ സ്വാമിജി വിജയകരമായ ഒരു ഉത്സവ ബഹിഷ്കരണം നടത്തിച്ചു. ഉത്സവത്തിനു പതിവായി കാഴ്ചകളുമായി എത്താറുള്ള ഹരിജനങ്ങളെ സ്വാമിജി ഇത്തവണ വീട്ടിൽത്തന്നെ ഇരുത്തി. ഇതിൽ കോപിഷ്ഠരായ സവർണ്ണഹിന്ദുക്കൾ പാവപ്പെട്ട ഹരിജനങ്ങളുടെ മേൽ ചാടിവീണ് തീവ്രമായ ഒരു ഏറ്റുമുട്ടലിനു

തുടക്കമിട്ടു. കണ്ണിൽക്കണ്ട ഹരിജൻസ്ത്രീകളും പുരുഷന്മാരും ഇവരുടെ മർദ്ദനത്തിനിരയായി. ശ്രീ കേരളീയൻ ഈ സംഭവത്തെ മൃഗീയമായ നരവേട്ട എന്നു വിശേഷിപ്പിച്ചുകൊണ്ട് പത്രറിപ്പോർട്ടെഴുതി.

വളരെ പ്രസിദ്ധമായ ഒരു സംഭവമായിരുന്നിട്ടും പൊലീസ് കേസ് രജിസ്റ്റർ ചെയ്യുന്നതിനു വിസമ്മതിച്ചു. സ്വാമിജി കലക്ടർക്കു നിവേദനം കൊടുത്തു. കലക്ടർ ഏഴോം സന്ദർശിച്ചു. അതിനുശേഷമാണ് ഇതു സംബന്ധിച്ച ഒരു ക്രിമിനൽ കേസ് ചാർജ് ചെയ്തത്.

ഈ സംഭവത്തെത്തുടർന്ന് ചില കോൺഗ്രസ് പ്രവർത്തകരോടും ശ്രീ കെ പി ആർ ഗോപാലനോടുമൊപ്പം സ്വാമിജി ഏഴോം സന്ദർശിച്ചു. കെ പി ആറിന്റെ ബന്ധുവായ സ്ഥലത്തെ ഒരു ഭൂപ്രഭു ഇവരെ തന്റെ വീട്ടിലേക്ക് ചായയ്ക്കു ക്ഷണിച്ചു. അവർ ചായ കുടിക്കുവാനെത്തിയപ്പോഴാണ് നമ്പ്യാർ മനസ്സിലാക്കുന്നത് സുമുഖൻ എന്നൊരു ഹരിജനും അവരോടൊപ്പം എത്തിയിട്ടുണ്ടെന്ന്. ഒരു ഹരിജനെ വീട്ടിലേക്കു കൂട്ടിക്കൊണ്ടുവന്ന് തന്റെ വീട് അശുദ്ധമാക്കിയതിന് കെ പി ആറും സ്വാമിജിയും നൂറു രൂപാ പിഴയടയ്ക്കണമെന്ന് നമ്പ്യാർ വിധിച്ചു. അവസാനം കെ പി ആർ മാപ്പു പറയുകയും നൂറുരൂപയ്ക്കു പ്രോമിസറിനോട്ട് എഴുതിക്കൊടുക്കുകയും ചെയ്തതിനുശേഷമാണ് ഇരുവരെയും വിട്ടയച്ചത്.

ക്ഷേത്രപ്രവേശനം, ഹരിജൻ പ്രശ്നം ആകെ പരിഹരിക്കുമെന്ന അഭിപ്രായമൊന്നും ആനന്ദതീർത്ഥനില്ലായിരുന്നു. എന്നാൽ, അയിത്തത്തിന്റെ വേരുകൾ സ്ഥിതി ചെയ്യുന്ന ക്ഷേത്രങ്ങളിൽ നിന്ന് അത് പറിച്ചു മാറ്റിയില്ലെങ്കിൽ ഹരിജനങ്ങളുടെ സാമൂഹ്യമായ അടിമത്തം അവസാനിക്കുകയില്ലെന്നദ്ദേഹം കരുതിയിരുന്നു. ഹിന്ദു സമൂഹത്തിലെ അയിത്തപ്പിശാചിനെ ഒഴിവാക്കാൻ ക്ഷേത്ര പ്രവേശനം ഹരിജനങ്ങൾക്ക് ലഭിക്കുകതന്നെ വേണമെന്ന് സ്ഥാപിച്ചുകൊണ്ടെഴുതിയ ലഘുലേഖകൾ അദ്ദേഹം പ്രചരിപ്പിച്ചു.

മുപ്പതുകളിലും നാല്പതുകളിലുമായി ഈ വീക്ഷണത്തോടെ സ്വാമി ആനന്ദതീർത്ഥൻ ഒട്ടേറെ ക്ഷേത്രപ്രവേശന സംരംഭങ്ങൾ വടക്കെ മലബാറിന്റെ പല ഭാഗങ്ങളിലായി സംഘടിപ്പിക്കുകയുണ്ടായി. അനീക്കരക്കാവ്, കഞ്ഞിമംഗലം, പട്ടവം, പറശ്ശനി തുടങ്ങിയ മിക്ക സ്ഥലങ്ങളിലും സവർണ്ണ ഹിന്ദുക്കളുടെയും ഈഴവരുടെയും ഭാഗത്തുനിന്നുള്ള എതിർപ്പ് അദ്ദേഹത്തിന് നേരിടേണ്ടിവന്നു. എന്നാൽ, തങ്ങളുടെ അടിച്ചമർത്തപ്പെട്ട അവസ്ഥയെക്കുറിച്ച് ഹരിജനങ്ങളെ ബോധവാന്മാരാക്കുവാൻ ഈ പരിശ്രമങ്ങൾക്കു കഴിഞ്ഞു. സ്വാമി ആനന്ദതീർത്ഥനെ സംബന്ധിച്ചിടത്തോളം ഹരിജനങ്ങളുടെ സ്വാതന്ത്ര്യമെന്നാൽ ദേശീയ സ്വാതന്ത്ര്യ സമരത്തിന്റെ തന്നെ ഭാഗമായിരുന്നു. അയിത്തത്തെക്കുറിച്ചന്വേഷിക്കുവാൻ ഏർപ്പെടുത്തിയ പാർലമെന്റ് കമ്മറ്റിയുടെ ചെയർമാന് 1965 ഡിസംബർ 19 ന് ഇങ്ങനെ എഴുതുകയുണ്ടായി.

> നമ്മുടെ നേതാക്കന്മാർ കൂടുതലായി രാഷ്ട്രീയത്തിൽ മുഴുകുകയും ഹരിജനോദ്ധാരണത്തിലുള്ള അവരുടെ താല്പര്യം മങ്ങിപ്പോകുകയും ചെയ്യുന്നു. അയിത്താചരണമെന്ന നമ്മുടെ പാപപ്രവൃത്തിയെ തടയാത്ത പക്ഷം സ്വാതന്ത്ര്യത്തിനായുള്ള നമ്മുടെ സർവ്വ ശ്രമവും പരാജയപ്പെടുകതന്നെ ചെയ്യും. താഴെക്കിടയിലുള്ളവരോടുള്ള നമ്മുടെ അവഗണന രൂക്ഷമാണ്. രാഷ്ട്രീയവും സാമൂഹ്യവുമായ എല്ലാ രംഗങ്ങളിലും വിധി അതിന്റെ പ്രതികാരം നിറവേറ്റുക തന്നെ ചെയ്യും.

1938 ൽ കോൺഗ്രസ് ഗവൺമെന്റ് മലബാർ ക്ഷേത്രപ്രവേശന ബില്ല് പാസാക്കി. സ്വാതന്ത്ര്യ പ്രാപ്തിക്കുശേഷം മദ്രാസ് ക്ഷേത്രപ്രവേശന നിയമവും പാസാക്കപ്പെട്ടു. ഈ ഹരിജനങ്ങളുടെ ക്ഷേത്രപ്രവേശനം ഹിന്ദുക്കൾ പൊതുവിൽ ഉപയോഗിക്കുന്ന ക്ഷേത്രങ്ങളിൽ സുഗമമാക്കപ്പെട്ടു. എന്നാൽ ഈ പ്രദേശങ്ങളിലെ സ്വകാര്യക്ഷേത്രങ്ങൾ ഈ നിയമത്തിന്റെ പരിധിയിൽ വന്നിരുന്നില്ല. ഇതൊരു വലിയ പരിമിതിയായിരുന്നു. ചില പ്രത്യേക ജാതിക്കാരുടേതുമാത്രവും സ്വകാര്യ ഉടമസ്ഥതയിൽ നടന്നു വന്നിരുന്നതുമായ ക്ഷേത്രങ്ങളുടെ വാതിൽ ഹരിജനങ്ങൾക്കു മുമ്പിൽ അടഞ്ഞുതന്നെ കിടന്നു. ഇപ്രകാരം ഹരിജനങ്ങളെ പ്രവേശിപ്പിക്കാതിരുന്ന ഒരു ക്ഷേത്രമായിരുന്നു പയ്യന്നൂരിനടുത്ത് രാമവില്ല്വത്തെ തിയ്യക്ഷേത്രം ഇതിനെതിരെ പ്രതിഷേധിക്കുവാൻ 1949 ലെ ക്ഷേത്രോത്സവത്തോട് അനുബന്ധിച്ച് പയ്യന്നൂരിലെ ഒരു സംഘം യുവാക്കളെയും കൂട്ടി ആനന്ദതീർത്ഥൻ ഉപവാസം ആരംഭിച്ചു. *ഹരിജൻ* ഉൾപ്പെടെയുള്ള പ്രധാന വർത്തമാനപ്പത്രങ്ങളിലെല്ലാം ഈ ഉപവാസത്തിന് നല്ല വാർത്താപ്രാധാന്യം കിട്ടി. അതേ ത്തുടർന്ന് 1950 ൽ എല്ലാ ക്ഷേത്രങ്ങളിലും ഹരിജനങ്ങൾക്കു പ്രവേശനം ലഭിക്കത്തക്കവിധം ക്ഷേത്രപ്രവേശന നിയമം സർക്കാർ ഭേദഗതി ചെയ്യുകയുണ്ടായി.

മുൽക്കിക്ഷേത്ര പ്രവേശന ക്യാമ്പ്

ഇങ്ങനെയൊക്കെ ആണെങ്കിലും പല ക്ഷേത്രങ്ങളും സ്വകാര്യ പദവി അവകാശപ്പെടുകയും ഹരിജനങ്ങൾക്കു പ്രവേശനം തടയുകയും ചെയ്യുന്നതു തുടർന്നുപോകുന്നു. സൗത്ത് കാനറാജില്ലയിലെ മുൽക്കി വെങ്കിട്ടരമണ ക്ഷേത്രം ഈ കൂട്ടത്തിൽപ്പെട്ട ഒന്നായിരുന്നു. ഇതിനെതിരെ ഒരു കേസ് കീഴ്ക്കോടതിയിൽ നിന്നു തുടങ്ങി സുപ്രീം കോടതിയിൽ വരെ നീട്ടിക്കൊണ്ടു പോകുകയുണ്ടായി. പത്തുവർഷമാണ് ഈ കേസ് തീരുമാനമാകുവാൻ എടുത്ത സമയം. 1947 ഒക്ടോബർ 8 ന് ഹരിജനങ്ങൾ ക്ഷേത്രപ്രവേശനത്തിനു മുതിർന്നു. ക്ഷേത്ര ഭാരവാഹികളുടെ നിലപാട് ഈ ക്ഷേത്രം സമ്പൂർണ്ണമായും ഗൗഡസാരസ്വത ബ്രാഹ്മണർക്കു മാത്രം അവകാശപ്പെട്ടതാണെന്നും മറ്റാരും ഇതിൽ പ്രവേശിച്ചുകൂടെന്നുമായിരുന്നു. താൻ ജനിച്ചുവളർന്ന സമുദായത്തിൽപ്പെട്ടവരായിരുന്നതിനാൽ

സ്വാമിജിക്ക് ഈ കേസിന്റെ കാര്യത്തിൽ പ്രത്യേക താല്പര്യം ഉണ്ടായിരുന്നു.

1951 മാർച്ച് 31 ന് സൗത്ത് കാനറാ സബോർഡിനേറ്റ് ജഡ്ജ് ഈ കേസിൽ ആദ്യത്തെ വിധി പ്രഖ്യാപിച്ചു. മുൽക്കിയിൽ സ്ഥിര താമസമാക്കിയ ഗൗഡസാരസ്വത ബ്രാഹ്മണ സമുദായത്തിലെ ഏഴാം തലമുറയിൽപ്പെട്ട ഒരു ഗോത്രത്തലവൻ സ്ഥാപിച്ചതാണെങ്കിലും ക്ഷേത്രപ്രവേശന നിയമത്തിലെ നിർവ്വചനത്തിന് അനുസൃതമായി സർവ്വ ഹിന്ദുക്കളുടെയും ആരാധനയ്ക്കു തുറന്നു കൊടുക്കുവാൻ ബാദ്ധ്യസ്ഥമായ ഒരു പൊതുക്ഷേത്രമാണിതെന്നായിരുന്നു വിധി പ്രഖ്യാപനം.

ക്ഷേത്രട്രസ്റ്റികൾ ഈ വിധിക്കെതിരെ മദ്രാസ് ഹൈക്കോടതിയിൽ അപ്പീൽ ബോധിപ്പിച്ചു. 1956 ഏപ്രിൽ 11 ന് ജസ്റ്റിസ് പി ഗോവിന്ദമേനോൻ, ജസ്റ്റിസ് പി എൻ രാമസ്വാമി എന്നിവരടങ്ങിയ ഹൈക്കോർട്ട് ബെഞ്ച് താഴെ പറയുന്ന വിധി പ്രഖ്യാപിച്ചു. ഗൗഡ സാരസ്വത ബ്രാഹ്മണ സമുദായത്തിന്റേതു മാത്രമെന്നവകാശപ്പെടുന്ന ഈ ക്ഷേത്രം 1849 ലെ മദ്രാസ് ക്ഷേത്ര പ്രവേശന ആക്ടിന്റെ പരിധിയിൽ വരുന്നതും ഭരണഘടനയുടെ 25 ാം വകുപ്പ് 1-ാം ഖണ്ഡിക എല്ലാ ജനങ്ങൾക്കും ഉറപ്പു നല്കുന്ന മൗലികാവകാശത്തെ തടയുന്ന രീതിയിൽ ഇതിന്റെ പ്രവർത്തനം നയിക്കുവാൻ ആർക്കും അവകാശമില്ലാത്തതുമാകുന്നു. മതസ്ഥാപനങ്ങൾ നടത്തിക്കൊണ്ടുപോകുവാൻ ഒരു പ്രത്യേക വിഭാഗത്തിന് അനുവദിച്ചിരിക്കുന്ന സ്വാതന്ത്ര്യം അയിത്തം ആചരിക്കുവാനുള്ള അവകാശവുമായി ദുരുപയോഗപ്പെടുത്തുവാൻ ആരെയും അനുവദിച്ചുകൂടാ. ഒരു പ്രത്യേക ജാതിക്കാർ നടത്തുന്ന ക്ഷേത്രം മറ്റേതെങ്കിലും വിഭാഗത്തിന് അയിത്തം കല്പിച്ച് അകറ്റിനിർത്തുന്നത് ക്ഷേത്രങ്ങൾ സ്ഥാപിച്ചു നടത്തിക്കൊണ്ടുപോകുവാനുള്ള ഈ വിഭാഗത്തിന്റെ അവകാശത്തിൽ ഉൾപ്പെടുന്നില്ല. മതസ്വാതന്ത്ര്യത്തിന്റെ പേരു പറഞ്ഞ് അയിത്താചരണത്തിന് സംരക്ഷണം നല്കുവാൻ നിവൃത്തിയില്ല.

(Sri. Venkataramma Devaru and others US state of Madras in Appeal Nos 145 and 146 of 1952 at 11 April 1956 in the High court Madrass state against decree of Senior Judge of South Canara District on Mar**ch 315t 951 A I** R March and April 1958 Madrass 85 V 45 - C 22)

ഈ വിധിയുടെ പശ്ചാത്തലത്തിൽ 1956 ൽ ഹരിജനങ്ങൾ ക്ഷേത്ര പ്രവേശനത്തിനു തയ്യാറായി മുന്നോട്ടുവന്നു. എന്നാൽ, ഗൗഡസാരസ്വത ബ്രാഹ്മണർ ഡൽഹിയിൽ പോയി സുപ്രീം കോടതിയിൽ നിന്ന് ഇതിനെതിരെ ഒരു നിരോധനം സമ്പാദിച്ചു. 1957 നവംബർ 8 ന് സുപ്രീം കോടതി ഇതിന്മേൽ അന്തിമവിധി പ്രഖ്യാപിച്ചു. ക്ഷേത്രപ്രവേശനം എല്ലാ ജാതിക്കാർക്കും അനുവദിക്കേണ്ടതാണെന്നും എന്നാൽ, ഗൗഡസാരസ്വത ബ്രാഹ്മണർക്കു അവരുടേതു മാത്രമായ ഏതെങ്കിലും വിശേഷാൽ പൂജാവേളകളിൽ മറ്റുജാതിക്കാരെ ക്ഷേത്രത്തിൽ പ്രവേശിപ്പിക്കാതിരിക്കാമെ

ന്നമായിരുന്നു ഈ വിധി പ്രഖ്യാപനം.

(No. 237 of 1957 Nov: in the Supreme Court A I R March and April 1958 Supreme Court 225, V 45 - C 22)

ഒറ്റയ്ക്കൊരു പോരാട്ടം

1957 ന് അടുത്ത കാലയളവിൽ സ്വാമി ആനന്ദതീർത്ഥൻ തനിച്ച് ക്ഷേത്രങ്ങളിലെ അയിത്തത്തിനെതിരെ തുറന്ന യുദ്ധത്തിലേർപ്പെടുകയുണ്ടായി. ഇതിനകം കോൺഗ്രസുകാർക്കു ഈ കാര്യത്തിലുണ്ടായിരുന്ന താല്പര്യം ഏതാണ്ടു പൂർണ്ണമായും നശിച്ചുകഴിഞ്ഞിരുന്നു. പല ക്ഷേത്രങ്ങളും ഈ കാര്യത്തിൽ സ്വന്തമായ നിയമങ്ങൾ തന്നെയുണ്ടാക്കിയിരുന്നു. മൂക്കോട്ട്, മാങ്കയിൽ എന്നീ സ്ഥലങ്ങളിലെ പല സമുദായക്കാരുടെയും ക്ഷേത്രങ്ങളിലും തൃപ്പൂണിത്തുറയിലെ രാമസ്വാമി ക്ഷേത്രത്തിലും ഹരിജനങ്ങളെയോ മറ്റ് അവർണ്ണ സമുദായക്കാരെയോ പ്രവേശിപ്പിച്ചിരുന്നില്ല. (1961 മെയ് 24 ന് ആനന്ദതീർത്ഥൻ ഇതേക്കുറിച്ച് ഹരിജൻ ക്ഷേമ വകുപ്പ് ഡയറക്ടർക്ക് എഴുതിയതായി കാണുന്നു) ഈ ക്ഷേത്രങ്ങളധികവും ഗൗഡസാരസ്വത ബ്രാഹ്മണർ, നമ്പൂതിരിമാർ, വാണിയന്മാർ, കുടുംബികൾ തുടങ്ങിയ സമുദായക്കാരുടെ വകയായിരുന്നു. പട്ടണങ്ങളിൽ നിന്നു പട്ടണങ്ങളിലേക്കും ഗ്രാമങ്ങളിൽ നിന്നു ഗ്രാമങ്ങളിലേക്കും സ്വാമിജി യാത്ര ചെയ്തു. ക്ഷേത്രപ്രവേശനം, ക്ഷേത്രക്കുളങ്ങളിൽ ദേഹശുദ്ധി വരുത്തുന്നതിനു ഹരിജനങ്ങൾക്ക് ഏർപ്പെടുത്തിയിരിക്കുന്ന വിലക്കു പിൻവലിക്കൽ, ഈ ആവശ്യങ്ങൾ നേടിയെടുക്കുന്നതിനായി സമ്മേളനങ്ങൾ വിളിച്ചുകൂട്ടുകയും മറ്റു പ്രചാരണ പ്രവർത്തനങ്ങൾ നടത്തുകയും ചെയ്തു. ഗൗഡസാരസ്വത ബ്രാഹ്മണ സമുദായക്കാരുടെ കാര്യത്തിലായിരുന്നു സ്വാമിജിക്കു കൂടുതൽ വാശി. കാരണം അത് താൻ ജനിച്ചുവളർന്ന സമുദായമായിരുന്നല്ലോ.

ചെറായിയിലെ ശ്രീ വരാഹക്ഷേത്രം ഗൗഡ സ്വാരസ്വത ബ്രാഹ്മണ സമുദായത്തിന്റേതായിരുന്നു. ഈഴവർക്കും ഹരിജനങ്ങൾക്കും ആ ക്ഷേത്രത്തിൽ പ്രവേശനമില്ലായിരുന്നു. ക്ഷേത്രത്തിന്റെ പ്രവേശനകവാടത്തിൽത്തന്നെ അയിത്ത സമുദായക്കാർക്ക് പ്രവേശനമില്ലെന്ന ബോർഡ് സ്ഥാപിച്ചിരുന്നു. ഈ ബോർഡ് എഴുത്തു മാറ്റുന്നതിനും എല്ലാ ജാതിക്കാർക്കും പ്രവേശനം കിട്ടുന്നതിലേക്കുമായി പ്രയോഗിച്ചുനോക്കിയ സർവ്വ സമാധാന മാർഗ്ഗങ്ങളും പരാജയപ്പെട്ടപ്പോൾ ആനന്ദതീർത്ഥൻ ഒരു സംഘം ഹരിജനങ്ങളെയും ഈഴവരെയും സംഘടിപ്പിച്ചുകൊണ്ട് 1958 ജനുവരി 1 ന് ബലമായി ക്ഷേത്രത്തിൽ പ്രവേശിക്കുവാൻ മുതിർന്നു. അവർ ക്ഷേത്രത്തിനുമുമ്പിലെത്തിയപ്പോൾത്തന്നെ ക്ഷേത്രഭാരവാഹികൾ അവരെ തടഞ്ഞു. പൊലീസ് സ്റ്റേഷനിൽ ഇതിനെതിരെ ഒരു പരാതി കൊടുത്തു. എന്നാൽ, സബ് ഇൻസ്പെക്ടർ ഈ കാര്യത്തിൽ കേസെടുക്കുവാൻ വിസമ്മതിച്ചു. ഇതേത്തുടർന്ന് തുടർച്ചയായി 50 ദിവസത്തോളം

ക്ഷേത്രം പൂട്ടിയിടുവാൻ അവർ നിർബ്ബന്ധിതരായി. കാര്യം നേടുന്നതു വരെ താൻ ഉപവസിക്കുമെന്നും സർക്കാരിലേക്ക് നിവേദനം കൊടുക്കുമെന്നും ഭീഷണിപ്പെടുത്തിയതിനു ശേഷമാണ് പൊലീസ് ക്ഷേത്രാധികാരികൾക്കെതിരെ ഒരു കേസ് ചാർജ്ജ് ചെയ്യുവാൻ മുതിർന്നത്.

ഈ കേസിൽ പറവൂർ സബ് മജിസ്ട്രേറ്റ് കോടതിയിൽ നിന്ന് സ്വാമിജി അനുകൂലമായ ഒരു വിധി സമ്പാദിച്ചു. 1958 ഒക്ടോബർ 2 ന് ഗാന്ധിജയന്തി ദിനത്തിൽ ആനന്ദതീർത്ഥനും അനുയായികളും ചേർന്നു മറ്റൊരു ക്ഷേത്രപ്രവേശനം സംഘടിപ്പിച്ചു. ഈ പ്രാവശ്യം ക്ഷേത്ര മതിൽക്കെട്ടിനുള്ളിലെ നാലമ്പലത്തിന്റെ വാതില്ക്കൽ വെച്ചാണ് അവർ തടയപ്പെട്ടത്. ഇതിനെതിരായി സമർപ്പിച്ച കേസിൽ ഹൈക്കോടതിയിൽ നിന്നുണ്ടായ വിധി ആനന്ദതീർത്ഥന്റെ പ്രസ്ഥാനത്തിനു ലഭിച്ച ഒരു തിരിച്ചടിയായിരുന്നു. ഹരിജനങ്ങൾക്കും ഈഴവർക്കും നാലമ്പലത്തിനകത്തു പ്രവേശനം നിഷേധിച്ചതിൽ നിയമവിരുദ്ധമായി ഒന്നുമില്ലെന്നും ഗൗഡ സാരസ്വത ബ്രാഹ്മണർക്കു മാത്രമാണവിടെ പ്രവേശനാവകാശമെന്നും ആയിരുന്നു വിധി പ്രഖ്യാപനം. (Criminal Appeal No. 314/59 Highcourt of Kerala) ഈ വിധി ദൂരവ്യാപകമായ പ്രത്യാഘാതങ്ങളുണ്ടാക്കി. പല കീഴ്ക്കോടതികളും ഹൈക്കോടതിയും ഈ നിഗമനത്തെ ആശ്രയിച്ചുകൊണ്ട് അയിത്താചരണകേസുകളിലെ കുറ്റവാളികളെ വെറുതെ വിടുകയുണ്ടായിട്ടുണ്ട്.

സ്വാമി ആനന്ദതീർത്ഥൻ ഈ പ്രശ്നത്തിൽ തന്റെ മുഴുവൻ ശക്തിയും സംഭരിച്ചു പോരാടുകയുണ്ടായി. ഇതേക്കുറിച്ചദ്ദേഹം ശിവത്തിനെഴുതി. "ക്ഷേത്രപ്രവേശന പ്രശ്നം പരിഹരിക്കാമെന്ന് എന്റെ സമുദായക്കാരിൽ നിന്ന് ഉറപ്പു ലഭിക്കാത്തപക്ഷം എന്റെ അമ്മ മരിച്ചാൽപ്പോലും ഞാനെന്റെ വീട്ടിൽ പോകുകയില്ല." വർദ്ധിച്ച ഉൽക്കണ്ഠയോടെ അദ്ദേഹം മന്ത്രിമാർക്കും പാർലമെന്റ് അംഗങ്ങൾക്കും ഹരിജൻ പ്രശ്നങ്ങളോട് അനുഭാവമുള്ള പൊതുപ്രവർത്തകർക്കും നിവേദനം കൊടുത്തു. മുൽക്കി കേസിൽ സുപ്രീം കോടതി നല്കിയ വിധി പ്രഖ്യാപനത്തിൽ നിന്ന് ചെറിയ കേസിൽ കേരള ഹൈക്കോടതി നല്കിയ വിധി എന്തു പ്രകാരത്തിൽ വൈരുദ്ധ്യം നിറഞ്ഞതായിരിക്കുന്നുവെന്ന് ചൂണ്ടിക്കാണിക്കപ്പെട്ടു. തനിക്കു വ്യക്തിപരമായി സംഭവിച്ച പരാജയമായിട്ടദ്ദേഹം ഇതിനെ കണക്കാക്കിയിരുന്നില്ല. രാഷ്ട്രം അതിന്റെ വിശുദ്ധമായ ലക്ഷ്യങ്ങളിൽനിന്ന് വഴുതിപ്പോകുന്നതിലായിരുന്നു അദ്ദേഹത്തിനു കുണ്ഠിതം. നമ്മുടെ രാജ്യത്തിന്റെ ഏതെങ്കിലും ഒരു കോണിലെങ്കിലും അയിത്താചരണം നിലനില്ക്കുന്നിടത്തോളം കാലം ആ മഹാത്മാവിന്റെ മനസ്സിനു ശാന്തി ലഭിക്കുമായിരുന്നില്ല. മഹാത്മജിയുടെ വേർപാടിനുശേഷം പന്ത്രണ്ടു വർഷങ്ങൾ പിന്നിട്ടുകഴിഞ്ഞിരിക്കുന്നു. എല്ലാ ക്ഷേത്രങ്ങളും ഹരിജനങ്ങൾക്കും കൂടി തുറന്നുകൊടുക്കുവാനുള്ള കാലം അതിക്രമിച്ചിരിക്കുന്നു. മഹാത്മജി പറഞ്ഞു: "അയിത്തം നില നില്ക്കുന്നുവെങ്കിൽ ഹിന്ദുമതം മരിക്കുകതന്നെ ചെയ്യും. നമ്മുടെ മതത്തിൽനിന്നും സമൂഹത്തിൽനിന്നും അയിത്തത്തെ തുടച്ചു

മാറ്റുവാനുള്ള കർത്തവ്യം ഓരോ ഹിന്ദുവിനുമുണ്ട്."

പരാജയം കൊണ്ടു പിന്തിരിയുന്ന പ്രകൃതക്കാരനായിരുന്നില്ല സ്വാമി ആനന്ദതീർത്ഥൻ. ലക്ഷ്യം എത്രമാത്രം വിശുദ്ധമായിരിക്കുന്നു എന്നതു കൊണ്ടുതന്നെ താല്ക്കാലിക പരാജയങ്ങളെ അവഗണിക്കുവാനും അദ്ദേഹത്തിനു കഴിഞ്ഞിരുന്നു. സംസ്ഥാന ഹരിജൻ ക്ഷേത്രസമിതിയിൽ അദ്ദേഹം ഒരംഗമായിരുന്നു. അദ്ദേഹത്തിന്റെ താല്പര്യം നിമിത്തം ഈ സമിതി അയിത്തനിർമ്മാർജ്ജനത്തിന്റെ പുരോഗതിയെക്കുറിച്ചു പഠനം നടത്തുന്നതിന് ഒരു ഉപസമിതിയെ നിയോഗിക്കുകയുണ്ടായി. ആനന്ദതീർത്ഥനും ഇതിൽ അംഗമായിരുന്നു. തിരുവനന്തപുരത്തെ ഹരിജന ക്ഷേമവകുപ്പു ഡയറക്ടറുടെ ആഫീസിൽ 1960 മാർച്ച് 19 ന് ചേർന്ന യോഗത്തിൽ വെച്ച് മേല്പറഞ്ഞ ഉപസമിതി താഴെപ്പറയുന്ന പ്രമേയം പാസാക്കുകയുണ്ടായി.

> കേരള ഹൈക്കോടതിയിൽനിന്നു വെങ്കിടേശ്വര പ്രഭുവും മറ്റുള്ളവരും കേരള സർക്കാരും കക്ഷികളായിരുന്ന കേസിൽ (1960 കെ എൽ ടി 599) വിധിതീർപ്പിനെത്തുടർന്നു അയിത്താചരണത്തിനെതിരായി നിലവിലുള്ള നിയമം ഭേദഗതി വരുത്തേണ്ടതാണെന്ന് ഞങ്ങൾ ശുപാർശചെയ്യുന്നു. അയിത്താചരണ നിരോധന നിയമം 1955 ന് പരിമിതമായ പ്രയോഗസാധുതയെ ഉള്ളുവെന്നാണ് മേല്പറഞ്ഞ വിധിപ്രഖ്യാപനം തെളിയിക്കുന്നത്. പ്രത്യേകിച്ചും ഏതെങ്കിലും ഒരു പ്രത്യേക വിഭാഗം നടത്തുന്ന ക്ഷേത്രങ്ങളുടെ കാര്യത്തിൽ ഈ നിയമത്തിനു പ്രയോഗസാധുത ഇല്ലെന്നു വരുന്നു. ആയതിനാൽ ഹിന്ദുക്കൾക്കായുള്ള പൊതു ആരാധനാ സ്ഥലങ്ങളിൽ ഹിന്ദുമതത്തിലെ ഏതൊരു വിഭാഗത്തിനും ഉപവിഭാഗങ്ങൾക്കും പ്രവേശിക്കുവാനും ആരാധന നടത്തുവാനും കഴിയത്തക്കവിധം മേല്പറഞ്ഞ നിയമം ഭേദഗതി ചെയ്യേണ്ടതാണ്.

പൊതു ആരാധനാസ്ഥലം എന്നതുകൊണ്ട് ശ്രീകോവിലൊഴികെ ബലിബീഠം, ദേവസ്ഥാനം, നമസ്കാരമണ്ഡപം, നാലമ്പലം ഈ ഭാഗങ്ങളെല്ലാം എന്താണർത്ഥമാക്കുന്നതെന്നു വ്യക്തമാക്കണമെന്ന് സ്വാമി ആനന്ദതീർത്ഥൻ നിർദ്ദേശിക്കുകയും ആ നിർദ്ദേശം സമിതി സ്വീകരിക്കുകയും ചെയ്തു. ക്ഷേത്രപ്രവേശനം അനുവദിച്ച പല ക്ഷേത്രങ്ങളിൽത്തന്നെ ഹരിജനങ്ങളെ നമസ്കാരമണ്ഡപം, നാലമ്പലം തുടങ്ങിയ പ്രധാനപ്പെട്ട ഭാഗങ്ങളിൽ പ്രവേശിപ്പിച്ചിരുന്നില്ല. അയിത്താചരണത്തിനു ശിക്ഷിക്കപ്പെടുന്നവർ രണ്ടാം പ്രാവശ്യവും അതേ കുറ്റം ആവർത്തിക്കുന്ന പക്ഷം ശിക്ഷ വർദ്ധിപ്പിക്കേണ്ടതാണെന്ന ആനന്ദതീർത്ഥന്റെ നിർദ്ദേശവും സമിതി അംഗീകരിക്കുകയുണ്ടായി. സമിതിയുടെ ഈ നിർദ്ദേശങ്ങൾ അന്തിമമായി അംഗീകരിക്കപ്പെടുകയും കേരളാ ഹിന്ദു പൊതു ആരാധനാ സ്ഥലങ്ങളെ സംബന്ധിച്ച നിയമം 1965 എന്ന പേരിൽ നിയമമാക്കുകയും ചെയ്തു.

ഈ നിയമ നിർമ്മാണവും കോടതിക്കേസുകളും എല്ലാം ഉണ്ടായിട്ടു തന്നെ പല ക്ഷേത്രങ്ങളിലും അയിത്തം നിശിതമായ രൂപത്തിൽ നിലനിന്നിരുന്നു. സ്വാമി ആനന്ദതീർത്ഥൻ തികഞ്ഞ മത്സരബുദ്ധിയോടുകൂടിത്തന്നെ തന്റെ ശ്രദ്ധയിൽപ്പെട്ട ഓരോ സംഭവവും ഏറ്റെടുക്കുകയും നിയമത്തിന്റെ മുന്നിൽ വിചാരണയ്ക്കു കൊണ്ടുവരികയും ചെയ്തു. തെക്ക് കുഴിത്തുറ മുതൽ വടക്ക് കാസർകോടു വരെയും അദ്ദേഹം ഓടിനടന്ന് ഈ ദൃശ്യ പ്രവർത്തനങ്ങളിൽ വ്യാപരിച്ചിരുന്നു. പലപ്പോഴും സ്വന്തം ജീവൻതന്നെ അപകടപ്പെടുമെന്ന ഘട്ടം വന്നിട്ടുണ്ട്.

വിവേചനം പല രൂപത്തിൽ

പല സ്ഥലങ്ങളിലും നിരന്തരമായി നിലനിന്നിരുന്ന വിവേചന മാതൃകകൾ താഴെപ്പറയുന്നവ ആയിരുന്നു.

1. പട്ടികജാതിക്കാർ മറ്റു പിന്നോക്കജാതിക്കാർ തുടങ്ങിയവർക്ക് ക്ഷേത്രങ്ങൾ തുറന്നുകൊടുത്തിരുന്നുവെങ്കിലും നാലമ്പലത്തിനകത്ത് പ്രവേശനമില്ലായിരുന്നു. ഈഴവർ, തീയ്യർ ഈ വിഭാഗങ്ങൾ സ്വയം പിന്നോക്കസമുദായക്കാരായിരുന്നിട്ടു കൂടി അവരുടെ പരമ്പരാഗത ക്ഷേത്രങ്ങളായ അറപ്പുര, മാടം, കാവ് തുടങ്ങിയ ഇടങ്ങളിൽ തങ്ങളിലും താഴെയുള്ള ജാതിക്കാരെ പ്രവേശിപ്പിച്ചിരുന്നില്ല. ചില പട്ടികജാതിക്കാരും തങ്ങളുടെ ക്ഷേത്രങ്ങളിൽ തങ്ങളിലും താഴെയുള്ളവർ എന്ന് അവർ കരുതിയിരുന്ന ജാതിക്കാരെ പ്രവേശിപ്പിച്ചിരുന്നില്ല.

2. ക്ഷേത്രത്തിലെ പൂജാരികൾ പ്രസാദം മുന്നിലുള്ള പടിയിലേക്കെറിഞ്ഞ് കൊടുക്കുകയല്ലാതെ, ഹരിജനങ്ങളുടെയോ തീയരുടെയോ കൈയിൽ നേരിട്ടു കൊടുക്കുകയായിരുന്നില്ല. മനുഷ്യന്റെ അന്തസ്സിനും അഭിമാനത്തിനും അരോചകമായ ഒരേർപ്പാടാണിതെന്നു പ്രത്യേകം പറയേണ്ടതില്ലല്ലോ.

3. നേർച്ച കാഴ്ചകൾ അർപ്പിച്ചതിന്റെ രസീതുകളോ നിവേദ്യപ്പാത്രങ്ങളോ ഹരിജനങ്ങളിൽനിന്നും നേരിട്ട് വാങ്ങിക്കുമായിരുന്നില്ല.

4. ശ്രീകോവിലിന്റെ മുന്നിൽ ഉയർത്തിക്കെട്ടിയ ഒരു പ്ലാറ്റ്ഫോറമാണ് നമസ്കാരമണ്ഡപം. അവിടെ കയറിനിന്നു പ്രാർത്ഥിക്കുവാൻ ബ്രാഹ്മണരെ മാത്രമേ അനുവദിക്കൂ.

5. പാചകം ചെയ്ത ഭക്ഷ്യവസ്തുക്കൾ നിവേദ്യമായി മറ്റു ജാതിക്കാരിൽനിന്നും സ്വീകരിച്ചിരുന്നെങ്കിലും ഹരിജനങ്ങളിൽനിന്നു സ്വീകരിക്കുമായിരുന്നില്ല.

6. പട്ടികജാതിക്കാർ കാഴ്ചയായി അർപ്പിച്ചിരുന്ന നാളികേരം, ഏത്തക്കുല തുടങ്ങിയവ പ്രതിഷ്ഠയ്ക്കടുത്ത് വയ്ക്കാതെതന്നെ പാചകസ്ഥലത്തേക്ക് നീക്കം ചെയ്യുമായിരുന്നു.

7. ഹരിജനങ്ങൾ പ്രവേശിച്ച് അശുദ്ധമായി എന്ന് ആരോപിച്ചുകൊണ്ട് തന്ത്രിയുടെ നിർദ്ദേശപ്രകാരം ക്ഷേത്രശുദ്ധീകരണകർമ്മങ്ങൾ അനുഷ്ഠിക്കുമായിരുന്നു.

8. സമൂഹ സദ്യകളിൽ ഹരിജനങ്ങൾ പങ്കെടുത്താൽ അവരിരുന്ന സ്ഥലവും മറ്റും ചാണകവെള്ളം തളിച്ച് ശുദ്ധീകരിക്കുവാൻ അവരെത്തന്നെ നിയോഗിക്കുമായിരുന്നു.

9. ക്ഷേത്രത്തിലേക്കുള്ള ഘോഷയാത്രകളിൽനിന്നും ഹരിജനങ്ങളെ ഒഴിച്ചു നിർത്തുമായിരുന്നു.

അയിത്തത്തിന്റെ നിലനില്ക്കുന്ന പല രൂപങ്ങളും സ്വാമിജി തനിച്ച് അതിനെതിരെ നടത്തിയിരുന്ന സമരത്തിന്റെ ചില വിവരണങ്ങളുമാണ് താഴെ വിവരിക്കുന്നത്.

1. കുഴിത്തുറ ശിവക്ഷേത്രം

ഹരിജനങ്ങൾക്കു തുല്യപദവി അനുവദിച്ചുകൊടുക്കുന്ന ഏതു നീക്കത്തെയും തുറന്നെതിർക്കുന്ന സവർണ്ണ ഹിന്ദുക്കളുടെ നടപടികൾ പലപ്പോഴും പരിഹാസ്യംപോലും ആകാറുണ്ട്. പ്രതിഷ്ഠയ്ക്കഭിമുഖമായി ഗർഭഗൃഹത്തിനു മുൻവശത്തുള്ള നമസ്കാരമണ്ഡപത്തിൽ നിന്ന് നമസ്കരിക്കുവാനുള്ള അവകാശം ബ്രാഹ്മണർക്ക് മാത്രമായിരുന്നു. 1962 മാർച്ച് 4-ാം തീയതി സ്വാമിജി ക്ഷേത്രം സന്ദർശിക്കുകയും നമസ്കാരമണ്ഡപത്തിൽ പ്രവേശിക്കുകയും ചെയ്തു. പൂണൂൽ ധരിച്ചിട്ടില്ലാതിരുന്നതിനാൽ ബ്രാഹ്മണനല്ലെന്ന് തെറ്റിദ്ധരിച്ച് കാവല്ക്കാർ സ്വാമിജിയെ വലിച്ച് താഴെയിട്ടു. അദ്ദേഹം ഇതേക്കുറിച്ച് ദേവസ്വം സെക്രട്ടറിയുടെ അടുത്ത് പരാതിപ്പെട്ടു. കാവല്ക്കാരന്റെ ചെയ്തിയെ ദേവസ്വം സെക്രട്ടറി ന്യായീകരിക്കുകയാണ് ചെയ്തത്. ക്ഷേത്രത്തിൽ നിലവിലിരിക്കുന്ന പാരമ്പര്യച്ചട്ടങ്ങൾ സംരക്ഷിച്ചുകൊള്ളാമെന്ന ഒരു കരാർ ബോർഡ് തിരുവിതാംകൂർ മഹാരാജാവുമായി ഉണ്ടാക്കിയിട്ടുണ്ടായിരുന്നുവത്രേ. കുഴിത്തുറ അഡീഷണൽ ഒന്നാം ക്ലാസ് മജിസ്ട്രേറ്റു മുമ്പാകെ സ്വാമിജി ഒരു കേസ് ഫയൽ ചെയ്തു. ദേവസ്വം ബോർഡ് കേസിനെ എതിർത്തുകൊണ്ട് സ്വന്തം ജോലിക്കാരെ സംരക്ഷിക്കുവാൻ മുന്നോട്ടുവന്നു. എന്നാൽ, കോടതി ഈ കേസിലെ പ്രതി കുറ്റക്കാരനാണെന്ന് കണ്ടെത്തി. എല്ലാത്തരത്തിലുള്ള വിവേചനവും ഉടനടി അവസാനിപ്പിക്കണമെന്ന് ഹിന്ദുമത സ്ഥാപനങ്ങൾക്കായുള്ള (Hindu Religious Charitable Endowment Department) വകുപ്പ് ദേവസ്വം ബോർഡിനെ താക്കീതു ചെയ്തു. ദേവസ്വം ബോർഡിന്റെ പ്രതികരണം രസകരമായിരുന്നു. നമസ്കാരമണ്ഡപം എല്ലാ ജാതിക്കാർക്കുമായി തുറന്നുകൊടുക്കുന്നതിനുപകരം അത് അടച്ചുപൂട്ടുകയും ആരും അവിടെ പ്രവേശിക്കുവാൻ പാടില്ലെന്ന് വിലക്ക് ഏർപ്പെടുത്തുകയും ചെയ്തു. നമസ്കാര മണ്ഡപത്തിലേക്ക് പ്രവേശനം പുരോഹിതന്മാർക്കും ക്ഷേത്ര ഉദ്യോഗസ്ഥന്മാർക്കും മാത്രം എന്ന് എഴുതിവെച്ചിരിക്കുന്ന പരസ്യപ്പലകകൾ ഇന്നും പല ക്ഷേത്രങ്ങളിലും കാണാം.

2. അഗളപ്പാടിയിലെ ദുർഗ്ഗാപരമേശ്വരിക്ഷേത്രം

അയിത്തത്തിനെതിരെയുള്ള നിരന്തമായ പ്രവർത്തനം നിമിത്തം

ജാതിബോധം സൂക്ഷിച്ചിരുന്ന ഹിന്ദുക്കളോട് ഒരുതരം വെറുപ്പുതന്നെ സ്വാമിജിയിൽ വളർന്നുവന്നിരുന്നു. എത്രയോതവണ അദ്ദേഹം അവരുടെ പ്രതികാരത്തിനു വിധേയനായിരിക്കുന്നു. ഒരു സംഭവം സ്വാമിജി വിവരിക്കുന്നു.

> ചില ഹരിജനങ്ങളോടൊപ്പം ഞാൻ അഗളപ്പാടിയിലെ ദുർഗ്ഗാപരമേശ്വരി ക്ഷേത്രത്തിൽ പോകുകയുണ്ടായി. 1971 ജനുവരി 30 ന് ആയിരുന്നു സംഭവം. ഗാന്ധിജിയുടെ ചരമവാർഷികദിനം. ക്ഷേത്രഭാരവാഹികൾക്ക് എന്നെ അറിയാമായിരുന്നു. അവർ ഞങ്ങളെ ക്ഷേത്രത്തിനുള്ളിൽ പോകുവാൻ അനുവദിച്ചു. ഉത്സവത്തോടനുബന്ധിച്ച് ഒരാഴ്ചകഴിഞ്ഞ് വീണ്ടും ആ ക്ഷേത്രത്തിൽ പോകുവാൻ എനിക്കിടയായി. ഇത്തവണ ഞാൻ തനിച്ചായിരുന്നു. സവർണ്ണഹിന്ദുക്കളുടെ ഒരു വൻപട അവിടെ തടിച്ചുകൂടിയിരുന്നു. ക്ഷേത്രത്തിൽ നിന്നു മടങ്ങും വഴി ഒരു സംഘം ബ്രാഹ്മണ യുവാക്കന്മാർ എന്നെ പതിയിരുന്നാക്രമിച്ചു. ഞാൻ ക്രൂരമായ നിലയിൽ മർദ്ദിക്കപ്പെട്ടു ഏതാനും ദിവസങ്ങൾക്കു മുമ്പു ഞാൻ ക്ഷേത്രത്തിലേക്ക് ചില ഹരിജനങ്ങളെ കൂട്ടിക്കൊണ്ട് ചെന്നതിന്റെ പക വീട്ടുകയായിരുന്നു അവർ. ഞാൻ ബോധരഹിതനായി നിലംപതിച്ചപ്പോൾ അവർ ക്ഷേത്രത്തിലേക്കു മടങ്ങിപ്പോയി. ശരീരത്തു പെട്രോളൊഴിച്ചു തീകത്തിച്ചു എന്നെ നശിപ്പിക്കുക എന്നതായിരുന്നു അവരുടെ ഉന്നം. ഭാഗ്യത്തിനവർ പെട്രോളുമായി മടങ്ങിവന്നപ്പോഴേക്കും എനിക്കു ബോധം വീണ്ടു കിട്ടിയിരുന്നു. ഞാൻ പ്രാണഭയംകൊണ്ട് നിലവിളിച്ചുകൊണ്ട് എഴുന്നേല്ക്കുവാൻ ഭാവിച്ചു. പെട്ടെന്നതുവഴി വന്ന ഒരു കാർ എന്റെ നിലവിളികേട്ട് നിർത്തുകയും അക്രമികൾ ഓടിമറയുകയും ചെയ്തു. കാറിൽ സഞ്ചരിച്ചിരുന്നവർ എന്നെ അടുത്തുള്ള പൊലീസ് സ്റ്റേഷനിൽ എത്തിച്ചു. പിന്നീട് ഞാൻ മനസ്സിലാക്കി, എന്നെ ആക്രമിച്ച സംഘത്തിലെ ഭൂരിഭാഗം കുട്ടികളും കോളേജ് വിദ്യാർത്ഥികളായിരുന്നു. യഥാർത്ഥ കുറ്റവാളികളെ അറസ്റ്റു ചെയ്യുന്നതിനു പകരം പൊലീസ് ചില നിരപരാധികളെ അറസ്റ്റു ചെയ്ത് കോടതിയിൽ കൊണ്ടുവന്നു. ഒടുവിൽ ആ കേസ് ഒത്തുതീരുകയായിരുന്നു. (സ്മരണിക പേജ് 39)

ഈ സംഭവം അദ്ദേഹത്തെ വല്ലാതെ ഉലച്ചു. അതേ ലേഖനത്തിൽത്തന്നെ അദ്ദേഹം തുടർന്നെഴുതുന്നു.

> ഉപ്പുസത്യഗ്രഹത്തിൽ പങ്കെടുത്തതിന്റെ പേരിൽ പൊലീസ് എന്നെ നുള്ളിനോവിക്കുകപോലും ചെയ്തിരുന്നില്ല. ഞങ്ങൾ ഉയർത്തിപ്പിടിച്ചിരുന്ന സാമൂഹ്യ ലക്ഷ്യത്തോട് പൊലീസിനും ആദരവുണ്ടായിരുന്നു. രാഷ്ട്രീയ പോരാട്ടത്തിനിടയ്ക്കു എന്റെ പ്രവർത്തനങ്ങൾക്കു മദ്ധ്യേ ഞാൻ രക്തസാക്ഷിത്വത്തിനു കാംക്ഷിക്കുകയാ

യിരുന്നു. ഇന്നാകട്ടെ അത്തരമൊരാഗ്രഹം എനിക്കില്ലാതിരുന്നിട്ടും മരണം എനിക്കഭിമുഖമായി നില്ക്കുന്നതുപോലെ. ജാതിപ്പിശാചുക്കളും ദുർമൂർത്തികളും ഇന്നു പെരുകി വരികയാണ്. ക്ഷേത്രങ്ങൾ അവർ കൈപ്പിടിയിലൊതുക്കുകയാണ്. പ്രത്യേകിച്ചും കാസർഗോഡ് ഭാഗത്ത്.

3. നടച്ചേരിക്കാവ്

1974 മാർച്ച് 2 ന് നടച്ചേരിക്കാവിലേക്ക് നടന്ന താലപ്പൊലി ഘോഷയാത്ര നയിച്ചത് പാപ്പിനിശ്ശേരിയിലെ ഒരു ലോവർ പ്രൈമറിസ്കൂൾ അദ്ധ്യാപികയായിരുന്ന ലക്ഷ്മിടീച്ചറായിരുന്നു. താലപ്പൊലിയേന്താൻ രണ്ടു പുലയ പെൺകുട്ടികളെയും ടീച്ചർ നിയോഗിച്ചിരുന്നു. 5-ാം ക്ലാസ് വിദ്യാർത്ഥിനികളായ അജിതയും വനജയും ആയിരുന്നു ആ കുട്ടികൾ. ഘോഷയാത്രയിൽ പങ്കെടുക്കുന്നതിന് പുതിയ വെള്ളവസ്ത്രങ്ങളും പൂക്കളും വാങ്ങിക്കുന്നതിന് ഓരോരുത്തരും 20 പൈസാ വീതവും കൊണ്ടുവരണമെന്ന് ടീച്ചർ നേരത്തെതന്നെ പറഞ്ഞിരുന്നു. കുട്ടികൾ വളരെ കഷ്ടപ്പെട്ട് പുതിയ വസ്ത്രങ്ങൾ സംഘടിപ്പിച്ചു. എന്നാൽ, താലപ്പൊലി ഘോഷയാത്രയുടെ രണ്ടു ദിവസം മുൻപ്-അതായത് 1974 ഫെബ്രുവരി 28 ന് ടീച്ചർ കുട്ടികളെ വിളിച്ച് പറഞ്ഞു: "പുലയക്കുട്ടികളെ കാവിലേക്കുള്ള താലപ്പൊലി ഘോഷയാത്രയിൽ പങ്കെടുപ്പിക്കാനാവില്ല." അവരോട് പൂക്കൾ വാങ്ങിക്കുവാൻ വാങ്ങിയിരുന്ന പൈസ മടക്കിക്കൊടുത്തു. ആ കുട്ടികൾ എത്രമാത്രം അപമാനിതരായിരിക്കുമെന്ന് ഊഹിക്കാമല്ലോ. കുട്ടികളുടെ രക്ഷാകർത്താക്കൾ അറിവില്ലാത്തവരായിരുന്നതുകൊണ്ടും സാധുക്കളായിരുന്നതിനാലും മൗനം പാലിച്ചു. വിവരം ആനന്ദതീർത്ഥന്റെ ചെവിയിലെത്തി. അദ്ദേഹം അതേക്കുറിച്ച് അന്വേഷണം നടത്തി. ഉത്സവക്കമ്മിറ്റിയിലെ ചിലരുടെ നിർബ്ബന്ധത്തിനു വഴങ്ങിയിട്ടാണ് ടീച്ചർ പുലയക്കുട്ടികളെ ഘോഷയാത്രയിൽ നിന്നൊഴിവാക്കിയത്.

4. ജഗന്നാഥ ക്ഷേത്രത്തിലെ സത്യഗ്രഹം

തലശ്ശേരിയിലെ ജഗന്നാഥക്ഷേത്രം ശ്രീനാരായണ ഗുരു സ്ഥാപിച്ചതായിരുന്നു. സവർണ്ണ ഹിന്ദുക്കളുടെ ക്ഷേത്രങ്ങളിൽനിന്നു വ്യത്യസ്തമായി താൻ സ്ഥാപിച്ച ക്ഷേത്രങ്ങൾ ജാതിമതഭേദങ്ങളെ മറികടന്നുകൊണ്ടു എല്ലാ മനുഷ്യർക്കും സഹോദരഭാവേന സമ്മേളിക്കുവാൻ കഴിയുന്ന മാതൃകാസ്ഥാപനങ്ങളായിരിക്കണമെന്നും അദ്ദേഹം ആഗ്രഹിച്ചിരുന്നു. (ഗുരു ആദ്യം സ്ഥാപിച്ച അരുവിപ്പുറം ക്ഷേത്രത്തിന്റെ മതിലിൽ ഇപ്രകാരം രേഖപ്പെടുത്തിയിട്ടുണ്ട്) ഇതനുസരിച്ച് 1977 ലെ വാർഷികാഘോഷങ്ങളോടനുബന്ധിച്ച് ചേർന്ന് സമ്മേളനത്തിൽ ഒരു മുസ്ലീം വനിതാ പ്രൊഫസർ നബീസാ ഉമ്മാൾ പ്രസംഗിക്കുകയുണ്ടായി. അവരുടെ പ്രസംഗവും പാണ്ഡിത്യവും സദസ്സിൽ സന്നിഹിതരായിരുന്നവരിൽ പ്രത്യേകിച്ചും യുവാ

ക്കളിൽ മതിപ്പുളവാക്കി. ഇതേ സമ്മേളനത്തിൽ തലശ്ശേരി ബിഷപ്പ് മോസ്റ്റ് റവ. സെബാസ്റ്റ്യൻ വള്ളോപ്പിള്ളിയും പങ്കെടുത്തിരുന്നു. എന്നാൽ, ആർ എസ് എസ് സ്വാധീനത്തിൽപ്പെട്ട ജ്ഞാനോദയയോഗം ക്ഷേത്ര സംരക്ഷണക്കമ്മിറ്റി എന്നറിയപ്പെട്ട ഒരു സംഘടനയുടെ മറവിൽ ചില സ്ഥാപിത താല്പര്യക്കാർ ഈ ആഘോഷത്തിന്റെ സ്പിരിറ്റ് ഉൾക്കൊണ്ടില്ല. അടുത്ത വർഷം ആഘോഷാവസരത്തിൽ മേല്പറഞ്ഞ കമ്മിറ്റി ക്ഷേത്രത്തിന്റെ പ്രവേശന കവാടത്തിൽ ഒരു ബോർഡു സ്ഥാപിച്ചു. "പ്രവേശനം ഹിന്ദുക്കൾക്കു മാത്രം" ഏതാനും വർഷങ്ങൾക്കു മുമ്പ് 'മഹമ്മദീയർക്കു പ്രവേശനമില്ല" എന്നു രേഖപ്പെടുത്തിയിരുന്ന ഒരു ബോർഡ് ക്ഷേത്രപരിസരത്തു സ്ഥാപിച്ചിരുന്നു എന്നു പറഞ്ഞു തങ്ങളുടെ പ്രവൃത്തിയെ അവർ ന്യായീകരിച്ചു.

തന്റെ പ്രിയപ്പെട്ട ഗുരുവിന്റെ പഠിപ്പിക്കലുകൾക്കെതിരെയുള്ള ഒരു വെല്ലുവിളിയായി ആനന്ദതീർത്ഥൻ ഈ ബോർഡ് സ്ഥാപിക്കലിനെ കണക്കാക്കി. ഇതിനെതിരെ അദ്ദേഹം ഉപവാസം ആരംഭിച്ചു. ശ്രീനാരായണ ധർമ്മസംഘം ട്രസ്റ്റിന്റെ പ്രസിഡന്റ് ശ്രീ ബ്രഹ്മാനന്ദ സ്വാമിജിക്കു ആനന്ദതീർത്ഥൻ എഴുതിയ കത്തിൽ ഇപ്രകാരം പറയുകയുണ്ടായി. "ഗുരുദേവന്റെ പഠിപ്പിക്കലുകളെ എതിർക്കുന്നവർ ഗുരുദേവൻ സ്ഥാപിച്ച ക്ഷേത്രങ്ങൾപോലും കൈയടക്കുന്നു. ഹിന്ദുമതത്തിൽ ജാതിയും അയിത്തവും നിലനിർത്താൻ തന്നെയായിരുന്നു അവരുടെ ശ്രമം. ഇത്തരക്കാർ പ്രതിലോമകാരികൾ ആർ എസ് എസ് പോലുള്ള പ്രസ്ഥാനങ്ങളിൽ പ്രത്യക്ഷപ്പെട്ടുതുടങ്ങിയിരിക്കുന്നു." (കത്ത് ഡേറ്റ്: 10 മാർച്ച് 1978)

ശ്രീ. ബ്രഹ്മാനന്ദ സ്വാമിജിയുടെ പൗരോഹിത്യാവകാശാവൃത്തിയിൽപ്പെട്ടതായിരുന്നു ജഗന്നാഥ ക്ഷേത്രം. അദ്ദേഹം ഈ ബോർഡ് പ്രശ്നം പഠിക്കുന്നതിനായി തലശ്ശേരിയിൽ വന്നു. ഒരു പൊതു സമ്മേളനത്തിൽ വെച്ച് അദ്ദേഹം പരസ്യമായി പ്രഖ്യാപിച്ചു: "പ്രാർത്ഥിക്കുവാനും ആരാധിക്കുവാനുമായി വരുന്ന ആർക്കും ക്ഷേത്രത്തിൽ പ്രവേശിക്കാം." ശ്രീനാരായണ യുവശക്തി എന്നറിയപ്പെടുന്ന ഒരു യുവജന സംഘടന തയ്യാറാക്കിയ ഒരു ലഘുലേഖയിൽ ജ്ഞാനോദയം യോഗക്കാരുടെ നീക്കങ്ങളെ സുന്ദരമായ ഭാഷയിൽ അപലപിച്ചു.

> മതം ആരാലെങ്കിലും സംരക്ഷിക്കപ്പെടേണ്ട ഒന്നല്ല. മതത്തിന്റെ ലക്ഷ്യം ഒരു പ്രത്യേക സമുദായത്തെ സൃഷ്ടിക്കലല്ല. നാരായണ ഗുരു ഒരിക്കലും താൻ സ്ഥാപിച്ച ക്ഷേത്രങ്ങൾ ജാതിക്കോട്ടകളായി മാറണമെന്നാഗ്രഹിച്ചിരുന്നില്ല. മറിച്ചു തന്റെ ക്ഷേത്രങ്ങൾ സാമൂഹ്യ വിപ്ലവത്തിന്റെ പ്രതീകങ്ങളാകണമെന്നാണ് അദ്ദേഹം ആഗ്രഹിച്ചിരുന്നത്. അല്ലാതെ പ്രതിഷ്ഠാമൂർത്തിയുടെ മഹത്ത്വങ്ങൾ ഏറ്റുപാടുന്ന മടിയന്മാരുടെ സങ്കേതങ്ങളായിരിക്കണമെന്നല്ല. (ശ്രീ നാ. യു. ശ. തലശ്ശേരി, ലഘുലേഖ ഡേറ്റ്. 22 ഫെബ്രുവരി 1978)

ആനന്ദതീർത്ഥന്റെ സത്യഗ്രഹത്തിന് വാർത്താമാധ്യമങ്ങൾ നല്ല പ്രചാരണം കൊടുത്തു. ഒരു പ്രാദേശിക പത്രമായ *പ്രദീപം* ക്ഷേത്രക്കമ്മിറ്റിയെ വിമർശിച്ചുകൊണ്ട് എഴുതിയ മുഖപ്രസംഗത്തിൽ ഇങ്ങനെ എഴുതിയിരുന്നു. "ക്ഷേത്രത്തിലെ നാരായണഗുരുവിന്റെ പ്രതിമ ഈ ബോർഡിന്റെ മുന്നിൽ വെച്ച് കത്തിച്ചുകളയുന്നതാണ് ഇതിലും ഭേദം."

ക്ഷേത്രക്കമ്മിറ്റി ഇതിനൊന്നും ചെവി കൊടുക്കുവാൻ തയ്യാറായില്ല. 1978 ഫെബ്രുവരി 23 മുതൽ 26 വരെ ക്ഷേത്രത്തിന്റെ മുമ്പിൽ ആനന്ദതീർത്ഥൻ ഉപവാസം അനുഷ്ഠിച്ചു. തന്റെ പോരാട്ടം ജയിക്കുക തന്നെ ചെയ്തു. ആ ബോർഡ് നീക്കം ചെയ്യുവാൻ ക്ഷേത്രക്കമ്മിറ്റി തയ്യാറായി.

5. ഗുരുവായൂർ ക്ഷേത്രത്തിലെ ബ്രാഹ്മണ സദ്യ

1982 നവംബർ ഒന്നിന് സ്വാമി ആനന്ദതീർത്ഥൻ ചരിത്രപ്രസിദ്ധമായ ഗുരുവായൂർ സത്യഗ്രഹത്തിന്റെ സുവർണ്ണജൂബിലി ആഘോഷങ്ങളിൽ പങ്കെടുക്കുന്നതിന് പോകുകയുണ്ടായി. കേരള ഹരിജൻ സേവക സംഘമാണ് ഈ ആഘോഷം സംഘടിപ്പിച്ചിരുന്നത്. അവിടെയിരുത്തി അടുത്ത ദിവസം തന്നെ ആരാധനയ്ക്കു ശേഷം സ്വാമിജി ഭോജന ശാലയിലേക്ക് പോവുകയുണ്ടായി. അവിടെ സദ്യയ്ക്കുള്ള ഒരുക്കം നടക്കുകയായിരുന്നു. ആരോ ഒരാൾ സ്വാമിജിക്കൊരു ഇരിപ്പിടം കൊടുത്തു. ബ്രാഹ്മണർക്കു മാത്രമായിട്ടാണ് ഈ സദ്യ നടത്തുന്നതെന്നു മനസ്സിലാക്കി. സദ്യയ്ക്ക് ഇലയിടുമ്പോൾ സ്വാമിജിയോട് ചോദിച്ചു. താങ്കൾ ബ്രാഹ്മണനാണോ? ബ്രാഹ്മണരെ മാത്രമേ ഈ സദ്യയ്ക്കിരുത്തൂ. പുതച്ചിരുന്ന ഷാൾ മാറ്റണമെന്നും പണൂലുണ്ടെന്ന് ബോദ്ധ്യപ്പെടുത്തണമെന്നും അയാൾ ശഠിച്ചു. സ്വാമിജി വിസമ്മതിച്ചപ്പോൾ അയാൾ ഇല വിളമ്പിയില്ല. വിവരം ക്ഷേത്രമാനേജർക്കു റിപ്പോർട്ടു ചെയ്തു.

അല്പം കഴിഞ്ഞ് സെക്യൂരിറ്റി ആഫീസർ ശ്രീ ബാലകൃഷ്ണപിഷാരടി പ്രത്യക്ഷപ്പെട്ടു. സ്വാമിജിയുടെ ഷാൾ മാറ്റാനാവശ്യപ്പെട്ടു. അദ്ദേഹം അപ്രകാരം ചെയ്തു. പൂണൂൽ ധരിച്ചിട്ടില്ലെന്നു വ്യക്തമായപ്പോൾ ആൾ ബ്രാഹ്മണനല്ലെന്ന നിഗമനത്തിൽ പുറത്തു പോകണമെന്നും ബ്രാഹ്മണരെ മാത്രമേ ഇവിടെ ഇരിക്കാൻ അനുവദിക്കൂ എന്നും അറിയിച്ചു. സ്വാമിജി അദ്ദേഹത്തോടൊപ്പം ക്ഷേത്രമാനേജരുടെ അടുത്തേക്കുപോയി. തുടർന്ന് സംഭവിച്ചതെന്താണെന്ന് അദ്ദേഹം തന്നെ പറയുന്നു.

> ഞാൻ ഭോജനശാലയിൽനിന്നും പുറത്തുവരുമ്പോൾതന്നെ ചിലർ എന്നെ കഠിനമായി മർദ്ദിച്ചു. ഒരുവൻ അയാളുടെ കഴുത്തിൽ കിടന്നിരുന്ന സ്വർണ്ണചെയിൻ ഞാൻ പൊട്ടിച്ചു എന്നാരോപിച്ചുകൊണ്ട് എന്നെ മർദ്ദിക്കുകയുണ്ടായി. എനിക്കു വല്ലാതെ വേദനയെടുത്തു. സംസാരിക്കുവാൻപോലും ആവാതായി. മാനേജരുടെ ആഫീസിൽ എത്തിയപ്പോൾ എന്നോട് തറയിൽ ഇരിക്കാൻ ആജ്ഞാപിച്ചു. ഞാൻ ഇരിക്കാൻ കൂട്ടാക്കാത്തതിന്റെ പേരിൽ ഒരു പൊലീസ്

> ഇൻസ്പെക്ടർ എന്നെ പിടിച്ചുതള്ളി. എന്റെ തല ഭിത്തിക്കിട്ട് ഇടിച്ചു. പിന്നീടാണ് ഞാനാരാണെന്നയാൾ അന്വേഷിച്ചത്. ഞാനെന്റെ വിസിറ്റിങ് കാർഡ് കാണിച്ചു. എന്നെ മനസ്സിലായപ്പോൾ ആ മനുഷ്യൻ പറഞ്ഞു: "നിങ്ങളാണ് കാസർഗോട്ട് അയിത്തവിരുദ്ധ പ്രവർത്തനങ്ങൾക്കു നേതൃത്വം കൊടുത്ത് ആ കുഴപ്പങ്ങളത്രയും ഉണ്ടാക്കിയത്. നിങ്ങളോർക്കുന്നുണ്ടാവണം. കാസർഗോട്ടെ സ്പെഷ്യൽ മൊബൈൽ സ്ക്വാഡിലെ പൊലീസ് സബ് ഇൻസ്പക്ടറാണ് ഞാൻ" ബ്രാഹ്മണ സദ്യ അലങ്കോലപ്പെടുത്തിയ ആളെന്ന നിലയിലല്ല അവർ സ്വാമിജിയെ കൈകാര്യം ചെയ്തത്. ചുറ്റുംകൂടിയ ജനങ്ങളോട് പറഞ്ഞു പരത്തിയത്. ഒരു ഭക്തന്റെ അസുഖം ഭേദപ്പെടുത്താമെന്ന് പറഞ്ഞ് അയാളിൽനിന്നും 10 രൂപ വാങ്ങിച്ച ഒരു കള്ളസ്വാമിയാണ് ഞാനെന്നാണ്. ആ ഭക്തന്റെ പരാതി പ്രകാരം എന്നെ അറസ്റ്റ് ചെയ്തിരിക്കുകയാണ് പോലും. അടുത്ത ദിവസം സ്വാമിജിയെ ചാവക്കാട് ഗവൺമെന്റ് ഹോസ്റ്റലിൽ പ്രവേശിപ്പിച്ചു.

വാർത്ത പരന്നപ്പോൾ വ്യാപകമായ പ്രതിഷേധം പൊട്ടിപ്പുറപ്പെട്ടു. മിക്ക പത്രങ്ങളിലും അവരുടെ പ്രത്യേക ലേഖകന്മാരെക്കൊണ്ടു തന്നെ വിശദമായ റിപ്പോർട്ടു തയ്യാറാക്കി പ്രസിദ്ധീകരിച്ചു. *മാതൃഭൂമി, ദേശാഭിമാനി, വീക്ഷണം* തുടങ്ങിയ പത്രങ്ങൾ ഇതേക്കുറിച്ചു തുടർച്ചയായി ലേഖനങ്ങളും വാർത്തകളും കൊടുത്ത് ബഹുജന ശ്രദ്ധയാകർഷിച്ചു. ജനങ്ങൾ സ്വാമിജിക്കു വളരെ വൈകിയാണെങ്കിലും അർഹിക്കുന്ന ആദരവു നല്കിയെന്നു തെളിയിച്ച സംഭവമായിരുന്നു അത്. പട്ടികജാതി സംഘടനകൾ ഒരു വെല്ലുവിളിയെന്ന നിലയിൽത്തന്നെ സ്വാമിജിക്കെതിരെ നടന്ന ആക്രമണത്തെ കാണുകയും പ്രതിഷേധവുമായി രംഗത്തുവരികയും ചെയ്തു. ശ്രീ കല്ലറ സുകുമാരന്റെ നേതൃത്വത്തിൽ കേരള ഹരിജൻ ഫെഡറേഷൻ ബ്രാഹ്മണ സദ്യ നടത്തുന്ന ഭോജന ശാലയിൽ അതിക്രമിച്ചു കടക്കുമെന്നു പ്രതിജ്ഞയെടുത്തു.

ഗുരുവായൂരിൽ ബ്രാഹ്മണർക്കു പ്രത്യേക സദ്യയൊരുക്കിയിരുന്നത് ക്ഷേത്രാരാധനയുടെ ഒരു ഭാഗമെന്നു നിലയ്ക്കുതന്നെയാണ്. ഒരു പത്രവാർത്തയനുസരിച്ച് ഈ ആവശ്യത്തിലേക്കു 3875 സഹായ നിധികൾ (endowments) പ്രവർത്തിക്കുന്നുണ്ട്. ഇവയിലെല്ലാംകൂടി ഏതാണ്ടു 10 ലക്ഷം രൂപാ സ്ഥിരനിക്ഷേപം തന്നെയുണ്ട്. (*മാതൃഭൂമി:* 14 ഫെബ്രുവരി 1982)

ഹരിജൻ ഫെഡറേഷൻ ഇതിനെതിരെ തിരുവനന്തപുരം ശ്രീ പത്മനാഭസ്വാമി ക്ഷേത്രത്തിൽ നിന്ന് ഒരു പദയാത്ര ആരംഭിച്ചു. സ്വാമി ആനന്ദതീർത്ഥനാണ് പദയാത്ര ഉദ്ഘാടനം ചെയ്തത്. സംസ്ഥാനത്തുടനീളം സഞ്ചരിച്ചുകൊണ്ട് ഗുരുവായൂരിലേക്ക് നീങ്ങി. ഹരിജനങ്ങളെ ഒറ്റപ്പെടുത്തുന്നതിന്റെ രാഷ്ട്രീയാപകടം മനസ്സിലാക്കി, ഇതിനകം വിശാല ഹിന്ദു സമ്മേളനം ആർ എസ് എസ്, സർവ്വോദയ തുടങ്ങിയ പ്രസ്ഥാനങ്ങൾ പദ

യാത്രയ്ക്കു പിന്തുണ പ്രഖ്യാപിച്ചു. ജാഥ ഗുരുവായൂരെത്തിയപ്പോൾ മേല്പറഞ്ഞ സംഘടനകൾ എല്ലാം ചേർന്ന് സ്വീകരണം നല്കി. ക്ഷേത്ര പരിസരത്തു പ്രത്യേകം കെട്ടിയുണ്ടാക്കിയ പന്തലിൽ ഇവർക്ക് സദ്യ നല്കുകയും ചെയ്തു. മുൻനിശ്ചയപ്രകാരം ജാഥാംഗങ്ങൾ ബ്രാഹ്മണർക്കു മാത്രം പ്രവേശനമുണ്ടായിരുന്ന ഭോജനശാലയിൽ പ്രവേശിക്കുകയും ചെയ്തു. ബ്രാഹ്മണരല്ലാത്തവരെ ഭോജനശാലയിൽ പ്രവേശിപ്പിക്കുന്ന കാര്യം പരിഗണിക്കാമെന്ന് ഗുരുവായൂർ ദേവസ്വം ബോർഡ് ഉറപ്പു നല്കി. ഇപ്പോൾ എന്റെ അറിവ് ശരിയാണെങ്കിൽ ജാതിവ്യത്യാസം കൂടാതെ എല്ലാ ഹിന്ദുക്കൾക്കുമായി ഭോജനശാല തുറന്നു കൊടുത്തിരിക്കുകയാണ്. എന്നാൽ, ദേവന് നിവേദിക്കുന്നതിനു മുൻപ് ബ്രാഹ്മണരെ തൃപ്തിപ്പെടുത്തുക എന്ന പാരമ്പര്യ ചിട്ടപ്രകാരം ബ്രാഹ്മണർക്കു മാത്രമായി വിശേഷാൽ സദ്യ പതിവിൻ പടി നടക്കുന്നില്ല എന്ന കാര്യത്തിൽ ഉറപ്പൊന്നുമില്ല. ഏതായാലും ഹരിജനങ്ങളുടെ സാമൂഹ്യസമത്വത്തിനുവേണ്ടിയുള്ള പ്രസ്ഥാനം ശക്തിപ്പെടുത്തുന്നതിനും മത-സാമൂഹ്യ രംഗത്ത് ശാന്തമായ ഒരു മാറ്റത്തിനു തുടക്കം കുറിക്കുന്നതിനും ഈ സംഭവത്തിനു കഴിഞ്ഞു. അതിന്റെ പിന്നിൽ പ്രവർത്തിച്ച ശക്തികേന്ദ്രം സ്വാമി ആനന്ദതീർത്ഥനായിരുന്നു.

5

മുൻവിധികളും നിയമവും ഏറ്റുമുട്ടുന്നു

സ്വാമി ആനന്ദതീർത്ഥന്റെ ജീവിതം തന്നെ അയിത്താചരണത്തിനെതിരായ തുടർച്ചയായ പോരാട്ടമായിരുന്നു. മതപരവും മതേതരവും ആയ തലങ്ങളിലേക്കും ഈ പോരാട്ടം വ്യാപിച്ചിരുന്നു. പോരാട്ടത്തിന്റെ കാര്യത്തിൽ തന്റെ ഗാന്ധിയൻ സുഹൃത്തുക്കളുമായി അദ്ദേഹത്തിന് അഭിപ്രായവ്യത്യാസം ഉണ്ടായിരുന്നു. ഗാന്ധിജിയെ പിന്തുടർന്നുകൊണ്ട് സവർണ്ണഹിന്ദുക്കളിൽ മനഃപരിവർത്തനം വരുത്തുക സാദ്ധ്യമാണെന്ന അഭിപ്രായക്കാരായിരുന്നല്ലോ ഗാന്ധി ശിഷ്യന്മാർ മിക്കവരും. യഥാർത്ഥത്തിൽ ഈ നിലപാട് സവർണ്ണഹിന്ദുക്കൾ അനുഭവിച്ചുവന്നിരുന്ന പ്രത്യേകാവകാശങ്ങൾ തുടർന്നുപോകുന്നതിനൊരു മറയായിട്ടാണ് വർത്തിച്ചിരുന്നത്. ഹരിജനങ്ങളുടെ ആത്മാഭിമാനം പണയപ്പെടുന്നതിലും അവകാശങ്ങൾ നിഷേധിക്കുന്നതിലും കലാശിച്ച ഒത്തുതീർപ്പുകളായിരുന്നു ഫലം. ക്ഷേത്രങ്ങൾ അവയുടെ പാരമ്പര്യങ്ങൾ മാറ്റമില്ലാതെ തുടർന്നു. ഗ്രാമത്തിലെ പൊതുജലാശയങ്ങൾ, ബാർബർഷോപ്പുകൾ, ചായക്കടകൾ തുടങ്ങിയവ ഹരിജനങ്ങൾക്കു പ്രവേശനം ലഭിക്കാത്ത സ്ഥലങ്ങളായി തുടർന്നു പോന്നു. ആനന്ദതീർത്ഥന്റെ അഭിപ്രായത്തിൽ അയിത്താചരണം തുടരുന്ന കുറ്റവാളികളെ പിടികൂടി നിയമാനുസൃതം ശിക്ഷിക്കുകമാത്രമാണിതിനൊരു പരിഹാരം. അദ്ദേഹത്തിന്റെ വിശ്വാസാനുസരണം നിയമത്തിനു സാമൂഹ്യ മാറ്റങ്ങളുടെ കാര്യത്തിൽ വലിയ പങ്കുവഹിക്കാനുണ്ട്. അയിത്തത്തിന്റെ പല പഴയ നടപടികളെയും മതവ്യവസ്ഥകളും ഫ്യൂഡൽ രാഷ്ട്രീയ സ്ഥാപനങ്ങളും പിന്തുണച്ചിരുന്നു.

ഈ വിശ്വാസമാണ് നൂറുകണക്കിന് കേസുകൾ കേരളത്തിലും തമിഴ്നാട്ടിലുമായി അദ്ദേഹം കോടതിയിലെത്തിച്ചത്. ഈ കേസുകളുടെ സ്വഭാവം സൂക്ഷ്മമായി പഠിച്ചാൽ ഹരിജനങ്ങൾ അനുഭവിച്ചുവന്നിരുന്ന

പീഡനത്തിന്റെ സ്വഭാവം വ്യക്തമാകും. അതുപോലെതന്നെ ഇവയെ നേരിടുന്നതിൽ സ്വാമിജിക്കുണ്ടായ വിജയപരാജയങ്ങളും സൂക്ഷ്മമായ പഠനത്തിനു വിധേയമാക്കേണ്ടതുണ്ട്. ഇങ്ങനെ ചെയ്യുമ്പോൾ എന്താണ് നമ്മുടെ മുൻപിൽ വെളിപ്പെട്ടുവരുന്നത്. കുറ്റവാളിയായ ഒരു വ്യക്തിയെയോ ഒരു സംഘത്തെത്തന്നെയോ ചൂണ്ടിക്കാണിച്ചു തെളിവുകൾ നിരത്തിയാലും പൊലീസും ന്യായാധിപന്മാരും ചിലപ്പോൾ പൊതുജനങ്ങളും പക്ഷപാതത്തോടെയാണ് കാര്യങ്ങളെ സമീപിക്കുന്നത്. ഒരളവിൽ ഇവരെല്ലാവരും പലപ്പോഴും ഹരിജനങ്ങൾ സ്വയമേയും ഈ പീഡനങ്ങളെ നിലനിർത്തിക്കൊണ്ടുപോകുന്നതിൽ ഉത്തരവാദികളാണെന്നു കാണാം.

പൊലീസും അയിത്താചരണ കേസുകളും

അയിത്താചരണം ബോധപൂർവ്വമുള്ള ഒരു കുറ്റമാണെന്നാണ് 1955 ലെ ഇതു സംബന്ധിച്ച നിയമം അനുശാസിക്കുന്നത്. റിപ്പോർട്ട് ലഭിച്ചാൽ ഒട്ടും വൈകാതെ കേസെടുത്ത് അന്വേഷണം നടത്തുവാൻ പൊലീസ് ബാദ്ധ്യസ്ഥമാണ്. ഇതാണ് ചട്ടമെങ്കിലും ഫലത്തിൽ ഇതൊന്നും നടപ്പിൽ വന്നിരുന്നില്ല. പൊതുവെ പറഞ്ഞാൽ, പൊലീസ് പഴയ മതസാമൂഹ്യാചാരങ്ങളോടനുബന്ധിച്ചുള്ള അയിത്താചരണത്തെ ഒരു കുറ്റകൃത്യമായി കാണാനേ തയ്യാറായില്ല. പൊലീസിന്റെ കൂട്ടത്തിൽ തന്നെയുള്ള മതയാഥാസ്ഥിതിക വിഭാഗം ഏതെങ്കിലും തരത്തിലുള്ള പഴയ ആചാരങ്ങളെ ശല്യപ്പെടുത്തുന്നത് ഇഷ്ടപ്പെടുന്നില്ല. ചില കേസുകളെ സംബന്ധിച്ച് സ്വാമി ആനന്ദതീർത്ഥന്റെ അനുഭവത്തിൽ പല പൊലീസും സബ് ഇൻസ്പെക്ടർമാരും അയിത്താചരണം ഒരു കുറ്റകൃത്യമാണെന്നുള്ള നിയമത്തെക്കുറിച്ച് അജ്ഞരുമായിരുന്നു. കേരളത്തിലെ ചെറായി എന്ന സ്ഥലത്ത് ഉദാഹരണത്തിന് സ്വാമി ആനന്ദതീർത്ഥൻ ഈ നിയമത്തിന്റെ ഒരു കോപ്പി സബ് ഇൻസ്പെക്ടർക്കു കൊടുക്കേണ്ടതായി വന്നു. ക്ഷേത്രകവാടത്തിൽ സ്ഥാപിച്ചിരുന്ന "അയിത്തജാതിക്കാർക്ക് പ്രവേശനമില്ല" എന്ന ബോർഡ് എടുത്തുമാറ്റുന്നതു സംബന്ധിച്ച കേസിലായിരുന്നു ഇത് വേണ്ടിവന്നത്.

പൊലീസ് പ്രകടിപ്പിച്ച ആലസ്യം, താല്പര്യരാഹിത്യം ഇവ നിമിത്തം കാര്യങ്ങൾ മേലധികാര സ്ഥാനങ്ങളിലേക്കു കെട്ടിവലിക്കുവാൻ സ്വാമിജി നിർബ്ബന്ധിതനായി. പലപ്പോഴും പ്രതിഷേധത്തിന്റെ ബാഹ്യപ്രകടനങ്ങളായ ഉപവാസം, ദീക്ഷ വളർത്തൽ തുടങ്ങിയവ അനുഷ്ഠിക്കേണ്ടി വന്നിട്ടുണ്ട്. ചില പൊലീസ് ഓഫീസർമാർ തികഞ്ഞ അജ്ഞതകൊണ്ടാണ് സ്വാമിജിയുടെ കേസുകൾക്കു പ്രതികൂലമായി വർത്തിച്ചിരുന്നതെങ്കിൽ അധികം പേരും ഹരിജനങ്ങളോട് ശത്രുത വെച്ചുപുലർത്തിയിരുന്നവരും അവർക്കു യാതൊരു കാര്യത്തിലും തുല്യത അനുവദിച്ചുകൊടുക്കുവാൻ പാടില്ലെന്നു ശഠിച്ചിരുന്നവരുമായിരുന്നു. മതപരമായ കാരണങ്ങളാൽ ബ്രാഹ്മണ ശാപത്തെയും മറ്റും ഭയന്നിരുന്നവരും ഇവരിൽ ഉൾപ്പെട്ടിരുന്നു.

ഉദാഹരണത്തിന് സ്വാമിജി 1974 ൽ ക്രൈംബ്രാഞ്ച് ഡെപ്യൂട്ടി സൂപ്രണ്ടിനെഴുതിയ ഒരു കത്തിൽ നിന്നു ചില വരികൾ ഉദ്ധരിക്കട്ടെ.

> യാഥാർത്ഥ്യങ്ങൾ വെളിപ്പെടുത്തുന്നതെന്തെന്നാൽ സ്ക്വാഡ് ഇൻസ്പെക്ടർ ശ്രീ ബാലകൃഷ്ണപിഷാരടി തീർച്ചയായും പ്രതിലോമപരമായ ഒരു നിലപാടാണ് ഇക്കാര്യത്തിൽ അവലംബിക്കുന്നത്. എന്തെന്നാൽ, അദ്ദേഹം അമ്പലവാസി സമൂഹത്തിൽപ്പെട്ടയാളാണ്. ബ്രാഹ്മണർക്കെതിരെയോ ക്ഷേത്രപുരോഹിതന്മാർക്കെതിരെയോ ഒരു ചെറുവിരലെങ്കിലും അനക്കുവാനുള്ള ധൈര്യം ഈ മനുഷ്യനില്ല. പൂണൂൽ ധരിച്ചിട്ടില്ലാത്ത നിരപരാധികളെ തിരഞ്ഞുപിടിച്ചു കേസിൽ കുടുക്കുന്നതിലാണ് ഇയാൾക്കു താല്പര്യം. ഇത്തരമൊരാളെ മൊബൈൽ സ്പെഷ്യൽ സ്ക്വാഡിന്റെ ഉത്തരവാദിത്വം ഏല്പിച്ചിരിക്കുന്നു എന്നത് നിർഭാഗ്യകരമായിരിക്കുന്നു.

ഇത്തരം പല പ്രശ്നങ്ങളും സ്വാമിജിക്കു ഒട്ടേറെ ബുദ്ധിമുട്ടുകൾ സൃഷ്ടിച്ചു. അതായത്, ഏതെങ്കിലും സാങ്കേതിക ഒഴിവുകഴിവുകൾ പറഞ്ഞ് കേസുകൾ രജിസ്റ്റർ ചെയ്യാൻ വിസമ്മതിക്കുക, രജിസ്റ്റർ ചെയ്താൽ ത്തന്നെ മേൽനടപടികൾ തീർക്കാൻ നിർണ്ണായകമായ കാലതാമസം വരുത്തുക, അന്വേഷണങ്ങളുടെ കാര്യത്തിൽ തികഞ്ഞ അശ്രദ്ധയും അലംഭാവവും പുലർത്തുക, വസ്തുതകളെ തെറ്റായി ചിത്രീകരിക്കുക. മനഃപൂർവ്വം തെറ്റായ ആളുകളെ പ്രോസിക്യൂഷൻ സാക്ഷികളായി വിസ്തരിപ്പിക്കുക, തെളിവുകൾ നശിപ്പിക്കുന്നതിന് തല്പരകക്ഷികൾക്കു കൂട്ടുനില്ക്കുക, കേസുകൾ മുന്നോട്ടുപോകാൻ ആഗ്രഹിക്കുന്ന ഹരിജനങ്ങൾക്ക് ഒട്ടേറെ ബുദ്ധിമുട്ടുകൾ സൃഷ്ടിക്കുക ഇവയൊക്കെയാണ് പൊലീസിന്റെ ഭാഗത്തുനിന്നുണ്ടായ അനുഭവങ്ങൾ.

അയിത്താചരണക്കേസുകളും ന്യായാധിപന്മാരും

ഇത്തരം കേസുകളിൽ കോടതികളിൽനിന്നുണ്ടാകുന്ന വിധി പ്രഖ്യാപനങ്ങളെ ന്യായാധിപന്മാരുടെ വ്യക്തിപരമായ അനുഭാവങ്ങളും മുൻ ധാരണകളും സ്വാധീനിക്കുന്നില്ലേ എന്ന ചോദ്യം ന്യായമായും ഉയരാം. ഉത്തരം പറയാൻ ബുദ്ധിമുട്ടുള്ള ഒരു ചോദ്യമാണിത്. ആനന്ദതീർത്ഥന് അദ്ദേഹത്തിന്റെ അനുഭവത്തിൽനിന്ന് പറയുവാനുള്ളത് എന്താണെന്ന് നമുക്ക് നോക്കാം. പല ന്യായാധിപന്മാരും ഹരിജൻ പ്രശ്നങ്ങളെക്കുറിച്ച് മുൻവിധികളൊന്നും ഇല്ലാത്തവരായിരുന്നെങ്കിൽക്കൂടി കേസുകളിലെ കുറ്റവാളികളെ ശിക്ഷിക്കുന്നതിൽ തല്പരരായിരുന്നില്ല. മറ്റുചിലരാകട്ടെ, സ്വാമിജിയുടെ സാമൂഹ്യ വീക്ഷണത്തെ മാനിക്കുന്നവരും രാജ്യത്തിന്റെ ഭരണഘടന അനുശാസിക്കുന്ന തരത്തിലുള്ള ഒരു പുതിയ സമൂഹം ഉരുത്തിരിഞ്ഞു വരുന്നതിനു ഇത്തരം കേസുകളിൽ നീതി നിർവ്വഹിക്കപ്പെടേണ്ടത് ആവ

ശ്യമാണെന്നു കരുതിയിരുന്നവരുമായിരുന്നു. ചില ജഡ്ജിമാർ അയിത്താചരണക്കേസ് കൈകാര്യംചെയ്തിരുന്ന രീതിയിൽ സ്വാമിജിക്കു കടുത്ത അമർഷമുണ്ടായിരുന്നു. 1960 ജനുവരി 28 ന് ഇന്ത്യൻ എക്സ്പ്രസിന്റെ പത്രാധിപർക്കെഴുതിയ കത്തിൽ ഇങ്ങനെ രേഖപ്പെടുത്തിയിരിക്കുന്നു.

> ചില കോടതികൾകൂടി ഈ കേസുകളെ കേവലം പെറ്റിക്കേസുകളായി കണക്കാക്കുകയും രണ്ടു രൂപാ മുതൽ പത്തുരൂപാ വരെയുള്ള പിഴയടപ്പിച്ച് കുറ്റവാളികളെ വിട്ടയയ്ക്കുകയും ചെയ്യുന്നു. എന്നാൽ, ഇതു സംബന്ധിച്ച നിയമം വ്യവസ്ഥ ചെയ്തിരിക്കുന്ന പരമാവധി പിഴ 500 രൂപയാണ്. ചില കേസുകളിൽ മജിസ്ട്രേറ്റ് കുറ്റവാളികളെ ശാസിക്കുകമാത്രം ചെയ്ത് വിട്ടയയ്ക്കുന്നു. നിയമപ്രകാരം ഇതേകുറ്റം ആവർത്തിക്കുന്ന ആൾക്കു വർദ്ധിച്ച ശിക്ഷ നല്കേണ്ടതാണ്. ഞാൻ മദ്രാസിൽ പ്രവർത്തിച്ചുകൊണ്ടിരിക്കുന്ന കാലത്തുണ്ടായ അനുഭവങ്ങൾ ഇതിനുമുമ്പ് ചെയ്ത അതേകുറ്റം ആവർത്തിച്ചവർക്ക് മുൻപ് നല്കിയതിൽനിന്നു കുറവായ ശിക്ഷ നല്കിയ സംഭവങ്ങൾ എനിക്കറിയാം.

തിരുവാങ്കോട് നമസ്കാര മണ്ഡപം അതിക്രമിച്ചു കടക്കൽ കേസ്

തിരുവാങ്കോട് ശ്രീ രാമസ്വാമി ക്ഷേത്രത്തിൽ ആരാധനയ്ക്കു പോയ ഒരു തീയ ഹിന്ദുവിനെ അതിൽനിന്നു തടഞ്ഞതിൽനിന്നാണ് ഈ കേസ് ഉത്ഭവിക്കുന്നത്. ക്ഷേത്രജീവനക്കാരായിരുന്ന പി നാരായണ പൊതുവാൾ, ഇ ശിവരാമ കഷ്ണമുസദ്, ഇ ജയാനന്ദൻ മുസദ് തുടങ്ങിയവർ ചേർന്നാണിയാളെ ക്ഷേത്രത്തിന്റെ നമസ്കാര മണ്ഡപത്തിൽ പ്രവേശിക്കുന്നതിനെ തടഞ്ഞത്.

പൊലീസിൽ പരാതി ബോധിപ്പിച്ചു. തലശ്ശേരി രണ്ടാം ക്ലാസ് മജിസ്ട്രേറ്റ് കോർട്ടിൽ കേസ് വിചാരണയ്ക്കു വന്നു. 1965 ലെ കേരള ഹിന്ദു പൊതു ആരാധനാ സ്ഥലങ്ങളിലെ പ്രവേശന നിയമം 5-ാം വകുപ്പ് (b) ഉപവകുപ്പു സെക്ഷൻ 3 പ്രകാരം ഈ മൂന്നു പ്രതികളും കുറ്റക്കാരാണെന്ന് സബ് മജിസ്ട്രേറ്റ് ടി കെ വിത്സൺ കണ്ടെത്തുകയും 6 മാസത്തെ കഠിനതടവ് വിധിക്കുകയും ചെയ്തു. കൂടാതെ 500 രൂപ പിഴയോ പിഴയടയ്ക്കാത്തപക്ഷം ഒരു മാസത്തെ വെറും തടവോ അനുഭവിക്കുകയും വേണം. രണ്ടാം പ്രതിയുടെ പ്രായാധിക്യത്തെ മാനിച്ചു കോടതി ശിക്ഷയിൽ നിന്നു വിടുതൽ നല്കി.

സെഷൻസ് കോടതിയിൽ ഒരു റിവിഷൻ അപ്പീൽ പ്രതികൾ സമർപ്പിക്കുകയുണ്ടായി. അസിസ്റ്റന്റ് സെഷൻസ് ജഡ്ജ് കെ കെ കൃഷ്ണപിള്ള അപ്പീൽ അനുവദിക്കുകയും കീഴ്ക്കോടതി വിധി അസാധുവാക്കുകയും ചെയ്തു. സെഷൻസ് ജഡ്ജ് അദ്ദേഹത്തിന്റെ വിധിന്യായത്തിൽ താഴെപ്പറയുന്ന നിരീക്ഷണങ്ങൾ നടത്തി.

പ്രോസിക്യൂഷൻ 5-ാം സാക്ഷി സ്വാമി ആനന്ദതീർത്ഥൻ ഹരിജന ക്ഷേമസമിതിയിലെ അംഗവും പയ്യന്നൂരിൽ സ്ഥിരതാമസക്കാരനുമാണ്. പ്രോസിക്യൂഷൻ നാലാം സാക്ഷിയും പയ്യന്നൂർ സ്വദേശിയുമാണ് പരാതിക്കാരൻ എന്നത് പരാതിയുടെ വിശ്വസനീയത കുറയ്ക്കുന്നു. ഇവരിരുവരും ഒരേസമയം സംഭവസ്ഥലത്ത് സന്ധിച്ചുവെന്നത് ആകസ്മികമാണെന്നു കരുതാനാവില്ല. സ്വാമി ആനന്ദതീർത്ഥന്റെ മൊഴിയിൽ നിന്നുതന്നെ ഇതു വ്യക്തമാകുന്നുണ്ട്, ഇയാൾ ഹരിജനങ്ങളുടെ അവകാശങ്ങൾക്കുവേണ്ടി നിലകൊള്ളുന്ന ആളും അവരുടെ ക്ഷേത്രപ്രവേശനം ഉൾപ്പെടെയുള്ള അവകാശങ്ങൾക്കുവേണ്ടി പോരാട്ടം നടത്തുന്ന ആളുമാണെന്ന്. ആയതിനാൽ പ്രോസിക്യൂഷൻ 5-ാം സാക്ഷിയായ സ്വാമി ആനന്ദതീർത്ഥൻ ഈ കേസിൽ പ്രത്യേകം താല്പര്യം പുലർത്തുന്ന ഒരു സാക്ഷി (interested witness) ആണ്. അതിനാൽ, ഈ സാക്ഷിയുടെ മൊഴിയിന്മേൽ പ്രതികളെ ശിക്ഷിക്കുന്നത് ന്യായമല്ല. (Judgement of K K Krishna Pillai, Assistant Sessions Judge, 10 January 1975 on appeal of C E No 446/74)

തൃപ്പൂണിത്തുറ ദേവസ്വം കേസ്

ഗൗഡ സാരസ്വത ബ്രാഹ്മണ സമുദായത്തിന്റെ വകയായ തൃപ്പൂണിത്തുറയിലെ ശ്രീരാമസ്വാമി ക്ഷേത്രത്തിലേക്കു സ്വാമി ആനന്ദതീർത്ഥൻ മൂന്നു ഹരിജനങ്ങളെയുംകൂട്ടി പോവുകയുണ്ടായി. ബ്രാഹ്മണർ സ്വാമിജിയെയും ഒപ്പമുണ്ടായിരുന്ന ഹരിജനങ്ങളെയും ക്രൂരമായി മർദ്ദിക്കുകയും ചീത്തവിളിക്കുകയും ചെയ്തു. മേലിൽ ഇതാവർത്തിച്ചാൽ ഒരു നായയെയെന്നതുപോലെ സ്വാമിയെ ജീവനോടെ ദഹിപ്പിക്കുമെന്ന് ഭീഷണിപ്പെടുത്തുകയും ചെയ്തു. 1960 സെപ്തംബർ 8 ന് ഒപ്പമുണ്ടായിരുന്ന ഒരു ഹരിജൻ ഇതേക്കുറിച്ച് ഹിൽ പാലസ് പൊലീസ് സ്റ്റേഷനിൽ ഒരു പരാതി കൊടുത്തു. എറണാകുളം രണ്ടാം ക്ലാസ് മജിസ്ട്രേട്ട് കോടതിയിൽ കേസ് രജിസ്റ്റർ ചെയ്യപ്പെട്ടു. പ്രതികളെ വിട്ടയച്ചുകൊണ്ട് മജിസ്ട്രേറ്റ് പി ബി ചെല്ലപ്പൻ തന്റെ വിധിപ്രഖ്യാപനത്തിൽ ഇങ്ങനെ പ്രഖ്യാപിച്ചു.

> ഈ കേസിൽ അണിനിരത്തിയ 1, 2, 4, 5 പ്രോസിക്യൂഷൻ സാക്ഷികളിൽ 1 ഉം 2 ഉം 4 ഉം സാക്ഷികൾ പുലയരാണ്. 5-ാം സാക്ഷി ആനന്ദതീർത്ഥനാണ് ഇവരെ ക്ഷേത്രത്തിലേക്കു കൂട്ടിക്കൊണ്ടുവന്നത്. അതിനാൽ, ഇവരെല്ലാം കേസിൽ തല്പരരായ സാക്ഷികളാണ്. ഇവരുടെ മൊഴികൾ തന്നെ പരസ്പരവിരുദ്ധമാണ്. പ്രതികൾ പറഞ്ഞ വാക്കുകളെക്കുറിച്ചും ചെയ്ത പ്രവൃത്തികളെക്കുറിച്ചും ഓരോരുത്തരും നല്കിയ വിവരണം വ്യത്യസ്തമായിരിക്കുന്നു. അതിനാൽ 1, 2, 4, 5 സാക്ഷികളുടെ മൊഴിയെ ആശ്രയിക്കുന്നത് സുരക്ഷിതമായിരിക്കുകയില്ല.

(Case No. 126/60 Second Class Magistrate's Court EKM, Judgement by P. B Chellappan)

പിന്നീടൊരിക്കൽക്കൂടി സ്വാമി ആനന്ദതീർത്ഥനും അനുയായികളും ചേർന്നു നടത്തിയ ക്ഷേത്രപ്രവേശന പരിശ്രമത്തോടനുബന്ധിച്ചു രജിസ്റ്റർ ചെയ്യപ്പെട്ട മറ്റൊരു കേസ് ഇതേ മജിസ്ട്രേറ്റിന്റെ മുമ്പിൽ എത്തുകയുണ്ടായി. ഇത്തവണയും കുറ്റവാളികൾ വിട്ടയയ്ക്കപ്പെട്ടു. ഈ ന്യായാധിപന്റെ വിചിത്രമായ കണ്ടെത്തലുകൾ ഇങ്ങനെ പോയി.

> പണ്ഡിതനായ പ്രതിഭാഗം വക്കീൽ ചൂണ്ടിക്കാണിച്ചതുപോലെ പ്രോസിക്യൂഷൻ 1, 2, 3 എന്നീ സാക്ഷികളുടെ മൊഴികളിൽ വൈരുദ്ധ്യങ്ങളുണ്ട്. 2-ാം സാക്ഷി അയ്യപ്പന്റെ മൊഴി അനുസരിച്ച് 1-ാം പ്രതി രാഘവഷേണായി മാത്രമാണ് അയാളെ ചീത്തവിളിച്ചത്. രണ്ടാം പ്രതി കേശവനായിക്ക് എന്താണ് പറഞ്ഞതെന്നിയാൾ പറയുന്നില്ല. പ്രോസിക്യൂഷൻ 3 ാം സാക്ഷി സ്വാമി ആനന്ദ തീർത്ഥന്റെ മൊഴിയനുസരിച്ചും ഒന്നാം പ്രതി മാത്രമാണ് 1 ഉം 2 ഉം സാക്ഷികളെ ചീത്തവിളിച്ചത്. 2-ാം പ്രതി എന്തു ചീത്തയാണ് വിളിച്ചതെന്ന് ഇയാൾക്കും വ്യക്തമാക്കാൻ കഴിഞ്ഞിട്ടില്ല. നേരത്തെ സൂചിപ്പിച്ചതുപോലെ പ്രോസിക്യൂഷൻ 3 ാം സാക്ഷി ആനന്ദതീർത്ഥൻ അയിത്താചരണ വിരുദ്ധ നിയമനങ്ങൾ നടപ്പിലാക്കാൻ സമതിയിലെ അംഗവും ഹരിജനങ്ങളെ ക്ഷേത്രപ്രവേശനം പോലുള്ള കാര്യങ്ങൾക്ക് പ്രോത്സാഹിപ്പിച്ചുകൊണ്ടിരിക്കുന്ന ആളുമാണ്. ഇത്തരം സന്ദർഭങ്ങളിൽ നിന്നുയർന്നുവരുന്ന ഒട്ടനവധി കേസുകളിൽ താൻ സാക്ഷിയായിരുന്നിട്ടുണ്ടെന്നയാൾ സമ്മതിക്കുകയും ചെയ്തിട്ടുണ്ട്. ഇയാൾ പൊലീസിനോടു പറഞ്ഞതിൽനിന്നും കൂടുതൽ അതിശയോക്തി കലർത്തിയാണ് കാര്യങ്ങൾ കോടതിയിൽ ധരിപ്പിച്ചിരിക്കുന്നത്. പ്രോസിക്യൂഷൻ 3-ാം സാക്ഷി ആനന്ദതീർത്ഥനാണ് ഈ കേസിന്റെ പിന്നിലെ ചാലകശക്തി. 1 ഉം 2 ഉം സാക്ഷികൾ ഇയാളുടെ കൈയിൽ കേവലം കരുക്കൾ മാത്രമാണെന്ന് കോടതിക്കു ബോദ്ധ്യമായിരിക്കുന്നു. (Judgement in case No. 2366/60 Sub Magistrate Court, Ernakulam, dt. 30 August 1961)

മാങ്കുളം മർദ്ദനവും കേസും

മൂന്നാം അദ്ധ്യായത്തിൽ പരാമർശിച്ചിരുന്ന മാങ്കുളം മർദ്ദനക്കേസിൽ വിധിപറഞ്ഞ മജിസ്ട്രേട്ടും ഇതേ രീതിയിൽ സ്വാമി ആനന്ദതീർത്ഥനെ ഹരിജൻ പ്രശ്നത്തോടുള്ള സമർപ്പണത്തിന്റെ പേരിൽ ഒരു തല്പര കക്ഷിയെന്നും ശല്യക്കാരനായ ഒരു വ്യവഹാരക്കാരൻ എന്നും മുദ്ര കുത്തു

കയും ചെയ്തു. കുറ്റക്കാരെ വിട്ടയച്ചുകൊണ്ടുള്ള വിധിപ്രഖ്യാപനത്തിൽ പ്രസ്തുത മജിസ്ട്രേറ്റ് എഴുതിവെച്ചിരിക്കുന്നത് നോക്കുക.

> ആനന്ദതീർത്ഥൻ സ്വയം സ്വാമി ചമയുകയും തന്റെ ജോലികൾക്കു അഖിലേന്ത്യാ ഹരിജൻസേവാസംഘത്തിന്റെ പ്രതിഫലം പറ്റുകയും ചെയ്യുന്നുണ്ട്. ഇത്തരം കേസുകൾ ഫയൽ ചെയ്യുന്നതിൽ ഇദ്ദേഹം അമിതതാല്പര്യം പ്രകടിപ്പിക്കുന്നു. കഴിഞ്ഞ നാലു മാസത്തിനിടയിൽ ഇത്തരത്തിലുള്ള 20 കേസുകളാണ് ഇയാൾ ഫയൽ ചെയ്തത്. ഇത്തരം കേസുകൾ ഫയൽ ചെയ്യുന്നതിൽ ഇദ്ദേഹം അമിത താല്പര്യം പ്രകടിപ്പിക്കുന്നു. കഴിഞ്ഞ നാലു മാസത്തിനിടയിൽ ഇത്തരത്തിലുള്ള 20 കേസുകളാണ് ഇയാൾ ഫയൽ ചെയ്തത്. ഹരിജനങ്ങളെ തുല്യനിലയിൽ വീക്ഷിക്കാത്തവരെ കെണിയിൽ വീഴ്ത്താൻ പറ്റിയ രീതിയിലുള്ള വേറെയും കേസുകൾ ഇയാൾ ഏറ്റെടുത്തിട്ടുള്ളതായി അറിയുന്നു. (Mangulam Assault Case No. 83/52).

ഹരിജനങ്ങൾ നല്കുന്ന തെളിവു വിശ്വാസയോഗ്യമല്ലെന്നും ഈ മജിസ്ട്രേട്ട് കണ്ടെത്തുന്നു. “മോഷണം തുടങ്ങി സവർണ്ണഹിന്ദുക്കൾ ഇവർക്കെതിരെ ആരോപിക്കാറുള്ള കുറ്റങ്ങൾ തന്നെ ഇതിനു കാരണം. ഒരു ഹരിജൻ സാക്ഷിക്ക് അയോഗ്യത കല്പിച്ചത് അയാൾ അലഞ്ഞുതിരിയുന്ന പ്രകൃതിക്കാരനാണെന്നതാണ്. എന്നാൽ, ഗ്രാമത്തിലെ സവർണ്ണ ഹിന്ദുക്കളുടെ സാക്ഷി മൊഴിക്കിദ്ദേഹം വൻ പ്രാധാന്യം നല്കുന്നു. ഈ സാക്ഷികളുടെ മൊഴിയനുസരിച്ച് ഇവരും ഗ്രാമത്തിലെ മറ്റുള്ള ആളുകളും പ്രോസിക്യൂഷൻ 1 -ാം സാക്ഷിയും ഹരിജനങ്ങളും ചേർന്ന് തങ്ങളെ അപകീർത്തിപ്പെടുത്താൻ കെട്ടിച്ചമച്ച ഒന്നായിട്ടാണ് ഈ കേസിനെ കാണുന്നത്.

ഇതിലെ രസകരമായ വസ്തുത ഈ ന്യായാധിപന്മാർ, ഹരിജന പ്രശ്നങ്ങൾക്കായി സമർപ്പിക്കപ്പെട്ട വ്യക്തി എന്ന നിലയിൽ അദ്ദേഹത്തിന്റെ മൊഴി അവിശ്വസനീയമായി തള്ളിക്കളയുമ്പോൾ സവർണ്ണഹിന്ദുക്കളിൽ നിന്ന് ശേഖരിക്കുന്ന തെളിവുകളുടെ കാര്യത്തിൽ നേരെ വിപരീതമായ നിലപാടാണെടുക്കുന്നത് എന്നതാണ്.

എലിമെന്ററി സ്കൂളിലെ വിവേചനം - കുറിത്തിപ്പാടി പഞ്ചായത്തിൽ

ആനന്ദതീർത്ഥനും ശ്രീവക്കിഴി എന്നൊരു ഹരിജനും കൂടി കുറിത്തിപ്പാടി പഞ്ചായത്തിലെ എടംഗോണ്ഡംപെട്ടി എലിമെന്ററി സ്കൂൾ 1966 ആഗസ്ത് 20 ന് സന്ദർശിക്കുകയുണ്ടായി. ആകെയുള്ള 44 വിദ്യാർത്ഥികളിൽ 11 പേരും പട്ടികജാതിക്കാരായിരുന്നു. ക്ഷേത്രത്തിന്റെ മണ്ഡപം ഹാളി

ലാണ് ക്ലാസുകൾ നടത്തിയിരുന്നത്. പട്ടികജാതിക്കാരായ കുട്ടികളെ പ്രത്യേകം ഒരു നിരയിലാക്കി ഒരുമിച്ചാണ് ഇരുത്തിയിരുന്നത്. സവർണ്ണ ഹിന്ദുക്കളായ കുട്ടികളെ അവരുടെ ക്ലാസുകളിൽ തന്നെ യഥാസ്ഥാന ത്തിരുത്തിയിരുന്നു. ഗ്രാമീണർ ഇപ്പോഴും ഹരിജനങ്ങളെ തൊട്ടുകൂടാത്ത വരായി കണക്കാക്കുന്നതിനാലാണ് തങ്ങളിപ്രകാരം ചെയ്യുന്നതെന്നു അദ്ധ്യാപകർ വിശദീകരിച്ചു. 1966 ആഗസ്ത് 24 ന് സ്വാമിജി വീണ്ടും ആ സ്കൂൾ സന്ദർശിച്ചു. ഇത്തവണ കൂഡല്ലൂരിലെ ഹരിജനക്ഷേമത്തിനായുള്ള പ്രത്യേക റവന്യൂ ഇൻസ്പെക്ടർ ശ്രീ സാമരാജിനെയും ഒപ്പം കൂട്ടിയി രുന്നു. അവർ കാര്യങ്ങൾ പരിശോധിച്ചു. വെള്ളം കുടിക്കാനുള്ള ഗ്ലാസു കൾ ഹരിജൻ കുട്ടികൾ സ്പർശിക്കുവാൻ പോലും അനുവദിച്ചിരുന്നില്ല. സവർണ്ണ ഹിന്ദുക്കളായ കുട്ടികൾ ഹരിജൻ കുട്ടികളുടെ വായിലോ കൈയിലോ വെള്ളം പകർന്നുകൊടുക്കാറാണ് പതിവ്. കൂഡല്ലൂരിലെ സബ് മജിസ്ട്രേറ്റ് കോടതിയിൽ അയിത്താചരണ വിരുദ്ധ നിയമ പ്രകാരം ഒരു കേസ് ഫയൽ ചെയ്തു. ഈ കേസിൽ വിധിപറഞ്ഞുകൊണ്ട് മിസ്റ്റർ കെ സുബ്രഹ്മണ്യം പറയുന്നു.

> പ്രോസിക്യൂഷൻ 1 ാം സാക്ഷി ഹരിജൻ സേവകസംഘത്തിന്റെ ബഹുമാന്യനായ ഒരു സന്നദ്ധസേവകനും ഹരിജനങ്ങളുടെ ഉദ്ധാ രണത്തിനുവേണ്ടി സമർപ്പിക്കപ്പെട്ടു പ്രവർത്തിക്കുന്ന വ്യക്തിയുമാ ണെന്നദ്ദേഹം അവകാശപ്പെടുന്നു. അദ്ദേഹം സ്കൂൾ സന്ദർശിച്ചത് അയിത്താചരണ സംബന്ധിയായ എന്തെങ്കിലും കുറ്റകൃത്യങ്ങൾ സ്കൂളിൽ നടക്കുന്നുണ്ടോ എന്നു പരിശോധിക്കാനാണ്. സന്ദർശക പുസ്തകത്തിൽ എന്തെങ്കിലും എഴുതാൻ കഴിയാതെ പോയത് തന്നെ 1-ാം സാക്ഷിയുടെ പരിശോധന സഹിക്കാൻ ഹെഡ്മി സ്ട്രസ് തയ്യാറല്ലായിരുന്നുവെന്നതിനാലാണ്. ഇത് 1-ാം സാക്ഷി യുടെ തെളിവു നിരസിക്കാൻ മതിയായ കാരണമല്ല. 1-ാം പ്രതി പറയുന്നതുപോലെ പണം ആവശ്യപ്പെട്ടിട്ടു നല്കാത്തതിനാൽ കെട്ടിച്ചമച്ച കേസാണിതെന്ന വാദം നിലനില്ക്കത്തക്കതല്ല. ബഹു മാന്യനായ 1-ാം സാക്ഷിയുടെ തെളിവു നിരസിക്കാൻ ഞാനൊരു കാരണവും കാണുന്നില്ല. ഇതു സത്യമാണെന്നു ഞാൻ കരുതു ന്നു.

സബ് മജിസ്ട്രേറ്റ് പ്രതികളെ കുറ്റവാളികളെന്നുകണ്ടെങ്കിലും ഗ്രാമ ത്തിലെ സാമൂഹ്യ സമ്മർദ്ദത്തിനുവഴങ്ങി പ്രവർത്തിക്കേണ്ടി വന്ന രണ്ടു വനിതാ അദ്ധ്യാപകരെന്നനിലയിൽ നല്ലനടപ്പിന് താക്കീതു ചെയ്ത് അവരെ വിട്ടയച്ചു.

ചിദംബരം ഡിസ്ട്രിക്ടിൽ ഇതേ സ്വഭാവമുള്ള മറ്റൊരു കേസിൽ എല്ലാ പ്രോസിക്യൂഷൻ സാക്ഷികളും കൂറുമാറുകയുണ്ടായി. എന്നിട്ടും

മജിസ്ട്രേറ്റ് സ്വാമി ആനന്ദതീർത്ഥന്റെ മൊഴിയെമാത്രം ആശ്രയിച്ചുകൊണ്ട് കുറ്റവാളികളെ ശിക്ഷിച്ചു.

> പ്രോസിക്യൂഷൻ 2-ാം സാക്ഷിയും 3-ാം സാക്ഷിയും പ്രതിഭാഗം ചേർന്നിരിക്കുന്നതിനാൽ അവശേഷിക്കുന്നത് 1-ാം സാക്ഷിയുടെ തെളിവു മാത്രമാണ്. 2 ഉം 3 ഉം സാക്ഷികൾ പ്രതികൾ നടത്തുന്ന ഇതേ സ്കൂളിലെ കുട്ടികൾതന്നെയാകയാൽ പ്രതികൾക്കെതിരെ തെളിവു നല്കാൻ ഭയമുണ്ടാവുക സ്വാഭാവികമാണ്. മാത്രമല്ല; ഇവർ കാര്യത്തിന്റെ ഗൗരവം മനസ്സിലാക്കാൻ വേണ്ടത്ര പ്രായമെത്തിയിട്ടില്ലാത്ത കുട്ടികളുമാണ്. അതിനാൽ 1-ാം സാക്ഷിയുടെ മൊഴി മാത്രം കണക്കിലെടുത്താലും പ്രോസിക്യൂഷൻ ആരോപിക്കുന്ന കുറ്റം തെളിയുന്നുണ്ട്. ഈ സാക്ഷി സ്വതന്ത്രനും അധഃകൃത വിഭാഗത്തിന്റെ ഉന്നമനം ലക്ഷ്യമാക്കിയ പ്രവർത്തനങ്ങളിൽ വ്യാപൃതനായിരിക്കുന്ന ആളുമാണ്. പ്രതിഭാഗം വാദിക്കുന്നതുപോലെ പ്രതികൾക്കെതിരെ ഒരു കള്ളക്കേസു കെട്ടിച്ചമച്ചതുകൊണ്ട് ഇദ്ദേഹത്തിനെന്തെങ്കിലും പ്രത്യേക താല്പര്യം നേടാനില്ല. ആചാരപരമായ ഇത്തരം തെറ്റുകൾ ഒഴിവാക്കുവാൻ സകല മനുഷ്യർക്കും തുല്യത ഉറപ്പുവരുത്തുന്ന തരത്തിലുള്ള നിയമനിർമ്മാണത്തിലൂടെ ജാതീയമായ വിവേചനം ഇല്ലായ്മ ചെയ്യേണ്ടതാണെന്ന് ഈ കോടതി അഭിപ്രായപ്പെടുന്നു. (C C No. 407/67 Sub Magistrate Court, Protonovo, Chidambaram Dt.)

ഇത്തരം പരിഗണനകൾ നമ്മുടെ നീതിന്യായ പീഠങ്ങളിൽ നിന്നുണ്ടാകാത്തതുകൊണ്ടാണ് പലപ്പോഴും കീഴ്ക്കോടതിയിൽ ശിക്ഷിക്കപ്പെടുന്ന കേസുകൾപോലും മേല്ക്കോടതിയിൽ എത്തുമ്പോൾ നിരുപാധികം വിട്ടയയ്ക്കപ്പെടുന്നത്. തൈരാക്ഷേത്രപ്രവേശന കേസ് ഇത്തരത്തിൽപ്പെട്ട ഒന്നായിരുന്നു.

തൈരാക്ഷേത്ര പ്രവേശനകേസ്

സാമൂഹ്യ പദവിയിലും അറിവിലും മറ്റും പിന്നോക്കമായ അധഃകൃത വിഭാഗങ്ങളിൽപ്പെട്ടവർക്കു നാലമ്പലത്തിനുള്ളിൽ പ്രവേശിക്കുക സങ്കല്പിക്കാനേ കഴിയില്ല. ഈ നിലപാട് ശരിയല്ല, പ്രതികൾ നാലാം സാക്ഷി ആനന്ദതീർത്ഥനെതിരായി സ്വീകരിച്ച നിലപാട് അതിനാൽ ഇത് വ്യക്തിപരമായ ഒരു കേസാണ്. സാമൂഹ്യമായി പിന്നോക്കം നില്ക്കുന്നവരുടെ മനസ്സിൽ ഇത്തരം വിവേചനം സൃഷ്ടിക്കുന്ന അത്യാപത്തിനെ അതിന്റെ എല്ലാ ഗൗരവത്തോടും തന്നെ കണക്കിലെടുക്കേണ്ടിയിരിക്കുന്നു. നമ്മുടെ സമൂഹം സാമൂഹ്യവും സാമ്പത്തികവുമായ നീതിക്കുവേണ്ടി സമർപ്പിക്കപ്പെട്ട ഒന്നെന്ന നിലയിൽ ഈ വിവേചനം മേല്പറഞ്ഞ തത്ത്വങ്ങൾ കൊണ്ട്

ഇഴപിടിപ്പിച്ചിട്ടുള്ള നമ്മുടെ ദേശീയ ഐക്യത്തെത്തന്നെ തകർത്തുകയും." (Judgement in Case No. 282/71, 2nd Class Magistrate's Court Kasargod 31 Dec: 1971)

മജിസ്ട്രേറ്റ് പ്രതികളെ തൊഴുവാൻ പ്രവേശിക്കുന്നതിൽനിന്നും തടയുകയുണ്ടായി. ബ്രാഹ്മണചിഹ്നമായ പൂണൂൽ ധരിച്ചിരുന്നില്ലെന്നതാണ് കാരണമായിപ്പറഞ്ഞത്. ക്ഷേത്രത്തിന്റെ മാനേജരും ട്രസ്റ്റികളും കൂടി ബലമായി പിടിച്ച് പുറത്തേക്കു തള്ളുകയായിരുന്നു. ശ്രീ വെങ്കിട്ടരാമഭട്ടും മറ്റു ചിലരും ചേർന്ന് ഒരു വടി ഉയർത്തിക്കാണിച്ചുകൊണ്ട് ഭീഷണിപ്പെടുത്തുകയുണ്ടായി. നമസ്കാര മണ്ഡപത്തിലേക്ക് നടക്കാൻ വീണ്ടും ഒരു ചുവടെങ്കിലും വെച്ചാൽ ഫലമനുഭവിക്കുമെന്നായിരുന്നു ഭീഷണി. കാസർഗോട്ടെ സബ് മജിസ്ട്രേറ്റ് കോടതിയിൽ ഒരു കേസ് ചാർജ്ജ് ചെയ്യപ്പെട്ടു. ഇതിന്റെ വിധിപ്രഖ്യാപനത്തിൽ മജിസ്ട്രേറ്റ് പറഞ്ഞു:

"പ്രോസിക്യൂഷൻ 4-ാം സാക്ഷി സ്റ്റെയിറ്റ് ഹരിജൻ ക്ഷേമ സമിതിയിലെ അംഗമാണ്. 1 ഉം 2 ഉം പ്രതികൾ ഈ കേസിൽ ആരോപിക്കപ്പെട്ടതുപോലെ 4-ാം സാക്ഷിയെ മനഃപൂർവ്വം ക്ഷേത്രത്തിന്റെ നാലമ്പലത്തിലേക്ക് പ്രവേശിക്കുന്നതിൽനിന്നു തടഞ്ഞു എന്നത് വിശ്വാസയോഗ്യമാണ്." ഒരു വ്യക്തി സാരസ്വത ബ്രാഹ്മണ സമൂഹത്തിൽ ഉൾപ്പെട്ടവനാണെന്നതുകൊണ്ടു മാത്രം ഒരു വർഷത്തെ കഠിന തടവു വിധിച്ചു. പ്രതികൾ അപ്പീൽ കൊടുത്തു. തലശ്ശേരി ചീഫ് ജുഡീഷ്യൽ മജിസ്ട്രേറ്റ് ശിക്ഷ ശരിവെച്ചു കൊണ്ട് ഇപ്രകാരം രേഖപ്പെടുത്തി.

"ഹിന്ദു സമൂഹത്തിൽ നിലവിലുള്ള വിശ്വാസങ്ങളിലും ആചാരങ്ങളിലും വിപ്ലവകരമായ മാറ്റങ്ങൾ വരുത്തിക്കൊണ്ടുള്ള നിയമങ്ങൾ നിലവിൽ വന്നിട്ടുണ്ട്. ഹിന്ദുക്കൾ ഈ മാറ്റത്തിന് അനുസൃതമായി മാറുകയും നിയമം ലംഘിക്കാതിരിക്കുകയും വേണം." പുതിയ നിമയം നടപ്പിലായിട്ട് അധികം കാലമായിട്ടില്ല എന്നതിനെ പരിഗണിച്ചും ജനങ്ങളുടെ മനസ്സ് നിയമത്തിന്റെ സ്പിരിറ്റ് ഉൾക്കൊള്ളാൻ സമയമെടുക്കും എന്നതുകൊണ്ടും ഒരു വർഷം തടവ് എന്ന ശിക്ഷ അദ്ദേഹം മൂന്നുമാസമാക്കി ചുരുക്കിക്കൊടുത്തു.

പ്രതികൾ വീണ്ടും അപ്പീലുമായി ഹൈക്കോടതിയെ സമീപിച്ചു. ജസ്റ്റിസ് പി നാരായണപിള്ള, ജസ്റ്റിസ് എസ് കെ ഖാദർ എന്നിവരടങ്ങിയ ഡിവിഷൻ ബഞ്ചാണ് കേസുകേട്ടത്. ഹൈക്കോടതി ഒരു സാങ്കേതിക കാരണം പറഞ്ഞ് പ്രതികളെ വിട്ടയച്ചു. സ്വാമി ആനന്ദതീർത്ഥൻ നല്കിയ സത്യവാങ്മൂലത്തിൽ താനൊരു ഹിന്ദുവാണെന്നു പ്രഖ്യാപിച്ചിട്ടില്ലെന്നതാണ് പ്രതികളെ വിട്ടയയ്ക്കാൻ കോടതി ചൂണ്ടിക്കാണിച്ച കാരണം.

നിയമത്തിന്റെ ഇത്തരത്തിലുള്ള വാചകക്കസർത്തുകൾ എന്താണ് കാണിക്കുന്നത്. ഭരണഘടന ഉറപ്പുനല്കിയിരിക്കുന്ന അയിത്ത നിർമ്മാർജ്ജനം നടപ്പാക്കുന്നതിൽ വരേണ്യ വർഗ്ഗത്തിനുള്ള താല്പര്യമില്ലായ്മതന്നെ.

എത്രയോ കേസുകളിൽ ഇതുപോലുള്ള ഒഴിവുകഴിവുകൾ കണ്ടെത്തി പ്രതികൾ വിട്ടയയ്ക്കപ്പെട്ടിട്ടുണ്ട്. ചില കേസുകളിൽ സ്വാമി ആനന്ദതീർത്ഥന്റെ ഉദ്ദേശ ശുദ്ധിയെപ്പോലും ചോദ്യം ചെയ്യുന്ന പരാമർശങ്ങൾ കോടതിയിൽ നിന്നുണ്ടായിട്ടുണ്ട്. ഉദാഹരണത്തിന് തലശ്ശേരിയിലെ സെഷൻസ് ജഡ്ജ് കെ കെ കൃഷ്ണപിള്ള ഒരു കേസിൽ കീഴ്ക്കോടതി ശിക്ഷിച്ച പ്രതികളെ വിട്ടയച്ചുകൊണ്ട് ഇങ്ങനെ പരാമർശിക്കുകയുണ്ടായി.

> സ്വാമി ആനന്ദതീർത്ഥൻ മനഃപൂർവ്വം ക്ഷേത്രാധികാരികളെയും നോട്ടീസ് ബോർഡിൽ നല്കിയിരിക്കുന്ന നിർദ്ദേശങ്ങളെയും പരിഹസിക്കാൻ വേണ്ടി ക്ഷേത്രത്തിൽ പ്രവേശിച്ചതാണെന്നു വ്യക്തം. ക്ഷേത്രം നിർവ്യാജമായ ഭക്തിയോടെ എത്തുന്ന ആരാധകർക്കു വേണ്ടിയുള്ള സ്ഥലമാണ്. അല്ലാതെ നിയമങ്ങളെയും ചട്ടങ്ങളെയും പരിഹസിക്കാനെത്തുന്നവർക്കുള്ള സ്ഥലമല്ല. (C.C. No. 446/74 Triuvangod Temple Namaskara Mandapam)

ക്ഷേത്രാധികാരികൾ ഒരു പ്രത്യേക സമൂഹത്തിനെതിരായി വിലക്ക് ഏർപ്പെടുത്തിയതിലെ നിയമലംഘനം എന്ന പ്രശ്നം ഈ മജിസ്ട്രേറ്റ് ശ്രദ്ധിക്കാതെ വിടുന്നു. മറ്റൊരു മജിസ്ട്രേറ്റ് ശ്രീ രാമചന്ദ്രറാവു ഒരു കേസിൽ സാക്ഷിയായി ഹാജരാകേണ്ടി വന്ന ആനന്ദതീർത്ഥന് യാത്രപ്പടി നല്കുന്നതിനെ സംബന്ധിച്ച് വിരോധം നിറഞ്ഞ ഭാഷയിൽ പരാമർശിക്കുകയുണ്ടായി. ആനന്ദതീർത്ഥൻ വൃത്തിയും വെടിപ്പും പാലിക്കാത്ത സാമൂഹ്യ പ്രവർത്തകനെന്ന് വിശേഷിപ്പിച്ച ഇയാൾ ഇങ്ങനെ രേഖപ്പെടുത്തിയിരിക്കുന്നു.

> സാമൂഹ്യാവശത അടിച്ചേല്പിക്കപ്പെടുന്ന ഒരു പ്രത്യേക ഹരിജനോട് ഇതേക്കുറിച്ച് പരാതി നല്കി പരിഹാരം നേടാൻ ഉപദേശിക്കുന്നപക്ഷം കേസ് കോടതിയിൽ കൊണ്ടുവന്ന് സാക്ഷിപ്പടിയും മറ്റും നല്കുന്നത് ഒഴിവാക്കുക വഴി ഖജനാവിന്റെ നഷ്ടം പരിഹരിക്കാവുന്നതാണ്.

യാത്രപ്പടിക്കുവേണ്ടിയുള്ള സ്വാമിജിയുടെ അപേക്ഷയിലെ വിടവുകൾ കണ്ടെത്തി വിമർശിക്കുന്നതിന് ഈ ജഡ്ജ് തന്റെ വിലപ്പെട്ട സമയം എത്രയോ കൂടുതൽ ചെലവഴിക്കുകയുണ്ടായി. അവസാനം 14 രൂപ തന്നെ യാത്രാപ്പടി അനുവദിക്കുകയും ചെയ്തു.

രാമചന്ദ്രറാവു ഒരു പ്രതിലോമകാരിയായിരുന്നു. ഉടുപ്പി സബ് മജിസ്ട്രേറ്റ് കോർട്ടിൽനിന്നും അദ്ദേഹം പുറപ്പെടുവിച്ച വിധിപ്രഖ്യാപനം പരിശോധിച്ചു നോക്കിയാൽ ഈ കാര്യം ബോദ്ധ്യപ്പെടും. ഇതേക്കുറിച്ച് സ്വാമിജിതന്നെ പലതവണ കേന്ദ്ര സംസ്ഥാന ആഭ്യന്തര മന്ത്രിമാർക്കെഴുതുകയുണ്ടായി.

സവർണ്ണ ഹിന്ദുക്കളും അയിത്താചരണ കേസുകളും

ജാതി വിവേചനത്തിലധിഷ്ഠിതമായ അയിത്തം തങ്ങൾ അനുവർത്തിച്ചതായി ചിലരെല്ലാം കോടതിയിൽ സമ്മതിക്കാറുണ്ട്. എന്നാൽ, അധികംപേരും നിഷേധിക്കാറാണ് പതിവ്. ചില ക്ഷേത്രാധികാരികൾ കീഴ്ക്കോടതി വിധികളുടെമേൽ അപ്പീലുമായി സുപ്രീം കോടതിയെ സമീപിക്കാറുണ്ട്. സമത്വത്തിനും ആത്മാഭിമാന സംരക്ഷണത്തിനും വേണ്ടി ഹരിജനങ്ങൾ നടത്തുന്ന പോരാട്ടങ്ങളെ എതിർക്കുന്നതിനു വേറെയും മാർഗ്ഗങ്ങൾ സവർണ്ണർ അവലംബിക്കാറുണ്ട്. തൊഴിൽ നിഷേധിക്കൽ, ഒളിച്ചിരുന്നാക്രമിക്കൽ, പൊലീസിനെ ഉപയോഗിച്ചു ഭീഷണിപ്പെടുത്തൽ, കള്ളക്കേസുകളിൽ കുടുക്കൽ ഇവയൊക്കെ ഇവയിൽ ചിലതു മാത്രമായിരുന്നു. സവർണ്ണഹിന്ദുക്കൾ ഹരിജനങ്ങളിൽ നിന്നുള്ള സുരക്ഷിതത്വം ഉറപ്പുവരുത്തുന്നതിനു പൊലീസിൽ സ്വാധീനം പ്രയോഗിക്കുക പതിവായിരുന്നു. ഇത് ഹരിജനങ്ങൾക്ക് ക്രമാതീതമായ ബുദ്ധിമുട്ടുകൾ സൃഷ്ടിക്കുകയുണ്ടായിട്ടുണ്ട്. സ്വാമിജി പറയുകയുണ്ടായി: “സാധുക്കളായ ഒരു ഹരിജൻ കുടുംബത്തിന് ഒരു കേസിനോടനുബന്ധിച്ച് ഒരു വർഷത്തിനുള്ളിൽ 19 തവണ കോടതി കയറേണ്ടതായി വന്നു.”

പശുക്കളെ മോഷ്ടിച്ചു, കാളയെക്കട്ടു, അല്ലെങ്കിൽ തേങ്ങാപറിച്ചു തുടങ്ങിയ പരാതികളാണ് ഹരിജനങ്ങൾക്കെതിരെ നിരന്തരമായി ഉന്നയിക്കപ്പെട്ടിരുന്നത്. മാങ്കുളം, നോമിനിപ്പാട്ടി, തുമ്പാപ്പാട്ടി, തുടങ്ങി തമിഴ്നാട്ടിലും തിരൂർ, വർക്കല, ഹോസ്ദുർഗ്ഗ് തുടങ്ങി കേരളത്തിലും ഹരിജനങ്ങൾ എവിടെയൊക്കെ പീഡിപ്പിക്കപ്പെടുന്നതായി സ്വാമിജിക്കറിവു കിട്ടിയോ അവിടെയൊക്കെ അവരുടെ രക്ഷയ്ക്കായി അദ്ദേഹം ഓടിയെത്തി. ഹരിജനങ്ങളിലെ പ്രായമായ വിഭാഗം തങ്ങളുടെ ചെറുപ്പക്കാരുടെ അവകാശബോധത്തിനെതിരു നില്ക്കുകയും യജമാനന്മാരുടെ താളത്തിനു തുള്ളുകയും ചെയ്തിരുന്നു എന്നതാണ് ഏറ്റവും നിർഭാഗ്യകരമായ വസ്തുത. ഒരു ഉദാഹരണം താഴെ വിവരിക്കുന്നു.

1953 ആഗസ്ത് 1 ന് നാലു ഹരിജൻ യുവാക്കളെ ഒരു മരത്തിൽ പിടിച്ചുകെട്ടി വടികൊണ്ട് ക്രൂരമായി മർദ്ദിച്ചു. അവരുടെ എല്ലുകൾ ഒടിഞ്ഞു എന്ന സംശയത്തിൽ അടിനിർത്തി കെട്ടഴിച്ചുവിട്ടു. എന്നിട്ടും ആ യുവാക്കളോ മറ്റാരെങ്കിലുമോ പൊലീസിൽ ഒരു പരാതിപോലും എഴുതിക്കൊടുക്കുകയുണ്ടായില്ല. ഹരിജൻ ക്ഷേത്രത്തിൽ നിന്നു ചില പാത്രങ്ങൾ കളവുപോയതിന്റെ പേരിൽ ഇവർക്കെതിരെ ഒരു കേസു ചാർജ്ജ് ചെയ്യപ്പെട്ടിരുന്നു. ഇതൊരു വ്യാജകേസായിരുന്നു. അവരെ മർദ്ദിച്ചവശരാക്കിയ സവർണ്ണർക്കെതിരെ യാതൊരു നടപടിയും സ്വീകരിക്കുകയുണ്ടായില്ല.

സ്വാമി ആനന്ദതീർത്ഥൻ ഇതേക്കുറിച്ച് വിശദമായ അന്വേഷണം നടത്തുകയുണ്ടായി. ക്ഷേത്രത്തിൽ നിന്ന് പാത്രങ്ങൾ അവർ തന്നെയെടുത്ത് ഒരു ഹരിജൻ എം പിയായ പി കാക്കന്റെ പിതാവ് പൂശാരിക്കാക്കന്റെ

വസതിയിൽ ഒളിപ്പിച്ചുവയ്ക്കുകയായിരുന്നു. ഈ പാത്രങ്ങളാണ് വ്യക്തി വൈരാഗ്യം തീർക്കാൻ ഹരിജൻ യുവാക്കൾ മോഷ്ടിച്ചതാണെന്ന് വരുത്തി ത്തീർത്തു കേസുമായി കോടതികയറിയത്. സ്വാമിജി നേരിട്ടന്വേഷണം നടത്തിയപ്പോൾ സവർണ്ണഹിന്ദുക്കളുടെ പ്രേരണ നിമിത്തം മനസ്സാക്ഷിയെ വഞ്ചിച്ചുകൊണ്ട് തങ്ങളിതിനു നിന്നുകൊടുക്കുകയായിരുന്നു എന്ന കുറ്റ സമ്മതം ഈ ആളുകൾ സ്വാമിജിയുടെ മുമ്പിൽ നടത്തുകയുണ്ടായി. അധി കാര കേന്ദ്രങ്ങളുമായി സവർണ്ണ ഹിന്ദുക്കൾക്കുണ്ടായിരുന്ന അടുപ്പം അവർക്കെതിരെ എന്തെങ്കിലും നടപടികളുമായി മുന്നോട്ടു പോകുക എന്നത് അസാദ്ധ്യമാക്കിയിരുന്നു. ഒരു കേസിൽ സ്ഥലത്തെ പൊലീസ് സബ് ഇൻസ്പെക്ടർ പ്രതികളുടെ ബന്ധു ആയിരുന്നതിനാൽ കേസെടു ക്കാൻ വിസമ്മതിച്ചതിന് ഈ പൊലീസ് സബ് ഇൻസ്പെക്ടർക്കെതിരെ സ്വാമിജി ഡി വൈ എസ് പിക്കു പരാതി നല്കുകയുണ്ടായി.

1972 ൽ സ്വാമി ആനന്ദതീർത്ഥൻ ധർമ്മസ്ഥല സന്ദർശിക്കുകയു ണ്ടായി. നവംബർ 15 ന് രാവിലെ സ്വാമിജി കുഞ്ഞൻ എന്ന തന്റെ പഴയ പരിചയക്കാരൻ ഹരിജനുമായി കണ്ടുമുട്ടി കുഞ്ഞൻ സ്വാമിജിയെ ചായയ്ക്കു ക്ഷണിച്ചുകൊണ്ട് ഹോട്ടൽ ലക്ഷ്മി ഭവനിലേക്കു കൂട്ടിക്കൊ ണ്ടുപോയി. എന്നാൽ, ഹോട്ടലുടമ പൂവാനിഷെട്ടി കുഞ്ഞനെ ഹോട്ടലിൽ കടക്കുവാൻ അനുവദിച്ചില്ല. ഹോട്ടലിനു വെളിയിലിരുത്തി വേണമെങ്കിൽ ചായ കൊടുക്കാമെന്നായി. അവരിരുവരും ചേർന്നു തൊട്ടടുത്തുള്ള ഹോട്ട ലിലേക്കു പോയി. 'കമ്മത്ത് റെസ്റ്ററന്റ്' എന്നയായിരുന്നു ഇതിന്റെ പേര്. സ്വാമിജിയോടൊപ്പമുള്ള കുഞ്ഞൻ ഹരിജനാണെന്നറിഞ്ഞപ്പോൾ കുപി തനായ ഹോട്ടലുടമ അയാളിൽ നിന്ന് ഇരട്ടി ചാർജ്ജ് ഈടാക്കാൻ വെയി റ്റർക്കു നിർദ്ദേശം നല്കി. ഇതുസംബന്ധിച്ച് ബൽത്തങ്ങാടി പൊലീസ് സ്റ്റേഷനിൽ സ്വാമിജി രണ്ടു പരാതികൾ നല്കി. മംഗലാപുരത്തുനിന്നും വന്ന ഡിസ്ട്രിക്ട് സോഷ്യൽ വെൽഫയർ ഓഫീസർ ധർമ്മസ്ഥലയിൽ എത്തി മേല്പറഞ്ഞ ചായക്കടകൾ സന്ദർശിച്ചു പരാതി ശരിയാണെന്നു ബോദ്ധ്യപ്പെട്ടു.

ധർമ്മസ്ഥലയിലെ പൊതുജനങ്ങളിൽ ഒരു വിഭാഗം ഈ അന്വേഷ ണത്തിന്റെ പുരോഗതിയെയും മേൽനടപടികളെയും കഠിനമായി എതിർക്കു കയുണ്ടായി. 15-ാം സായാഹ്നത്തിൽ ഒരു ജനക്കൂട്ടം സ്വാമിജിയെ വളയു കയും ബലംപ്രയോഗിച്ച് ധർമ്മസ്ഥലത്തിലെ ധർമ്മാധികാരി ശ്രീ വീരേ ന്ദ്രിഹെഗ്ഡേയുടെ അടുത്തേക്കു കൂട്ടിക്കൊണ്ടുപോകുകയും ചെയ്തു. സ്വാമിജിയുടെ സമീപനത്തെ ഹെഗ്ഡെ അപലപിക്കുകയും ഇത്തരം പ്രശ്നങ്ങളിലേക്ക് വലിച്ചിഴച്ച് തന്റെ സ്വൈര്യതയെ ഭഞ്ജിക്കരുതെന്നും സ്വാമിജി ഈ പണിയൊക്കെ നിർത്തി വിശ്രമമെടുത്ത് ഭക്തിയിൽ ലയിച്ചു കാലം കഴിക്കണമെന്നൊരു ഉപദേശം നല്കുകയുമാണ് അദ്ദേഹം ചെയ്ത ത്.

സവർണ്ണ ഹിന്ദുക്കളുടെ അതിക്രമങ്ങൾക്കെതിരെ സാക്ഷി പറയു

വാൻ അവരുടെ ഇടയിൽ നിന്ന് ആളുകളെ കിട്ടുകയില്ല. ഹരിജനങ്ങൾ സവർണ്ണരോടുള്ള ഭയംനിമിത്തം സാക്ഷി പറയുന്നതിൽ നിന്നും പിന്തിരിയും. മിക്ക കേസുകളിലും നേരിട്ടിരുന്ന പരാജയത്തിന്റെ ഒരു കാരണം ഇതായിരുന്നു. ചില വിധിന്യായങ്ങളിൽനിന്നുള്ള ഉദ്ധരണികൾ ചൂണ്ടിക്കാണിച്ചദ്ദേഹം ഇതു സമർത്ഥിക്കുന്നു.

> സ്വാമി ആനന്ദതീർത്ഥനും പുരോഹിതനും തമ്മിൽ നടന്നുവെന്നു പറയുന്ന സംഭാഷണം തങ്ങൾ കേട്ടിട്ടില്ലെന്നു എല്ലാ പ്രോസിക്യൂഷൻ സാക്ഷികളും ഒരേസ്വരത്തിൽ പറയുന്നു. കൂടാതെ ഹരിജൻ യുവാവ് രാമൻ പറയുന്നതനുസരിച്ച് അയാൾ 10 പൈസ നിവേദിച്ച് പ്രസാദം വാങ്ങിയതായും ആരും അയാളെ അതിൽനിന്നും തടഞ്ഞില്ലെന്നും വ്യക്തമായിയിരിക്കുന്നു. (2nd Class Judicial Magistrate's Court Bakal Hosdurg C.C 982/73)

മറ്റൊരു കേസിൽ മജിസ്ട്രേട്ട് പറഞ്ഞു:

> പ്രോസിക്യൂഷൻ 1 ഉം 2 ഉം സാക്ഷികൾ ക്ഷേത്രത്തിലെ കോയ്മയും ഗുമസ്തനുമാണ്. അവർക്കാകട്ടെ സംഭവത്തെക്കുറിച്ച് പ്രത്യക്ഷമായ അറിവൊന്നുമില്ല. ക്ഷേത്രജോലിക്കാർക്ക് മാത്രമാണ് നമസ്കാര മണ്ഡപത്തിലേക്കു പ്രവേശനം അനുവദിച്ചിരുന്നത്. എന്നുമാത്രം വ്യക്തമാക്കുന്നതാണ് അവരുടെ മൊഴി. അവർ എതിർഭാഗം ചേർന്നതായി പ്രഖ്യാപിച്ചിട്ടുമില്ല. ഈ നിലയ്ക്ക് പ്രതികളുടെ മേൽ ആരോപിച്ചിരിക്കുന്ന കുറ്റവുമായി അവരെ ബന്ധിപ്പിക്കുവാൻ ഈ തെളിവ് ഒരുതരത്തിലും സഹായകമാകുന്നില്ല. (Sessions Judge Tellicherry in appeal C. C. No. 446/74)

ഹരിജനങ്ങളും അയിത്താചരണ കേസുകളും

സ്വാമിജിയുടെ പ്രവർത്തനങ്ങളുമായി സഹകരിക്കുന്നതിന് ഹരിജനങ്ങൾക്കുണ്ടായിരുന്ന കഴിവ് അങ്ങേയറ്റം പരിമിതമായിരുന്നു. സവർണ്ണ ഹിന്ദുക്കളോടുള്ള ഭയംനിമിത്തം ഹരിജനങ്ങൾ സ്വാമിജി വിളിച്ചുകൂട്ടിയ സമ്മേളനങ്ങൾ ബഹിഷ്കരിച്ച എത്രയോ സംഭവങ്ങളുണ്ടായിട്ടുണ്ട്. മറ്റു ചില സ്ഥലങ്ങളിൽ തങ്ങളെ പൊലീസ് അന്വേഷണങ്ങളിലും കോടതിയിടപാടുകളിലേക്കും വലിച്ചിഴയ്ക്കുന്നുവെന്ന് പറഞ്ഞ് സ്വാമിജിയെ കുറ്റപ്പെടുത്തുകയുണ്ടായിട്ടുണ്ട്. ബാംഗ്ലൂരിൽ കലാഡിപാളയം പൊലീസ് സ്റ്റേഷനിൽ സ്വാമിജി ഒരു ഹരിജനായ നരസിംഹയ്യായുടെ പേർക്കു ഒരു പരാതി ബോധിപ്പിക്കുകയുണ്ടായി. ഹരിജനായതിന്റെ പേരിൽ രണ്ടു ബാർബർ ഷാപ്പുകളിൽ നിന്നു ഇയാൾക്കു ക്ഷൗരം നിഷേധിക്കുകയുണ്ടായി. ഇതേക്കുറിച്ച് അന്വേഷിക്കുവാൻ ഒരു പൊലീസ് കോൺസ്റ്റബിൾ ഗ്രാമത്തിൽ

വന്നപ്പോൾ നരസിംഹയ്യായുടെ ഭാര്യയും ഗ്രാമത്തിലെ മറ്റു ഹരിജനങ്ങളും സ്വാമിജിയെ ചീത്തപറയുകയാണ് ചെയ്തത്. ഒട്ടേറെ കേസുകളിൽ പ്രോസിക്യൂഷൻ സാക്ഷികളായിരുന്ന ഹരിജനങ്ങൾ സവർണ്ണ ഹിന്ദുക്കളെ ഭയന്ന് കൂറു മാറി പ്രതികൾക്കു സഹായകരമായ നിലപാടു സ്വീകരിക്കുകയുണ്ടായിട്ടുണ്ട്. സവർണ്ണ ഹിന്ദുക്കളായ അദ്ധ്യാപകരുടെ ഭാഗത്തുനിന്നു ഹരിജൻ വിദ്യാർത്ഥികളുടെ നേരെയുണ്ടായ വിവേചനത്തിന്റെ പേരിൽ ഫയൽ ചെയ്ത മിക്ക കേസുകളിലും അവസാനം വിദ്യാർത്ഥികൾ കൂറു മാറി സവർണ്ണ അദ്ധ്യാപകർക്കനുകൂലമായ നിലപാട് സ്വീകരിക്കുകയാണുണ്ടായിട്ടുള്ളത്. ചായക്കടകൾ, ക്ഷൗരക്കടകൾ, ക്ഷേത്രങ്ങൾ ഇവയോടു ബന്ധപ്പെട്ട കേസുകളിൽ എല്ലാം തന്നെ സാക്ഷികളായി വിസ്തരിക്കപ്പെട്ട ഹരിജനങ്ങളെല്ലാം തന്നെ മിക്കവാറും പ്രതികളെ സാമ്പത്തികമായി ആശ്രയിച്ചുകഴിയുന്നവരായിരിക്കും. അവർക്കെതിരെ തെളിവു കൊടുത്താൽ ഉണ്ടാകാവുന്ന അനന്തര ഫലങ്ങളെ അവരത്രയധികം ഭയപ്പെട്ടിരുന്നു. കോടതി നടപടികളെയും അവർക്കു ഭയമായിരുന്നു. ബുദ്ധിമാന്മാരായ വക്കീലന്മാർ തിരിച്ചും മറിച്ചുമുള്ള ചോദ്യങ്ങളിലൂടെ അവർ പറയുന്ന കാര്യങ്ങൾ പരസ്പരം വിരുദ്ധമാണെന്നു വരുത്തിത്തീർത്തിരുന്നു. ഇവർ സ്വാമി ആനന്ദതീർത്ഥന്റെ കൈകളിലെ വെറും പാവകൾ മാത്രമാണെന്നു സ്ഥാപിക്കാൻ ഈ വക്കീലന്മാർക്കു എളുപ്പം കഴിഞ്ഞിരുന്നു. ഉദാഹരണത്തിന് പറശ്ശിനിക്കടവ് ക്ഷേത്രപ്രവേശനക്കേസിൽ കെ ജയറാം എന്ന ഹരിജൻ കോടതിയിൽ പറയുകയുണ്ടായി. ഹരിജനങ്ങൾ ക്ഷേത്രത്തിൽ പോകുന്നതെന്തിനെന്ന് തനിക്കറിയില്ല. ഏത് മൂർത്തിയെ ആണവിടെ പ്രതിഷ്ഠിച്ചിരിക്കുന്നത്. എങ്ങനെയാണ് പ്രാർത്ഥിക്കേണ്ടത് ഇതൊന്നുമറിയില്ല. അയാളും ശ്രീനാരായണ വിദ്യാലയത്തിലെ സി നീലകണ്ഠനും അന്നേ ദിവസം പ്രവേശിച്ചത് ക്ഷേത്ര പരിസരമാണെന്ന കാര്യം തങ്ങൾക്കറിയില്ലെന്നും അയാൾ പ്രസ്താവിച്ചു. കേസിലെ പ്രതിയായ ക്ഷേത്രക്കാവല്ക്കാരനെ കോടതിയിൽ വെച്ചു തിരിച്ചറിയാനും ഇയാൾക്കു കഴിഞ്ഞില്ല.

ഇത്തരം മൊഴികളുടെ ഫലമായി ഈ കേസുകളിലൊക്കെ മജിസ്ട്രേറ്റുമാർ അവിശ്വസനീയം, ശല്യപ്പെടുത്തലുകൾ എന്നിങ്ങനെയുള്ള പ്രതികൂല പരാമർശങ്ങളും നടത്തുകയുണ്ടായിട്ടുണ്ട്. ചിലപ്പോൾ വക്കീലന്മാർ ഈ സാക്ഷികളുടെ ഭൂതകാല ചെയ്തികളെക്കുറിച്ച് ചോദ്യങ്ങൾ ചോദിച്ച് അവരെ അപമാനിക്കാറുമുണ്ട്. പൊലീസ് സ്റ്റേഷനിലേക്കും കോടതികളിലേക്കുമുള്ള പോക്കുവരവ് അവർക്കനിഷ്ടകരം തന്നെ ആയിരുന്നു. പലരും മേലിലെങ്കിലും തങ്ങളെ ഇത്തരം ഏടാകൂടങ്ങളിലേക്ക് വലിച്ചിഴയ്ക്കരുതെന്ന് സ്വാമി ആനന്ദതീർത്ഥനോട് ആവശ്യപ്പെടുമായിരുന്നു. ഇങ്ങനെയൊക്കെ ആയിരുന്നെങ്കിൽത്തന്നെ ചുരുക്കം ചിലർ എന്തു കഷ്ടനഷ്ടങ്ങളും നേരിടാൻ തയ്യാറായിക്കൊണ്ട് സ്വാമിജിയോടൊപ്പം നിന്ന് പോരാടുവാൻ തയ്യാറായിരിക്കുന്നുവെന്ന കാര്യം എടുത്തുപറയേണ്ടതുണ്ട്.

അയിത്തം പോലെ മതപരവും സാമൂഹ്യവുമായ സ്വഭാവങ്ങളുള്ള

ഒരു പ്രശ്നം പരിഹരിക്കുന്നതിൽ നിയമപാലകന്മാർക്കുള്ള പരിമിതിയെക്കുറിച്ച് സ്വാമി ആനന്ദതീർത്ഥന് ശരിയായ ബോധമുണ്ടായിരുന്നു. വൈദികകാലം മുതൽ നിലവിലുള്ള ഒരു ധാരണയുണ്ടല്ലോ. ബ്രാഹ്മണർ പ്രത്യേക അവകാശങ്ങളും പദവികളുമുള്ളവരാണെന്ന ധാരണ, ആ ധാരണയെ തകർക്കുക എന്ന വികാരമാണ് നിയമയുദ്ധത്തിനു തയ്യാറായപ്പോഴൊക്കെയും അദ്ദേഹത്തെ നയിച്ചിരുന്നത്.

ഹരിജനങ്ങൾക്കു ക്ഷേത്രത്തിലെവിടെയും കയറാമെന്നുവരുമ്പോൾ ബ്രാഹ്മണർക്കുമാത്രമായി പ്രത്യേകസ്ഥലം കരുതിവയ്ക്കേണ്ടതില്ലെന്നുവരും. ഹരിജനങ്ങളുടെ ക്ഷേത്രപ്രവേശനത്തിനുള്ള അദ്ദേഹത്തിന്റെ താല്പര്യത്തിന്റെ ഒരു പ്രധാന പ്രേരണ ഇതായിരുന്നു. ഹിന്ദുസമുദായത്തിൽ നിലവിലിരിക്കുന്ന ജാതി വിവേചനം വെച്ചുപുലർത്തിക്കൊണ്ട് ജനാധിപത്യ മൂല്യങ്ങൾ ഈ സമൂഹത്തിൽ നടപ്പിലാക്കാൻ കഴിയില്ലെന്നദ്ദേഹത്തിനറിയാമായിരുന്നു.

6

സ്വാമി ആനന്ദതീർത്ഥൻ ദളിത് വിമോചന ദൈവശാസ്ത്രത്തിന്റെ പാതയിൽ

ലാറ്റിനമേരിക്കൻ രാജ്യങ്ങളുടെ പ്രത്യേക പശ്ചാത്തലത്തിൽ ഉരുത്തിരിഞ്ഞുവന്ന വിമോചന ദൈവശാസ്ത്രത്തിന്റെ ഇന്ത്യയിലെ പ്രസക്തി എന്തെന്നന്വേഷിക്കുന്നവർ ശ്രദ്ധിക്കേണ്ട ഒരു വിഷയമാണ് ശ്രീനാരായണ ശിഷ്യനായിരുന്ന സ്വാമി ആനന്ദതീർത്ഥന്റെ ജീവിതം. ഇത്തരം ഒരന്വേഷണബുദ്ധിയോടെ റവ. എബ്രഹാം അയിരൂക്കുഴിയിൽ ഇംഗ്ലീഷിൽ തയ്യാറാക്കി ആനന്ദതീർത്ഥന്റെ നിര്യാണത്തിനു മുമ്പുതന്നെ പ്രസിദ്ധീകരിച്ച ഒരു പഠനഗ്രന്ഥമാണ് *അയിത്തം ഗാന്ധിയൻ പരിഹാരം വിചാരണ ചെയ്യപ്പെടുന്നു* (Untouchability - Gandhian Solution on Trial) എന്ന ഉപശീർഷകത്തിൽ പ്രസിദ്ധീകരിക്കപ്പെട്ട പുസ്തകം.

സ്വാമി ആനന്ദതീർത്ഥന്റെ നിര്യാണത്തെത്തുടർന്ന് നമ്മുടെ പത്രപംക്തിയിൽ അദ്ദേഹത്തെക്കുറിച്ചു പ്രത്യക്ഷപ്പെട്ട ലേഖനങ്ങളത്രയും ആനന്ദതീർത്ഥനെ ഒരു ഗാന്ധി ശിഷ്യനെന്നും അയിത്തോച്ചാടനം ലക്ഷ്യമാക്കി ജീവിച്ച ഒരൊറ്റയാനെന്ന നിലയിലും മാത്രം പരിചയപ്പെടുത്തുന്നവയായിരുന്നു. ദളിത് വിമോചന ദൈവശാസ്ത്രം എന്ന പുതിയ ആശയം ക്രൈസ്തവ അക്കാദമിക്ക് ലോകത്ത് സമീപകാലത്ത് ശക്തി പ്രാപിച്ചുകൊണ്ടിരിക്കുകയാണ്. വിമോചന ദൈവശാസ്ത്രത്തിന്റെ ഇന്ത്യൻ പതിപ്പ് എന്ന് വേണമെങ്കിൽ ഈ പ്രസ്ഥാനത്തെ വിലയിരുത്താം. ശ്രീനാരായണ ഗുരുവിന്റെ ആത്മശിഷ്യനായിരുന്ന ആനന്ദതീർത്ഥൻ ഒരു കർമ്മോന്മുഖ ദൈവശാസ്ത്ര ചിന്തയാൽ പ്രേരിതനായിരുന്നു. ആധുനിക വിമോചന ദൈവശാസ്ത്രാശയങ്ങളെയും അതിന്റെ ക്രൈസ്തവമായ പശ്ചാത്തലത്തെയുംകുറിച്ചു ഗ്രഹിക്കാൻ അവസരം ലഭിക്കാതെ കാലയവനികയ്ക്കുള്ളിൽ മറഞ്ഞ ആനന്ദതീർത്ഥന്റെ പ്രവൃത്തികൾ അദ്ദേഹം അറിയാതെ

തന്നെ ഇന്ത്യയിലെ ദളിത് വിമോചന ദൈവശാസ്ത്രത്തിന്റെ ആചാര്യ നായി അദ്ദേഹത്തെ മാറ്റിയിരിക്കുന്നു എന്നു സമർത്ഥിക്കുന്നതാണ് ഈ പുസ്തകം. എന്താണ് ദളിത വിമോചന ദൈവശാസ്ത്രം? സ്വാമി ആനന്ദ തീർത്ഥൻ തുടങ്ങിവെച്ച പ്രവർത്തനങ്ങളെ മുന്നോട്ടുപോകാൻ ദളിത് ദൈവശാസ്ത്രത്തിന്റെ കർമ്മപദ്ധതികൾ ഏതു പ്രകാരം പ്രയോജനപ്പെടും എന്ന അന്വേഷണത്തിനാണിവിടെ മുതിരുന്നത്.

വിമോചനദൈവശാസ്ത്രത്തിന്റെ വേരുകൾ യേശുക്രിസ്തുവിന്റെ പഠിപ്പിക്കലുകളിൽ നിന്നും പുരാതന യഹൂദ പ്രവചാകന്മാരുടെ രചനക ളിൽ നിന്നും ആണ് പുറപ്പെട്ടിരിക്കുന്നതെങ്കിൽത്തന്നെ സൂക്ഷ്മ വിശക ലനത്തിൽ ക്രൈസ്തവ പ്രത്യയശാസ്ത്രത്തിൽ മാത്രമല്ല, ലോകത്തിലെ മറ്റു മത പ്രവാചകന്മാരുടെ ദർശനങ്ങളിലും മനുഷ്യന്റെ ആത്യന്തിക വിമോ ചനം എന്ന ലക്ഷ്യത്തെ മുൻനിർത്തിയുള്ള ചിന്തകൾ നമുക്കു കണ്ടെ ത്താൻ കഴിയും.

ദളിതുകളുടെ വിമോചനത്തിനായുള്ള ദൈവശാസ്ത്രമെന്നോ ദളി തുകളെക്കുറിച്ചുള്ള ദൈവശാസ്ത്രപരമായ വിശകലനമെന്നോ രണ്ട് രീതി യിൽ ദളിത് ദൈവശാസ്ത്രത്തെ നിർവ്വചിക്കാം. ആവർത്തന പുസ്തകം (Dueteronomy) 26:5-12 വരെ വാക്യങ്ങൾ ഇന്ത്യൻ ദളിതുകളുടെ അനുഭ വവുമായി അടുപ്പമുള്ളതാണ്.

> എന്റെ പിതാവ് ദേശാന്തരിയായൊരു അരാമ്യനായിരുന്നു. ചുരുക്കം പേരോടുകൂടി അവർ മിസ്രയീമിലേക്കു ഇറങ്ങിച്ചെന്നു പരരദേശി യായി പാർത്തു. അവിടെ വലിപ്പവും ബലവും പെരുപ്പവുമുള്ള ജന മായിത്തീർന്നു. എന്നാൽ, അവർ ഞങ്ങളോട് തിന്മ ചെയ്തു ഞങ്ങളെ പീഡിപ്പിച്ചു. ഞങ്ങളെക്കൊണ്ടു കഠിനവേല ചെയ്യിച്ചു. അപ്പോൾ ഞങ്ങൾ, ഞങ്ങളുടെ പിതാക്കന്മാരുടെ ദൈവമായ യഹോവായോടു നിലവിളിച്ചു. യഹോവ ഞങ്ങളുടെ നിലവിളി കേട്ടു. ഞങ്ങളുടെ കഷ്ടതയും പ്രയാസവും ഞെരുക്കവും കണ്ടു. യഹോവ ബലമുള്ള കൈയാലും നീട്ടിയ ഭുജത്താലും മഹാഭയ ങ്കര പ്രവൃത്തിയോടും അടയാളങ്ങളോടും അത്ഭുതങ്ങളോടും കൂടെ ഞങ്ങളെ മിസ്രയീമിൽ നിന്നു പുറപ്പെടുവിച്ചു. ഞങ്ങളെ ഈ സ്ഥല ത്തേക്കു കൂട്ടിക്കൊണ്ടുവന്നു. പാലും തേനും ഒഴുകുന്ന ഈ ദേശം ഞങ്ങൾക്കു തന്നിരിക്കുന്നു.

ദളിത് എന്ന പദം ഇന്ത്യൻ സാഹചര്യങ്ങളിൽ വിപുലമായ അർത്ഥ വിശേഷണങ്ങളുൾക്കൊള്ളുന്ന ഒരു പദമാണ്. മൂലഭാരതീയർ ആദിഭാര തീയർ എന്നൊക്കെയാണ് ശ്യാംസുന്ദറെപ്പോലുള്ള ദളിത് ഗ്രന്ഥകാരന്മാർ ഈ പദത്തിന് അർത്ഥം കൊടുക്കുന്നത്. രാമായണംപോലുള്ള ആര്യന്മാ രുടെ ഇതിഹാസ കൃതികളിൽ ദസ്യുക്കളെന്നും ചണ്ഡാളന്മാരെന്നും രാക്ഷ

സന്മാരെന്നും മറ്റും വ്യവഹരിക്കുന്നത്, ഇന്ത്യയിലെ ആദിവാസികളായിരുന്ന ദളിതുകളെയാണെന്നാണ് ആധുനിക പഠനങ്ങൾ തെളിയിക്കുന്നത്. സംസ്കൃതം മാതൃഭാഷയായിരുന്ന ആര്യന്മാരാൽ കീഴടക്കപ്പെട്ട ഒരു കോളനിയെന്ന നിലയിൽ ഇന്ത്യയിൽ ആര്യ സംസ്കാരം വ്യാപിക്കുകയാണുണ്ടായതെന്ന് ഡോ. കാൾഡ്വലിനെപ്പോലുള്ള ഭാഷാ ശാസ്ത്രജ്ഞന്മാർ ഉദാഹരണ സഹിതം സമർത്ഥിച്ചിട്ടുണ്ട്. സഹസ്രാബ്ദങ്ങളിലൂടെ ആര്യന്മാർ തങ്ങളുടെ ആധിപത്യം ഇന്ത്യയിലെ ഭൂരിപക്ഷത്തിന്റെമേൽ സ്ഥാപിക്കുകയും അവരെ വർണ്ണാശ്രമധർമ്മത്തിന്റെ (ചാതുർവർണ്ണ്യം) നാലതിരുകൾക്കു വെളിയിൽ നിർത്തുകയും ചെയ്തു. പഞ്ചമർ എന്നറിയപ്പെട്ടിരുന്ന തങ്ങളോ തങ്ങളുടെ പൂർവ്വികരോ, ഒരു കാലത്തും ഹിന്ദുക്കളായിരുന്നിട്ടില്ലെന്നാണ് ദളിത് വക്താക്കൾ അവകാശപ്പെടുന്നത്. കീഴടക്കപ്പെട്ടവർ, അടിച്ചമർത്തപ്പെട്ടവർ എന്നൊക്കെയുള്ള അർത്ഥമാണ് ഇന്ന് ഈ പദത്തിന് കൈവന്നിരിക്കുന്നത്. ഇന്ത്യൻ ജനതയുടെ ഭൂരിപക്ഷത്തിനും ഹൈന്ദവ പൈതൃകത്തേക്കാൾ ദളിത് പൈതൃകമാണുള്ളതെന്നും ഈ വിഭാഗം ഗവേഷകന്മാർ തെളിവു സഹിതം ചൂണ്ടിക്കാണിക്കുന്നു.

ഹിന്ദുക്കളുടെ വിശാല ഐക്യത്തിനുവേണ്ടി മുറവിളി കൂട്ടുന്ന മതമൗലികവാദികൾ ദളിത് പണ്ഡിതന്മാരുടെ വാദഗതികൾക്കു മറുപടി പറയാനാവാതെ വിയർക്കുകയാണ്. ഇന്ത്യയിലെ പട്ടിക ജാതി, പട്ടിക വർഗ്ഗങ്ങൾ എന്നറിയപ്പെടുന്ന വിഭാഗം മാത്രമല്ല, കേരളത്തിലെ ഈഴവർ തുടങ്ങിയ പിന്നോക്കജാതിക്കാരും ദളിത്‌വിമോചനം എന്ന ആശയം ഉയർത്തിപ്പിടിച്ചുകൊണ്ട് സ്വന്തം അസ്തിത്വത്തിന്റെ വേരുകൾ കണ്ടെത്താനും വിമോചനം സുഗമമാക്കാനും പ്രവർത്തനം ആരംഭിച്ചിരിക്കുന്നു.

ഈശ്വര സാക്ഷാല്ക്കാരം ലക്ഷ്യമാക്കി തലകീഴായി തപസ്സ് അനുഷ്ഠിച്ച ശംബൂകൻ ഒരു ദളിതായിരിക്കണം. ശംബൂകനെ അമ്പെയ്തു കൊന്ന ശ്രീരാമനെ ദൈവമായി അംഗീകരിക്കാൻ ദളിത് ദൈവശാസ്ത്രം തയ്യാറല്ല. ദളിതുകളുടെ ദൈവം യജമാന ദൈവ (Master God)മല്ല. പിന്നയോ, ഭൃത്യദൈവ (Servant God) മാണ്. മനുഷ്യരാശിയുടെ യജമാനനായ ദൈവത്തെയല്ല മനുഷ്യരാശിയുടെ സേവകനായ മനുഷ്യരെ വിമോചനത്തിലേക്കു നയിക്കുന്ന (Liberating God) ദൈവത്തെയാണ് ദളിത് ദൈവശാസ്ത്രം അവതരിപ്പിക്കുന്നത്. ഈ ദൈവസങ്കല്പം യേശുക്രിസ്തുവിലൂടെ ലോകത്തിനു വെളിപ്പെടുത്തപ്പെട്ട ദൈവ സങ്കല്പത്തോട് രൂപത്തിലും ഭാവത്തിലും പൊരുത്തപ്പെട്ടിരിക്കുന്നു. *മനുസ്മൃതി* അനുശാസിക്കുന്ന പ്രകാരം സ്വയം ഭൂവായ ഈശ്വരൻ മറ്റു മൂന്നു വർണ്ണങ്ങളിലും പെട്ടവരുടെ അടിമകളായിരിക്കാൻ വേണ്ടി സൃഷ്ടിച്ചതാണ് ശൂദ്രരെ, അടിമത്തം അവരുടെ സ്വധർമ്മമാണ്. ശൂദ്രരുടെ സ്ഥിതി ഇതാണെങ്കിൽ അതിലും താഴെ നിന്നിരുന്ന അവർണ്ണർ അനുഭവിക്കേണ്ടിവന്ന അടിമത്തത്തിന്റെ ആഴം നമുക്കൂഹിക്കാവുന്നതേയുള്ളൂ. സവർണ്ണരുടെ ദൈവങ്ങളെ

ആരാധിക്കുവാനോ അവരുടെ ക്ഷേത്രങ്ങൾക്കടുത്ത് വരുവാനോ അവർണ്ണരെ അനുവദിച്ചിരുന്നില്ല.

"ഉത്തമം കുശലം വിദ്യ
മദ്ധ്യമം കൃഷി വാണിഭം
അധമം സേവയാം വൃത്തി"

എന്ന ആപ്തവാക്യം ചമച്ച് കുട്ടികളെ പഠിപ്പിക്കുന്ന ഒരു സമൂഹത്തിന് സേവനത്തെക്കുറിച്ചുള്ള സങ്കല്പം എത്ര വികൃതവും വികലവുമാണന്നോർക്കുക. മറ്റുള്ളവരെ സ്വയം സേവിക്കുന്നതിനു പകരം മനുഷ്യരിൽ ഒരു വിഭാഗത്തെ അതിനായി സൃഷ്ടിച്ച ദൈവം ദളിതുകളുടെ അംഗീകാരം അർഹിക്കുന്നില്ല. സേവനം ജീവിതവൃത്തിയായി അംഗീകരിച്ച് അതിന്റെ മഹത്വം ഉദ്ഘോഷിക്കുന്ന ദളിത ദൈവസങ്കല്പം സ്വയം സേവനം തന്നെയായി മാറിയ തങ്ങളുമായി താദാത്മ്യപ്പെട്ട (Servant God) യേശുവിന്റെ ഈശ്വര സങ്കല്പത്തെ അംഗീകരിക്കാതിരിക്കുവനാവില്ലെന്നുള്ളിടത്താണ് ദളിത് വിമോചനത്തിന് ക്രൈസ്തവപശ്ചാത്തലത്തിൽ വളർന്നുവന്ന വിമോചന ദൈവശാസ്ത്രം പ്രസക്തമാക്കുന്നത്.

അദ്ധ്വാനത്തിന്റെ ഉല്പന്നമാണ് സമ്പത്ത് എന്ന മാർക്സിയൻ ധനതത്ത്വശാസ്ത്രസിദ്ധാന്തവും അദ്ധ്വാനത്തെ (Service) ദിവ്യമെന്നുദ്ഘോഷിക്കുന്ന വിമോചനദൈവശാസ്ത്ര ചിന്തയുടെ സഹായത്തിനെത്തുന്നു.

ഏശയ്യാ പ്രവാചകൻ ആണ് ആദ്യമായി ദൈവത്തെക്കുറിച്ച് മേല്പറഞ്ഞ സങ്കല്പം ആദ്യമായി അവതരിപ്പിക്കുന്നത്.

> അവനു രൂപഗുണം ഇല്ല. കോമളത്വം ഇല്ല, കണ്ടാൽ ആഗ്രഹിക്കത്തക്ക സൗന്ദര്യവുമില്ല. അവൻ മനുഷ്യരാൽ നിന്ദിക്കപ്പെട്ടും ത്യജിക്കപ്പെട്ടും വ്യസന പാത്രമായും രോഗം ശീലിച്ചവനായും ഇരുന്നു. അവനെ കാണുന്നവർ മുഖം മറച്ചുകളയത്തക്കവണ്ണം അവൻ നിന്ദിതനായിരുന്നു. നാം അവനെ ആദരിച്ചതുമില്ല. സാക്ഷാൽ നമ്മുടെ രോഗങ്ങളെ അവൻ വഹിച്ചു. നമ്മുടെ വേദനകളെ അവൻ ചുമന്നു. നാമോ ദൈവം അവനെ ശിക്ഷിച്ചും അടിച്ചും ദണ്ഡിപ്പിച്ചുമിരിക്കുന്നു എന്നു വിചാരിച്ചു. എന്നാൽ, അവൻ നമ്മുടെ അതിക്രമങ്ങൾ നിമിത്തം മുറിവേറ്റും നമ്മുടെ അകൃത്യങ്ങൾ നിമിത്തം തകർന്നുമിരിക്കുന്നു. നമ്മുടെ സമാധാനത്തിനായുള്ള ശിക്ഷ അവന്റെമേൽ ആയി. അവന്റെ അടിപ്പിണരുകളാൽ നമുക്ക് സൗഖ്യം വന്നുമിരിക്കുന്നു. അവൻ തന്നത്താൻ താഴ്ത്തി, വായ് തുറക്കാതിരുന്നിട്ടും പീഡിപ്പിക്കപ്പെട്ടു. കൊല്ലുവാൻ കൊണ്ടുപോകുന്ന കുഞ്ഞാടിനെപ്പോലെയും രോമം കത്രിക്കുന്നവരുടെ മുൻപിൽ ആടിനെപ്പോലെയും അവൻ വായ് തുറക്കാതിരുന്നു." (ഏശയ്യ 53:1-7)

ബൈബിളിലെ സുവിശേഷകാരന്മാർ ഈ ഈശ്വര സങ്കല്പത്തെ

യേശുവുമായി താദാത്മ്യപ്പെടുത്തുന്നു.

എന്തുകൊണ്ട് ദളിത് ക്രൈസ്തവത എന്ന ചോദ്യം ഉയരുക സ്വാഭാവികമാണ്. ഇന്ത്യയിലെ ജനങ്ങളിൽ ഭൂരിഭാഗവും ദളിതുകളാണെന്നതു പോലെ ഇന്ത്യയിലെ ക്രിസ്ത്യാനികളിൽ ഏതാണ്ട് എൺപതു ശതമാനത്തോളം ദളിത് പശ്ചാത്തലമുള്ളവരാണെന്ന കാര്യം വിസ്മരിക്കുന്നതാണ് ഈ ചോദ്യത്തിന് കാരണം. തോമ്മാശ്ലീഹായുടെ സിംഹാസനത്തിനു വേണ്ടി തമ്മിൽ തല്ലുകയും ബ്രാഹ്മണരിൽ നിന്നുള്ള മതപരിവർത്തന പുരാണം ഉരുവിട്ട് സുഖിക്കുകയും ചെയ്യുന്ന കേരളത്തിലെ സവർണ്ണ(മുന്നോക്ക) ക്രിസ്ത്യാനികളും അവരുടെ സഭാദ്ധ്യക്ഷന്മാരും ഈ വിഷയത്തെക്കുറിച്ച് ഗൗരവമായി പഠിക്കുകയും തങ്ങളുടെ അല്പത്തത്തെക്കുറിച്ച് സ്വയം ബോധവാന്മാരായിത്തീരുകയും ചെയ്യണമെന്നുകൂടി സവിനയം ഓർമ്മിപ്പിക്കട്ടെ.

അടിച്ചമർത്തപ്പെട്ടവർ, പുറന്തള്ളപ്പെട്ടവൻ, ജാതിക്കു നിരക്കാത്തവൻ, സേവനത്തിനു നിയോഗിക്കപ്പെട്ടവൻ, അപമാനിതൻ, അവഹേളന പാത്രം, ശുദ്ധാശുദ്ധതകൾ പാലിക്കാത്തവൻ എന്നിങ്ങനെ ദളിതുകളെ വിശേഷിപ്പിക്കാവുന്ന എല്ലാ വിശേഷണങ്ങളും ഏറ്റവും കൂടുതൽ യോജിക്കുക യേശുവിനായിരിക്കും. വി. മത്തായി 1:1-17 വരെ കൊടുത്തിരിക്കുന്ന യേശുവിന്റെ വംശാവലി മുതൽതന്നെ അതിനുള്ള തെളിവുകൾ ആരംഭിക്കുന്നു. സ്വന്തം അമ്മാവിയപ്പനിൽ നിന്നു ഗർഭം ധരിച്ച താമാർ യേശുവിന്റെ മുത്തശ്ശിയാണ്. ഈജിപ്തിലെ ചാരന്മാരെ സഹായിച്ച വേശ്യാ സ്ത്രീ രാഹബ് യേശുവിന്റെ മറ്റൊരു മുത്തശ്ശിയാണ്. വംശാവലിയിലെ മറ്റൊരു മഹത്തായ നാമം സോളമൻ രാജാവിന്റേതാണ്. യേശുവിന്റെ പൂർവ്വ പിതാവായ ദാവീദിന്റെ അവിഹിത സന്താനമായിരുന്നു സോളമൻ എന്ന കാര്യം നമ്മളാരും ഓർമ്മിക്കാറില്ല.

യേശുവിന്റെ ഈ ദളിത് പശ്ചാത്തലം ഈ കുടുംബപുരാണത്തിൽ മാത്രം ഒതുങ്ങി നില്ക്കുന്നതല്ല. ആശാരിയുടെ മകനെന്നാണ് യേശുവിനെ അദ്ദേഹത്തിന്റെ സമകാലിക സമൂഹം സംബോധന ചെയ്തിരുന്നത്. സ്വന്തം തൊഴിലിന്റെ പേരു ചേർത്ത് ആളുകളെ സംബോധന ചെയ്യുന്ന പതിവ് കേരളത്തിൽ ഇന്നും നിലവിലുണ്ട് (പട്ടികജാതി-പട്ടിക വർഗ്ഗ പിന്നോക്ക സമുദായക്കാരെ മാത്രമാണ് ഇങ്ങനെ വിളിക്കാറ്)

മറ്റുള്ളവർ എന്തു വിളിച്ചാലും യേശു സ്വയം വിളിച്ചിരുന്നത് 'മനുഷ്യപുത്രൻ' (Son of Man) എന്നായിരുന്നു. ദളിതുകളും സ്വയം വിളിക്കുന്നത് ആ പേര് തന്നെയാണ്. 'മനുഷ്യപുത്രൻ'. അദ്ധ്വാനം മാത്രം കൈമുതലാക്കിക്കൊണ്ട് ഒരു വികസിത മാനവികതയ്ക്കു വേണ്ടി പണിയെടുക്കുന്ന മനുഷ്യപുത്രൻ. പറവകൾക്ക് കൂടും നരികൾക്കു മാളവുമുണ്ട്. മനുഷ്യപുത്രനോ തല ചായ്ക്കാനിടയമില്ല (വി മത്തായി 8:20) എന്ന യേശുവിന്റെ പ്രസ്താവന ഇന്നും ലോകമെങ്ങുമുള്ള അടിച്ചമർത്തപ്പെട്ടവന്റെ മുറവിളിയാണ്.

ഈ വിശകലന പ്രകാരം ലോകമെങ്ങുമുള്ള പീഡിത വർഗ്ഗത്തിന്റെ മൂലരൂപമാണ് (Prototype) യേശു. ചുങ്കക്കാരോടും പ്രീശന്മാരോടും പാപികളോടും കൂട്ടുചേരുകയും അവരോടൊപ്പം തിന്നുകയും കുടിക്കുകയും ചെയ്യുന്നു എന്നു യേശുവിനെതിരെ ഉയർന്ന ആരോപണം അതേ സ്വരത്തിൽ വിമോചന പ്രവർത്തനങ്ങളിൽ ഏർപ്പെട്ടിരിക്കുന്നവർക്കെതിരെയും മുഴങ്ങുന്നു. "എന്റെ ദൈവമേ, എന്റെ ദൈവമെ, നീ എന്നെ കൈവിട്ടതെന്ത്?" എന്ന യേശുവിന്റെ നിലവിളി മേലാളന്മാരിൽ നിന്നു പീഡനങ്ങൾ ഏറ്റുവാങ്ങുന്ന ഇന്ത്യൻ ദളിതുകളുടെ ഹൃദയത്തിൽ നിന്നുയരുന്ന നിലവിളിയാണ്. കുരിശിൽ തറയ്ക്കപ്പെട്ട മനുഷ്യത്വത്തിന്റെ ഉയിർപ്പിനു വേണ്ടിയുള്ള പ്രത്യാശയാണ് ദളിത് ക്രൈസ്തവത എന്നതുകൊണ്ട് അർത്ഥമാക്കുന്നത്.

സ്വാമി ആനന്ദതീർത്ഥൻ തന്റെ പ്രവർത്തനങ്ങളിൽ മേല്പറഞ്ഞ ഈശ്വരസങ്കല്പവുമായി പൊരുത്തപ്പെട്ടിരുന്നു. ഒട്ടൊക്കെ യേശുവിന്റെ മനുഷ്യത്വവുമായി താദാത്മ്യപ്പെടുവാനും അദ്ദേഹത്തിന് കഴിഞ്ഞിരുന്നു. ഈ ചെറിയവരിൽ ഒരുവന് നിങ്ങൾ ചെയ്യുന്നതെല്ലാം എനിക്ക് ചെയ്യുന്നു എന്നു പറഞ്ഞ് സ്വയം ചെറിയവരുമായി താദാത്മ്യപ്പെട്ട യേശുവിനെപ്പോലെ ആനന്ദതീർത്ഥനും സമൂഹത്തിലെ പുറന്തള്ളപ്പെട്ടവരുടെ പിന്നാലെ കൂടി, സ്വന്തം ജീവിതം ഹോമിച്ചുകൊണ്ടുതന്നെ ആ വലിയ മനുഷ്യൻ അനേകർക്ക് ഒരു ജീവിതം കൊടുത്തു. ഒരു മതനിരപേക്ഷ ആത്മീയത എന്ന ആശയം ആദ്യമായി ഉയർത്തിക്കാണിച്ച ശ്രീനാരായണ ഗുരുവിന്റെ ശിഷ്യനായിരുന്നു ആനന്ദതീർത്ഥൻ. ഗുരുവിന്റെ പ്രതിമകൾ പണിതുയർത്തി അദ്ദേഹത്തെ അപമാനിക്കുന്ന ഗുരുദേവ ശിഷ്യന്മാരിൽ നിന്ന് ആനന്ദ തീർത്ഥന് വളരെ കയ്പേറിയ അനുഭവങ്ങളാണുണ്ടായത്. ജാതിയെ എതിർത്ത തന്റെ ഗുരുനാഥനെ ഒരു പ്രത്യേക ജാതിക്കാർ സ്വന്തമാക്കുന്നതു കണ്ട് മനംമടുത്താണ് അദ്ദേഹം ശിവഗിരിയോട് വിട വാങ്ങുന്നതും പയ്യന്നൂരിൽ താവളമുറപ്പിച്ചതും.

അതിനുശേഷമുള്ള ആനന്ദതീർത്ഥന്റെ പ്രവർത്തനം ഒറ്റപ്പെട്ട ഒരു കർമ്മയോഗിയുടെ നിലയിലായിരുന്നു. തങ്ങളുടെ ദുരിത പരിഹാരാർത്ഥം ആകാശങ്ങളിൽ നിന്നോ അൾത്താരയ്ക്കു പിന്നിൽ നിന്നോ ശ്രീകോവിലുകളിൽ നിന്നോ ഇറങ്ങി വരുന്ന ഒരു ദൈവത്തെ തേടിയിരുന്ന മത പാരമ്പര്യം തിരുത്തിക്കുറിക്കുന്ന ഒരു പ്രവർത്തന ശൈലി അദ്ദേഹം ആവിഷ്കരിച്ചു. നിയമയുദ്ധം വേണ്ടിടത്ത് അതിനു തയ്യാറായി. ബലപ്രയോഗം വേണ്ടിടത്ത് ഭീരുത്വം കാട്ടിയില്ല. മതപുരോഹിതന്മാരും കവലച്ചട്ടമ്പികളും ആ മനുഷ്യനെ പലപ്പോഴും ഒരു തെരുവുനായയെ എന്നപോലെ ആക്രമിച്ചു. അടികൊള്ളി സ്വാമി എന്ന പരിഹാസപ്പേരും അദ്ദേഹത്തിനു കിട്ടി. തങ്ങൾക്കല്ലാതെ മറ്റാർക്കും തങ്ങളെ രക്ഷിക്കാൻ ആവില്ലെന്ന തിരിച്ചറിവിലേക്കുള്ള മതബോധത്തിന്റെ വളർച്ചയിലേക്ക് അദ്ദേഹം അധഃകൃതജനങ്ങളെ നയിച്ചു. ഇതൊക്കെത്തന്നെയാണ് വിമോചന ദൈവശാസ്ത്രവും

ലക്ഷ്യമാക്കുന്നത് എന്നിടത്താണ് ഇന്ത്യയിൽ വളർന്നുവരുന്ന ദളിത് വിമോചന ദൈവശാസ്ത്രത്തിന്റെ മാർഗ്ഗദീപമായി ആനന്ദതീർത്ഥന്റെ ജീവിതം നമുക്കനുഭവപ്പെടുന്നത്.

മതമൗലികതാവാദികളും ശുദ്ധഗാന്ധിയന്മാരും മാത്രമല്ല, ഹരിജനോദ്ധാരണം കോൺട്രാക്ട് എടുത്തിരിക്കുന്ന ബൂർഷ്വാ സമൂഹത്തിന്റെ ദല്ലാൾ പണിക്കാരായ രാഷ്ട്രീയക്കാരും ആനന്ദതീർത്ഥനെ അവഗണിക്കുകയായിരുന്നു. ആര് അവഗണിച്ചാലും കേരളത്തിന്റെ സാംസ്കാരിക ചരിത്രത്തിലെ എഴുതപ്പെടാത്ത ഒരേടെന്ന നിലയിൽ ഭാവി ചരിത്രകാരന്മാർ ആനന്ദതീർത്ഥന്റെ ജീവിതത്തെയും പ്രവർത്തനങ്ങളെയും കണ്ടെത്തുക തന്നെ ചെയ്യും.

കെ സി വർഗീസ്

7

ഉപസംഹാരം

Ambedkar Vindicated

"**എ**ന്റെ ജീവിതം ഗാന്ധിജിയുടെ ഹരിജൻ പ്രസ്ഥാനത്തിനുവേണ്ടി സമർപ്പിക്കപ്പെട്ടതാണ്." സ്വാമി ആനന്ദതീർത്ഥന്റെ ആദ്യകാലത്തെ കത്തുകളിലൂടെയും ലേഖനങ്ങളിലൂടെയും കടന്നു പോകുന്ന ആർക്കും ഈ വാചകം കൂടെക്കൂടെ ആവർത്തിക്കുന്നതു കാണാം. മൂന്നാം അദ്ധ്യായത്തിൽ നമ്മൾ കണ്ടതുപോലെ ഹരിജൻ സേവാ സംഘത്തിന്റെ സംഘടനാപരമായ ഘടനയ്ക്കുള്ളിൽ നിന്നുതന്നെ അയിത്തത്തിനെതിരായ ഫലപ്രദമായ നടപടികൾ ഉരുത്തിരിഞ്ഞു വരുമെന്നു സ്വാമിജിയുടെ പ്രതീക്ഷകൾ സഫലമായില്ല. ഗാന്ധിജി ആരംഭിച്ച (Raison d'etre) ഹരിജൻ സേവാ സംഘം അതിന്റെ പ്രഖ്യാപിത ലക്ഷ്യങ്ങളിൽ ഒന്നായി കരുതിയിരുന്നത്, മതപരമായും രാഷ്ട്രീയമായും ഇന്ത്യയിലെ അധഃകൃതവർഗ്ഗത്തെ ഹിന്ദുസമുദായത്തിൽനിന്നു വേർപെട്ടുപോകാതെ പിടിച്ചു നിർത്തുക എന്നതായിരുന്നു. ഇതിന്റെ ഫലമായി സംഭവിച്ചതെന്താണ്? അധഃകൃത വർഗ്ഗത്തിന്റെ നേതൃത്വം എക്കാലത്തും സവർണ്ണവിഭാഗത്തിൽനിന്നും കൈവിട്ടുപോകാതിരിക്കാൻ പരിശ്രമിച്ചുകൊണ്ടിരിക്കുന്ന ഒരു പ്രസ്ഥാനമായി എച്ച് എസ് എസ് രൂപാന്തരപ്പെട്ടു. ഇതിന്റെ പിന്നിൽ പ്രവർത്തിച്ചിരുന്ന ചരിത്രപരമായ ശക്തി ഹിന്ദുമതത്തിലെ ജാതിതാല്പര്യം തന്നെയായിരുന്നു. ഡിൻഡിഗലിലെ ഹരിജൻ ഹോസ്റ്റലിലെ വിദ്യാർത്ഥികൾ തയ്യാറാക്കിയ ഒരു നിവേദനത്തിൽ ചൂണ്ടിക്കാണിച്ചതുപോലെ എച്ച് എസ് എസ് പുതിയ വേഷം ധരിച്ച പഴയ യജമാനന്മാർ തന്നെ ആയിരുന്നു. അതിന്റെ ലക്ഷ്യം അധഃകൃത വിഭാഗം വരേണ്യവർഗ്ഗത്തിന്റെ മേധാവിത്തത്തിനെതിരായി നടത്തിയേക്കാവുന്ന ഏതൊരു തരത്തിലുള്ള ഏറ്റുമുട്ടലുകളെയും തടയുക എന്നതു മാത്രമായിരുന്നു.*

സ്വാതന്ത്ര്യാനന്തര കാലഘട്ടത്തിൽ അയിത്ത നിയമനിർമ്മാണത്തിലൂടെ നിരോധിച്ചിരുന്നെങ്കിലും ഗവൺമെന്റിനോ കോൺഗ്രസ് പാർട്ടിക്കോ പരമ്പരാഗതമായി നിലനിന്നിരുന്നതും ക്ഷേത്രാരാധനയിലും മതവിശ്വാസങ്ങളിലും കേന്ദ്രീകരിച്ചിരുന്നതുമായ അയിത്ത സങ്കല്പങ്ങളെ ഉന്മൂലനം ചെയ്യുവാൻ കാര്യക്ഷമമായ ഒരു പരിപാടി നിലവിലില്ലായിരുന്നു. തമിഴ്നാട്ടിലെ പട്ടികജാതിക്കാരായ കോൺഗ്രസ് എം എൽ എ മാരും സ്വാമിജി അയിത്തത്തിനെതിരായി നടത്തിയ പോരാട്ടങ്ങളിൽ നിന്നു വിട്ടുനില്ക്കുകയായിരുന്നു. മൂന്നാം അദ്ധ്യായത്തിൽ നമ്മൾ കണ്ടതുപോലെ രാഷ്ട്രീയ പരിഗണനകളായിരുന്നു ഇങ്ങനെ വിട്ടു നില്ക്കാൻ അവരെ പ്രേരിപ്പിച്ചത്. ശക്തരായ കോൺഗ്രസ് നേതാക്കന്മാർ അയിത്താചരണ കേസുകളിൽ തനിക്കെതിരായ നിലപാടു സ്വീകരിച്ച അനുഭവങ്ങൾ കേരളത്തിലും സ്വാമിക്കഭിമുഖീകരിക്കേണ്ടി വന്നിട്ടുണ്ട്.

വർഷങ്ങൾ കടന്നുപോയതോടെ കോൺഗ്രസിന്റെ ഹരിജനസേവനം മുഖ്യമായും രാഷ്ട്രീയ അവസരസേവയായിരുന്നുവെന്ന കാര്യം വ്യക്തമായി. ബ്രിട്ടീഷുകാരിൽ നിന്ന് അധികാരം പിടിച്ചെടുക്കുന്നതിനെന്നപോലെ തന്നെ ഡോക്ടർ അംബേദ്കറുടെ നേതൃത്വത്തിൽ വളർന്നുവന്ന ഹരിജനങ്ങളുടെ സ്വതന്ത്രമായ വളർച്ചയെ തടയാനും ഇതാവശ്യമായിരുന്നു. തന്റെ സ്വകാര്യ സംഭാഷണങ്ങളിൽ സ്വാമിജി പറയുമായിരുന്നു. ഗാന്ധിജി പോലും ഹരിജൻ പ്രസ്ഥാനത്തോട് നീതിപുലർത്തിയില്ല. ഗാന്ധിജിയും ഹരിജൻ സേവാസംഘവും സവർണ്ണർക്കെതിരെയുള്ള ഹരിജനങ്ങളുടെ ചെറുത്തുനില്പിനെ തടയുകയാണ് ചെയ്തിരുന്നത്. സ്വാമിജി ജി രാമചന്ദ്രനെഴുതിയ ഒരു കത്തിൽ ഗാന്ധിയൻ പ്രസ്ഥാനം ഹരിജനോദ്ധാരണത്തിനു നല്കിവരുന്ന അവഗണനയെ ചൂണ്ടിക്കാണിക്കുകയുണ്ടായി. അദ്ദേഹം പറയുന്നു: (ആനന്ദതീർത്ഥൻ ജി രാമജന്ദ്രനെഴുതിയ കത്ത് ഡേറ്റ് 30 സെപ്തംബർ 1972)

> ഗാന്ധിയൻ പ്രസ്ഥാനത്തിന്റെ സൃഷ്ടിപര പ്രവർത്തനങ്ങളിൽ ഖാദി രംഗത്തു പ്രവർത്തിക്കുന്നവർ ബ്രാഹ്മണരും ഹിന്ദി പ്രചരണ രംഗത്ത് പ്രവർത്തിക്കുന്നവർ ക്ഷത്രിയരും മറ്റു സാമൂഹ്യ പ്രവർത്തനങ്ങൾ നടത്തുന്നവർ വൈശ്യരും എന്ന നിലയിലാണ് കണക്കാക്കപ്പെടുന്നതെങ്കിൽ ഹരിജൻ രംഗത്തു പ്രവർത്തിക്കുന്നവരെ ശൂദ്രരായിട്ടാണ് കണക്കാക്കുന്നത്.

---

* ഡോക്ടർ ബി ആർ അംബേദ്കർ നയിച്ചിരുന്ന പട്ടികജാതി ഫെഡറേഷനുവേണ്ടി വാർഡനും മുതിർന്ന വിദ്യാർത്ഥികളും പ്രചരണം നടത്തിയെന്നു പറഞ്ഞാണ് ഡിൻഡിഗിലിലെ ഹരിജൻ സേവാസംഘം ഹോസ്റ്റൽ അടച്ചുപൂട്ടാൻ അന്നത്തെ സംഘം സെക്രട്ടറി എൽ എൻ ഗോപാല സ്വാമി അയ്യർ ഉത്തരവിട്ടത്. ഹരിജനങ്ങളിലെ അഭ്യസ്തവിദ്യരായ ചെറുപ്പക്കാർ അംബേദ്കറുടെ ആശയങ്ങളിലേക്ക് ആകൃഷ്ടരാകുന്നതിൽ എൽ എൻ ഗോപാല സ്വാമി അയ്യർ ഹരിജനങ്ങൾ ഉന്നത വിദ്യാഭ്യാസം ചെയ്യുന്നതിനെ നിരുത്സാഹപ്പെടുത്തിയിരുന്നതായി ഇതോടനുബന്ധിച്ച് വിദ്യാർത്ഥികൾ പുറപ്പെടുവിച്ച ഒരു പ്രസ്താവനയിൽ ആരോപിച്ചിരിക്കുന്നു.

യഥാർത്ഥത്തിൽ അംബേദ്കർ ഈ തെറ്റായ മുൻഗണനാക്രമത്തെക്കുറിച്ച് *കോൺഗ്രസും ഗാന്ധിയും അയിത്തജാതിക്കാർക്കുവേണ്ടി എന്തു ചെയ്തു* എന്ന പുസ്തകത്തിൽ വിശദീകരിക്കുന്നുണ്ട്. പുസ്തകത്തിൽ ഒരദ്ധ്യായം തന്നെ ഇതിനായി വിനിയോഗിച്ചിരിക്കുന്നു. ശ്രീനാരായണ വിദ്യാലയത്തിലെ ഒരു പൂർവ്വ വിദ്യാർത്ഥി എന്നോടു പറയുകയുണ്ടായി. വിപ്ലവത്തിൽ ആവശ്യമെങ്കിൽ ബലപ്രയോഗവും ആകാം എന്ന അഭിപ്രായക്കാരനായിരുന്നു സ്വാമിജി എന്ന്. ശ്രീ സി പി ശ്രീധരൻ ഒരു സ്മരണികയിൽ (സ്മരണിക 1964 പേജ് 24) ഇങ്ങനെ പറയുന്നു.

> ഇന്ത്യയിലെ അയിത്തജാതിക്കാരുടെ മോചനത്തിനായി വേണ്ടിവന്നാൽ ഒരു സായുധ പോരാട്ടത്തിനും സ്വാമി ആനന്ദ തീർത്ഥൻ നേതൃത്വം നല്കുമായിരുന്നു. ദളിതുകൾ സ്വയം സംഘടിച്ചു നടത്തുന്ന ഒരു രാഷ്ട്രീയ പോരാട്ടത്തിനു മാത്രമേ ഇന്ത്യയിലെ ഹരിജനങ്ങൾ അഭിമുഖീകരിക്കുന്ന സാമ്പത്തികവും സാംസ്കാരികവുമായ പ്രതിസന്ധികൾക്കു പരിഹാരം ഉണ്ടാക്കാൻ കഴിയൂ എന്ന അഭിപ്രായം അവസാന നാളുകളിൽ സ്വാമിജിക്കുണ്ടായിരുന്നു.

അംബേദ്കറുടെ നിലപാടു ശരിക്കും മനസ്സിലാക്കാൻ പ്രത്യേകിച്ചും തന്റെ ജീവിത സായാഹ്നത്തിൽ സ്വാമിജിക്കു കഴിഞ്ഞു. ഗാന്ധിയന്മാരുമായുള്ള അടുപ്പം ഉളവാക്കിയ നിരാശ ഇതിനു സാഹയകമായി വർത്തിച്ചിരിക്കണം. 1942 ൽ സ്വാമിജിയും അംബേദ്കറും തമ്മിൽ കൂടിക്കാണാനിടയായിരുന്നു. അക്കാര്യം അനുസ്മരിച്ചുകൊണ്ട് 1983 ഡിസംബർ 16 ന് അദ്ദേഹം എന്നോടു പറയുകയുണ്ടായി. അന്നദ്ദേഹം എന്നെ സ്വീകരിക്കുമായിരുന്നില്ല. അല്ലെങ്കിൽ ഞാൻ അദ്ദേഹത്തോടൊപ്പം ചേരുമായിരുന്നു. അന്നത്തെ കൂടിക്കാഴ്ചയിൽ അംബേദ്കർ പറഞ്ഞു. ഹരിജനങ്ങൾ ഹിന്ദുക്കളുടെ ഉപ്പും ചോറും തിന്നുന്നവരോടു കൂറു പുലർത്തി ജീവിക്കുന്നത് ഞാനിഷ്ടപ്പെടുന്നില്ല. അംബേദ്കറുമായി നടന്ന രണ്ടു കൂടിക്കാഴ്ചകളെക്കുറിച്ചു കൂടി ഗൃഹാതുരതയോടെ സ്വാമിജി സ്മരിക്കുകയുണ്ടായി. ഡോക്ടർ അംബേദ്ക്കറുടെ നിര്യാണത്തിനു തൊട്ടുമുമ്പായി ഡൽഹിയിൽ വെച്ചുനടന്ന അവസാന കൂടിക്കാഴ്ചയിൽ അംബേദ്കർ അങ്ങേയറ്റം നിരാശനായിരുന്നു. അദ്ദേഹം സ്വാമിജിയോടു പറയുകയുണ്ടായി. ഇന്ത്യയിലെ പട്ടികജാതിക്കാർ അവർ ഒരിക്കലും യോജിച്ചു നില്ക്കുകയില്ല. ഓരോരുത്തരും അവരവരുടെ വഴിക്കുപോകുന്നു. രാഷ്ട്രീയം അവരെയും വിഭജിച്ചിരിക്കുന്നു. (1983 ഡിസംബർ 16 ന് ഗ്രന്ഥകാരൻ സ്വാമിജിയുമായി നടത്തിയ ഇന്റർവ്യൂവിൽ വെളിപ്പെടുത്തിയത്)

ഹരിജൻ സേവാസംഘം സ്ഥാപിതമായത് ഹരിജനോദ്ധാരണത്തിനല്ല. മറിച്ച് ഹരിജനങ്ങളെ ഹിന്ദു പാരമ്പര്യങ്ങളിൽ തളച്ചിടേണ്ടതിനാണെന്ന അംബേദ്കറുടെ നിഗമനം ശരിയായിരുന്നുവെന്ന് പില്ക്കാല സംഭവങ്ങൾ തെളിയിച്ചു. അഖിലേന്ത്യാ ഹരിജൻ സേവാസംഘത്തിന്റെ ജന

റൽ സെക്രട്ടറി കെ എസ് ശിവം സ്വാമിജിക്കെഴുതിയ ഒരു കത്തിൽ (5-5 -1954) ഇപ്രകാരം പറയുന്നു:

> ഹരിജനങ്ങൾ മറ്റു മതങ്ങളിലേക്കു മതം മാറ്റം നടത്തുന്നതിനെ നമുക്കു പ്രോത്സാഹിപ്പിക്കാനാവില്ല. ഹിന്ദു സമുദായത്തിനു ദൂര വ്യാപകമായ പ്രത്യാഘാതങ്ങൾ അതുണ്ടാക്കും. മതം മാറിയാൽ അവർക്കു ലഭിച്ചുവരുന്ന എല്ലാ പ്രത്യേക അവകാശങ്ങളും അതോടെ നിർത്തൽ ചെയ്യുമെന്ന് അവരെ അറിയിക്കുക.

ഹരിജൻ സേവാസംഘത്തിന്റെ ഈ നേതാക്കന്മാർ ഹരിജനങ്ങളെ സംഘടിപ്പിച്ച് സമരം ചെയ്യുന്ന സ്വാമിജിയുടെ സമ്പ്രദായത്തെ എതിർത്തു പോന്നിരുന്നു. ആനന്ദതീർത്ഥൻ ഹരിജനങ്ങളെ ഹിന്ദുസമുദായത്തിൽ നിന്ന് അന്യവല്ക്കരിച്ചുകൊണ്ടുപോകുകയാണെന്ന് അവസാനം അദ്ദേ ഹത്തിന്റെ പ്രവർത്തനം ഹരിജൻ സേവാസംഘത്തിന്റെ ഉദ്ദേശ ലക്ഷ്യ ങ്ങൾക്കുതന്നെ വിരുദ്ധമായി ഭവിക്കുമെന്നുമുള്ള ആശങ്ക അവർക്കുണ്ടാ യിരുന്നു.

ഒരു മത നിരപേക്ഷ ആത്മീയതയ്ക്കുവേണ്ടി നിലകൊണ്ടിരുന്ന ശ്രീനാരായണ ഗുരുവിന്റെ യഥാർത്ഥ ശിഷ്യൻ

ആദ്യ അദ്ധ്യായത്തിൽ നമ്മൾ കണ്ടതുപോലെ യുവാവായ ആനന്ദൻ സ്വാർത്ഥത വെടിഞ്ഞു ഗുരുക്കന്മാരിലേക്ക് ആകർഷിക്കപ്പെട്ടിരുന്നു. അക്കാ ലത്ത് ക്ഷേത്രങ്ങളിൽ പോയി ആനന്ദൻ പ്രാർത്ഥിച്ചിരുന്നത് എന്നിലെ ഞാൻ മരിക്കണമെന്നായിരുന്നു. വളർന്നുവരുംതോറും അദ്ദേഹം മനസ്സി ലാക്കി മതമെന്നാൽ മറ്റുള്ളവർക്കായി ജീവിക്കലാണ്. അല്ലാതെ ദൈവ ത്തിനായി ജീവിക്കലല്ല. ഈ ധാരണ അദ്ദേഹത്തെക്കൊണ്ട് യേശുവി നെയും നാരായണഗുരുവിനെയും എല്ലാം നിസ്വാർത്ഥതയുടെ മൂർത്തി മത് ഭാവമായി കാണാൻ പ്രേരിപ്പിച്ചു. ഉടലെടുത്ത സ്നേഹത്തിന്റെ ശാശ്വത രൂപമായിരുന്നു ആനന്ദനെ സംബന്ധിച്ചിത്തോളം ഇത്തരം ഗുരുക്കന്മാർ. നാരായണ ഗുരുവിന്റെ ഒടുവിലത്തെ ശിഷ്യനെന്ന് സ്വയം വിളിക്കുന്നതിൽ അദ്ദേഹം അഭിമാനംകൊണ്ടിരുന്നു.

ഗുരുവിന്റെ ഏറെ പ്രസിദ്ധമായ ഒരു വാചകമുണ്ടല്ലോ. "മതമേതാ യാലും മനുഷ്യൻ നന്നായാൽ മതി." എന്നുള്ള തത്ത്വം. ഇതൊരുതരത്തി ലുമുള്ള മതവിമുഖതയല്ല. പല ഗുരു ശിഷ്യന്മാരും ഈ തത്ത്വത്തെ ഗ്രഹി ച്ചത് അത്തരത്തിലാണ്. മതതത്ത്വങ്ങൾ ബുദ്ധിപരമെന്നതിനേക്കാൾ സമ ഗ്രതയാർന്നതാണ് എന്ന നിലയിലാണ് ഈ വിഷയത്തെ ഗുരു മനസ്സിലാ ക്കിയിരുന്നത്. ഒരുവന്റെ ജീവിതത്തിൽ പ്രകടമായിക്കാണുന്ന നന്മയാണ് അയാളുടെ ജീവിതത്തിൽ പ്രതിഫലിക്കുന്ന മതതത്ത്വങ്ങളുടെ സമഗ്രത, ഈ തത്ത്വം ഗ്രഹിച്ചതുകൊണ്ടാണ് താൻ ക്രിസ്തുവിനെ ഒരു വലിയ പ്രവാചകനായി കാണുന്നു എന്ന് ആനന്ദതീർത്ഥൻ മിഷനറിയോടു പറ

ഞ്ഞത്. എന്നാൽ, ക്രിസ്തുവിൽ മാത്രം വിശ്വസിക്കുക എന്ന മിഷണറിയുടെ വീക്ഷണത്തെ എതിർത്തതും ഇതേ തത്ത്വത്തിന്റെ പിൻബലത്തോടെയാണ്.

ശ്രീനാരായണ ഗുരുവിന്റെ മതസിദ്ധാന്തങ്ങളെ പ്രതിപാദിച്ചുകൊണ്ട് മി. തോമസ് ശാമുവേൽ എഴുതിയ *ഒരു ജാതി ഒരു മതം ഒരു ദൈവം* എന്ന ഗ്രന്ഥത്തിൽ ഗ്രന്ഥകാരൻ പറയുന്നു. ജീവിതത്തെക്കുറിച്ചുള്ള സമഗ്ര വീക്ഷണമാണ് ഗുരുവിന്റെ സിദ്ധാന്തങ്ങൾ മുന്നോട്ടുവയ്ക്കുന്നത്. അദ്ദേഹത്തെ സംബന്ധിച്ചിടത്തോളം ഭൗതികം, ആത്മീയം എന്നിങ്ങനെയുള്ള തരംതിരിവു തന്നെ അസംബന്ധമാണ്. മറ്റൊരു പണ്ഡിതൻ എഴുതുന്നു: (R. Sreenivasan, Sree Narayana Guru - Souvenir 1964, P 20) നാരായണഗുരുവിന്റെ വിശ്വാസ പ്രകാരം, ദൈവം പ്രപഞ്ച പിതാവാണ്. സർവ്വ ജീവനും ദൈവത്തിൽനിന്ന് വരുന്നു. സർവ്വ സർഗ്ഗാത്മക പ്രവൃത്തിയും ദൈവത്തിന്റെ പ്രവൃത്തിയാണ്. മനുഷ്യനും ദൈവവും തമ്മിലുള്ള ഈ അടിസ്ഥാന ഐക്യം ഗ്രഹിക്കുക എന്നതാണ് യഥാർത്ഥ തത്ത്വം. ദൈവ ദൃഷ്ടിയിൽ സർവ്വരും അവിടുത്തെ മക്കളാണ്. അതിനാൽ നമ്മളെല്ലാം അന്യോന്യം സഹോദരി സഹോദരന്മാരാണ്.

ജീവിതത്തെക്കുറിച്ചും മതത്തെക്കുറിച്ചും ഈ ഉദ്ഗ്രന്ഥിത വീക്ഷണം തന്നെയാണ് സ്വാമി ആനന്ദതീർത്ഥനും വെച്ചുപുലർത്തിയിരുന്നത്. ദൈവം ചരിത്രത്തിൽ സജീവമായി ഇടപെട്ടുകൊണ്ടിരിക്കുന്നുവെന്ന വിശ്വാസമാണ് സ്വാമി ആനന്ദതീർത്ഥന് ഉണ്ടായിരുന്നത്. ആർത്തരും അവശരും ആലംബഹീനരുമായവരോടൊപ്പമാണ് ദൈവം എന്ന് അദ്ദേഹം കരുതിയിരുന്നു. അവരുടെ മോചനത്തിനായി ദൈവം തന്റേതുമാത്രമായ മാർഗ്ഗത്തിലൂടെ പ്രവർത്തിച്ചുകൊണ്ടിരിക്കുന്നു എന്നതായിരുന്നു അദ്ദേഹത്തിന്റെ വിശ്വാസം. രാജ്യത്തു സംഭവിക്കാനിരിക്കുന്ന ഒരു മത നവോത്ഥാനത്തിലൂടെ മാത്രമേ ഹരിജൻ പ്രശ്നം ആത്യന്തികമായി പരിഹരിക്കപ്പെടൂ എന്നദ്ദേഹം കരുതിയിരുന്നു. രാഷ്ട്രീയവും സാമൂഹ്യവുമായ പരിഷ്കരണ പ്രസ്ഥാനങ്ങൾ മഹാന്മാരായ ലോക ഗുരുക്കന്മാരുടെ പഠിപ്പിക്കലുകളെ പിൻപറ്റുന്നതായിട്ടാണ് ചരിത്രത്തിൽ സംഭവിക്കാറുള്ളത്. ദൈവത്തിന്റെ കർമ്മപദ്ധതിയിൽ ഭാഗമാക്കുകയാണ് എന്ന എളിയ ധാരണയാണ് സാമൂഹ്യ പരിഷ്കർത്താക്കളെ നയിക്കേണ്ടത്. ചരിത്രത്തിൽ തന്റെ സജീവ സാന്നിദ്ധ്യം പ്രകടമാക്കുന്ന ഒരു ഈശ്വരന്റെ അസ്തിത്വത്തിൽ സ്വാമി ആനന്ദതീർത്ഥൻ വിശ്വസിച്ചിരുന്നു എന്നതിന്റെ തെളിവാണിതെല്ലാം. അതിനാൽ, ചരിത്രത്തിലെ ദൈവോദ്ദേശ്യത്തിന് അനുസൃതമായി പ്രവർത്തിക്കുക എന്നതാണ് ശരിയായ മതാത്മകതയുടെ അർത്ഥം. അദ്ദേഹം പറഞ്ഞു: “സാധുക്കൾക്കും അധഃകൃതവിഭാഗത്തിനും വേണ്ടി അനുഷ്ഠിക്കുന്ന സേവനമാണ് എന്റെ ഈ മത ബോധം,” അതാണ് സമ്പന്ന ഹിന്ദുക്കൾ അനുഷ്ഠിച്ചുവരുന്ന അയിത്തമെന്ന സാമൂഹ്യ തിന്മയിലേക്ക് ശ്രദ്ധ പതിപ്പിക്കാനും അതിനെതിരെ പോരാടാനും അദ്ദേഹത്തിനു പ്രേരണ നല്കിയത്. ജാതിയുടെ നാശത്തിനുവേണ്ടി സ്വന്തം ജീവിതം അദ്ദേഹം സമർപ്പിച്ചു.

മതതത്ത്വങ്ങളെക്കുറിച്ചും ആത്മീയ ജീവിതത്തെക്കുറിച്ചും അദ്ദേഹത്തിനുണ്ടായിരുന്ന ധാരണകൾ തന്റെ സുഹൃദ് വലയത്തിലുണ്ടായിരുന്ന മറ്റുള്ളവരുടേതിൽ നിന്നും ഭിന്നമായിരുന്നുവെന്ന കാര്യം വ്യക്തമാക്കാൻ അദ്ദേഹം ഹരിപ്പാട് രാമകൃഷ്ണ മിഷനാശ്രമം സന്ദർശിച്ചപ്പോഴുണ്ടായ ഒരനുഭവം സൂചിപ്പിക്കാം. 1928 ലായിരുന്നു ആ സന്ദർശനം. സ്വാമി വിവേകാനന്ദന്റെ ജന്മദിനത്തോടനുബന്ധിച്ച് ഒരു സമൂഹസദ്യ ഏർപ്പെടുത്തിയിരുന്നു. എന്നാൽ ഹരിജനങ്ങളെ മറ്റുള്ളവരിൽ നിന്നും വേർതിരിച്ചിരുത്തിയിരിക്കുന്നത് കണ്ടപ്പോൾ അദ്ദേഹം ശബ്ദമുയർത്തി. ഇവരെക്കൂടി മറ്റുള്ളവരോടൊപ്പം ഇരുത്തണമെന്നദ്ദേഹം ശഠിച്ചു.

രാമകൃഷ്ണാശ്രമത്തിലെ സന്ന്യാസിമാർ പറഞ്ഞു. "അവർ ഒരുമിച്ചാണോ ഇരിക്കുന്നത് എന്നത് തങ്ങൾക്കു പ്രശ്നമല്ല. അവരെ നിർബ്ബന്ധം ചെലുത്തി ഒരുമിച്ചിരുത്തുക എന്നത് തങ്ങളുടെ ജോലിയുമല്ല. അത്തരം കാര്യങ്ങൾ രാഷ്ട്രീയക്കാർ നോക്കട്ടെ. പൊതുജനങ്ങളെ മാറ്റുക എന്നതല്ല അയാളെത്തന്നെ മാറ്റുക എന്നതാണ് തങ്ങളുടെ ജോലി." ആത്മീയ തത്ത്വങ്ങളെ മനസ്സിലാക്കുന്നതിലുള്ള രണ്ടു ഭിന്ന സമീപനങ്ങളാണ് മേല്പറഞ്ഞ സന്ന്യാസിമാരുടേതും, ആനന്ദതീർത്ഥന്റേതും. രാമകൃഷ്ണാശ്രമത്തിൽ ചേരുന്നതിന് ആദ്യം തോന്നിയിരുന്ന താല്പര്യത്തിന് തടസ്സമായി വർത്തിച്ചതും പിന്നീട് ശ്രീനാരായണ ഗുരുവിന്റെ ശിഷ്യനായി ത്തീർന്നതും മേല്പറഞ്ഞ സമീപന വ്യത്യാസം കൊണ്ടുതന്നെ ആകാം. കെ എസ് ശിവത്തിനെഴുതിയ ഒരു കത്തിൽ സ്വാമിജി ഈ കാര്യം ഇങ്ങനെ വ്യക്തമാക്കിയിരിക്കുന്നു.

> എന്റെ കോളേജ് ജീവിതം കഴിഞ്ഞപാട് രാമകൃഷ്ണ മിഷനിൽ ചേരുക എന്നൊരാശയം എനിക്കുണ്ടായിരുന്നു. എന്നാൽ, അയിത്തത്തെയോ ജാതിയെയോ എതിർക്കുന്നതിനുള്ള തന്റേടം മിഷനില്ലെന്ന് ഞാൻ മനസ്സിലാക്കി. 1947 വരെ മദ്രാസിലെ രാമകൃഷ്ണ സ്റ്റുഡന്റ്സ് ഹോമിൽ ഹരിജൻ വിദ്യാർത്ഥികളെ പ്രവേശിപ്പിച്ചിരുന്നില്ല. ഇപ്പോഴും മംഗലാപുരത്തെ രാമകൃഷ്ണമിഷൻ ഹോസ്റ്റലിൽ ഹരിജൻ കുട്ടികളെ പ്രവേശിപ്പിക്കുന്നില്ല (കത്ത് ഡേറ്റ് 28 ഒക്ടോബർ 1957)

രാമകൃഷ്ണ മിഷനുമായി സ്വാമിജിക്കുണ്ടായിരുന്ന അഭിപ്രായ വ്യത്യാസം വിശദമാക്കുന്ന മറ്റൊരു കത്തിൽനിന്നും ഉദ്ധരിക്കട്ടെ.

> ഇന്നു ഞാൻ ചില സ്വാമിമാരെ സന്ദർശിച്ചു. ഒരു സ്വാമി എന്ന നിലയിൽ ഞാൻ സ്വാഗതം ചെയ്യപ്പെട്ടു എങ്കിലും ഹരിജൻ സേവാ സംഘത്തിന്റെ പ്രവർത്തകനാണെന്നു പറഞ്ഞപ്പോൾ അവരുടെ സമീപനത്തിൽ മാറ്റം വന്നു. ബനാറസ് ക്ഷേത്രപ്രവേശന സമര ക്കാര്യം പരാമർശിക്കുകയും അത്തരം സമരങ്ങൾ അനാവശ്യമാണെന്ന് അഭിപ്രായപ്പെടുകയും ചെയ്തു. അവർ പറഞ്ഞു. നമ്മൾ

> ഹരിജനങ്ങളെ മതവും സംസ്കാരവും പഠിപ്പിക്കുകയാണ് വേണ്ടത്. അല്ലാതെ അയിത്തത്തിനെതിരെ സമരം ചെയ്യുകയല്ലാ വേണ്ടത്. ഞാൻ രാമകൃഷ്ണ മിഷനിൽ ചേരുമായിരുന്നു ദൈവം എന്നെ ഹരിജൻ പ്രവർത്തനത്തിനു വേണ്ടി മാറ്റി നിർത്തുകയായിരുന്നു.

മറ്റൊരവസരത്തിൽ കാഞ്ചീപുരത്തെ രാമകൃഷ്ണാശ്രമത്തിൽ താമസിക്കുമ്പോൾ ബ്രാഹ്മൺ ഹോട്ടലുകളിൽ നിന്നു ഹരിജനങ്ങൾക്ക് അനുഭവിക്കേണ്ടിവരുന്ന വിവേചനത്തെക്കുറിച്ച് റിപ്പോർട്ട് ചെയ്തു. ആശ്രമമേധാവി വളരെ ഭവ്യതയോടെ മറുപടി പറഞ്ഞു. ഇത്തരം കാര്യങ്ങൾ അവഗണിക്കുക. ആശ്രമത്തിൽ നിന്നു പോയതിനുശേഷം മാത്രം ഇതിലൊക്കെ ഏർപ്പെടുക. തങ്ങൾക്കിതിലൊന്നും തീരെ താല്പര്യമില്ല.

തന്റെ പല സഹപ്രവർത്തകരിൽ നിന്നും വ്യത്യസ്തമായി അയിത്തം ആചരിക്കുന്ന ക്ഷേത്രങ്ങളെ പുണ്യസങ്കേതങ്ങളായി ആനന്ദതീർത്ഥൻ കരുതിയിരുന്നതേയില്ലെന്നു മാത്രമല്ല. ഇത്തരം ക്ഷേത്രങ്ങൾ ചെകുത്താന്റെ ഇരിപ്പിടങ്ങളാണെന്നും അദ്ദേഹം പറയുമായിരുന്നു. ഇതു നിമിത്തമായിരിക്കണം സ്വയം ഒരു ഹിന്ദുവെന്നു പരിചയപ്പെടുത്തുന്നതിൽപോലും അദ്ദേഹത്തിനു താല്പര്യമില്ലായിരുന്നു. അദ്ദേഹം പറഞ്ഞു.

> ഞാനൊരു ഹിന്ദുവല്ലെന്നു മാത്രമല്ല ഒരു പ്രത്യേക മതവിഭാഗത്തിലും ഞാനുൾപ്പെടുന്നില്ല. ഞാൻ ശ്രീ നാരായണ ഗുരുവിന്റെ ഒരു അനുയായി ആണ്. ക്ഷേത്രപ്രവേശനത്തിന്റെ കാര്യം വരുമ്പോൾ-ഞാനൊരു ഹിന്ദുവാണെന്നു അവകാശപ്പെടും. നിയമപരമായും സാങ്കേതികമായും ഞാൻ ഒരു ഹിന്ദുവാണ്. എന്തെന്നാൽ ഞാൻ ക്രിസ്തുമതത്തിലേക്കോ, ഇസ്ലാമിലേക്കോ മതപരിവർത്തനം നടത്തിയിട്ടില്ല.

സ്വാമി ആനന്ദതീർത്ഥൻ തറപ്പിച്ചു പറഞ്ഞു. ശ്രീനാരായണ ക്ഷേത്രങ്ങൾ ഹിന്ദു ക്ഷേത്രങ്ങളല്ല. നാരായണ ഗുരു ചില ക്ഷേത്രങ്ങളിൽ ശിവപ്രതിഷ്ഠ നടത്തിയെന്നത് സത്യം തന്നെ. എന്നാൽ, പില്ക്കാലത്ത് അദ്ദേഹം ഒരു പ്രതിഷ്ഠയും നടത്തിയിരുന്നില്ലെന്നോർക്കണം. ഒരു കണ്ണാടിയോ വിളക്കോ പ്രതിഷ്ഠിച്ച് സത്യം, ദയ, ധർമ്മം എന്നിങ്ങനെയുള്ള വാക്കുകൾ ആലേഖനം ചെയ്തു വയ്ക്കുകയായിരുന്നു അദ്ദേഹം സ്വീകരിച്ച രീതി. ശ്രീനാരായണ ഗുരുവിന്റെ ഒരു ശിഷ്യനെന്ന നിലയിൽ ഗുരുവിന്റെ ആത്മീയ സാന്നിദ്ധ്യത്തെക്കുറിച്ചു ധ്യാനിക്കുക എന്ന സമ്പ്രദായം അദ്ദേഹം വളർത്തിയെടുത്തു. “ഞാൻ തനിച്ചായിരിക്കുമ്പോൾ ശ്രീനാരായണ ഗുരുവിനെക്കുറിച്ച് ചിന്തിക്കും. അദ്ദേഹത്തിന്റെ രൂപം മനസ്സിൽ ധ്യാനിക്കും. പേര് പലവുരു ഉരുവിടും. അതെനിക്കാശ്വാസം തന്നിരുന്നു. ഈ സ്വഭാവം പില്ക്കാലത്ത് എനിക്ക് ശക്തി പകർന്നു തന്നിട്ടുണ്ട്.” 1980 ജൂൺ 10 ന് ഞാനുമായി നടന്ന അഭിമുഖ സംഭാഷണത്തിൽ സ്വാമിജി പറഞ്ഞതാണിക്കാര്യം.

മതപരിവർത്തനത്തിന്റെ കാര്യത്തിലും ആനന്ദതീർത്ഥൻ ഗുരുദേവന്റെ യഥാർത്ഥ ശിഷ്യനായിരുന്നു. ഒരിക്കൽ ഗാന്ധിജി ഗുരുദേവനോടു ചോദിക്കുകയുണ്ടായി. നിങ്ങളെന്താണ് ഹിന്ദുക്കളുടെ പൊഴിഞ്ഞു പോകലിനെ എതിർക്കാത്തത്? ഗുരുദേവന്റെ മറുപടി ഇങ്ങനെയായിരുന്നു. "ക്രിസ്ത്യാനികളായി തീരുന്നതുകൊണ്ട് ഹിന്ദുക്കളായിരിക്കുന്നതിനെക്കാൾ അധികം നന്മ തങ്ങൾക്കുണ്ടാകുന്നുണ്ടെന്നു അവർക്കു തോന്നുന്നെങ്കിൽ അവരതുപ്രകാരം ചെയ്യട്ടെ. അതു നല്ല കാര്യമാണ്. മതമൂല്യമെന്നാൽ നാരായണ ഗുരുവിനെ സംബന്ധിച്ചിടത്തോളം സ്ഥിരമായി നില്ക്കുന്നതോ മൃതതത്ത്വങ്ങളാൽ ജഡിലമോ അല്ല. മത സത്യങ്ങൾ ജീവിതത്തിൽ പ്രതിഫലിക്കണം. സദാ പുഷ്കലമായിക്കൊണ്ടിരിക്കുന്ന ഉയർന്ന നന്മകളുടെ പ്രകടിത രൂപമായിരിക്കും അത്. ജീവിതത്തെ മഹത്തായ രീതിയിൽ അനുഭവിക്കുവാൻ സഹായിക്കുന്നിടത്തോളം മാത്രമേ ഒരുവന്റെ മത പാരമ്പര്യങ്ങളെ സ്വതന്ത്രമായി വിട്ടുകൊടുക്കുന്നത് ന്യായമാകുന്നുള്ളൂ. സ്വാമി ആനന്ദതീർത്ഥൻ ഈ നിലപാട് സ്വന്തം ജീവിതത്തിൽ വളരെ നേരത്തെ തന്നെ സ്വീകരിച്ചിരുന്നു. 1935 ൽ അദ്ദേഹം എഴുതി.

> നേരത്തെ മലബാറിൽ ഹിന്ദുമതത്തിൽ നിന്നു ഇസ്ലാമിലേക്കു ചുരുക്കം ചില മതപരിവർത്തനങ്ങൾ നടന്നിരുന്നു. ഹിന്ദുക്കൾ, പൊതുവേ ഈ പരിവർത്തനത്തിൽ അസഹിഷ്ണുത (Perturbed) പ്രകടമായിരുന്നു. പണം മോഹിച്ചും മറ്റുമാണീ മാറ്റം എന്നിങ്ങനെയുള്ള പരിഹാസം അവർക്കെതിരെ മുഴക്കിയിരുന്നു. യാഥാർത്ഥ്യം വളരെ ചുരുക്കം പേരെ മനസ്സിലാക്കിയിരുന്നുള്ളൂ. മതപരിവർത്തനം ചെയ്തവരിൽ അധിക പങ്കും ഹരിജനങ്ങളായിരുന്നു. ഹിന്ദു സമുദായത്തിനുള്ളിൽ സാമൂഹ്യമായ അസമത്വം അനുഭവിക്കേണ്ടി വരുന്നതിൽ നിരാശരായവരാണ് ഇപ്രകാരം മത പരിവർത്തനം ചെയ്തവർ. സ്വന്തം പൈതൃക മത വിശ്വാസത്തെ കൈ വെടിയേണ്ടിവരിക. തീർച്ചയായും നിർഭാഗ്യകരം തന്നെയാണ്. എന്നാൽ, ദിവസം പ്രതി ഈ ജനവിഭാഗത്തിന് ഹിന്ദുക്കളായിരിക്കുന്നു എന്നതിന്റെ പേരിൽ അനുഭവിക്കേണ്ടി വരുന്ന അപമാനവും അവശതയും കണക്കിലെടുക്കുമ്പോൾ അവർ ചെയ്തതിൽ അവരെ കുറ്റപ്പെടുത്താനില്ല. അവർ നമ്മുടെ സഹതാപം അർഹിക്കുന്നു. സാമൂഹ്യ ജീവിതത്തിന്റെ പ്രാഥമിക അവകാശങ്ങൾപോലും അവർക്കു നിഷേധിച്ചുകൊണ്ട് അവരുടെ പൈതൃക വിശ്വാസത്തിൽ നിന്നു അവരെ ആട്ടിയോടിക്കുന്ന സവർണ്ണ മുദായക്കാരാണ് ഇതിൽ കുറ്റവാളികൾ (The problem of Harijan - Swamy Anand - Third 1935)

പ്രത്യേകിച്ചും വടക്കെ മലബാറിലെ ക്രിസ്ത്യൻ മിഷനറി പ്രവർത്തനങ്ങളുടെ ഗുണപരമായ വശങ്ങളെ അദ്ദേഹം പ്രശംസിച്ചിരുന്നു. മിഷനറിമാർ പ്രകടിപ്പിച്ചിരുന്ന സേവന തൃഷ്ണ അദ്ദേഹത്തെ ആകർഷിച്ചിരുന്നു.

അവരൊരു പ്രത്യേക മതം പ്രചരിപ്പിക്കുകയാണെന്ന് അദ്ദേഹത്തിന് അനുഭവപ്പെട്ടില്ല. താനും ഒരു മത പ്രചാരകനായി അറിയപ്പെടരുതെന്ന തത്ത്വത്തിൽ അദ്ദേഹം ഉറച്ചുനിന്നിരുന്നു. ഹിന്ദുമത തത്ത്വങ്ങൾ പ്രചരിപ്പിക്കുന്നതിൽ വിമുഖത കാണിക്കുന്നുവെന്നും ഹരിജനങ്ങളെ അദ്ദേഹം ക്ഷേത്രത്തിലേക്ക് നയിക്കുന്നത് ആരാധനയ്ക്കായല്ല മറിച്ച് അവകാശസംരക്ഷണത്തിനായിട്ടാണെന്നുമായിരുന്നല്ലോ ഹരിജൻ സേവാ സംഘത്തിന് അദ്ദേഹത്തിനെതിരെ വയ്ക്കാനുണ്ടായ ആരോപണം. ഫലത്തിൽ സംഘത്തിൽ നിന്നു വിട്ടുനില്ക്കാൻ സ്വാമിജിയെ നിർബ്ബന്ധിതനാക്കിയതും ഈ ആരോപണം തന്നെയാണ്. ഒരു മത ഗ്രൂപ്പിന്റെ താല്പര്യങ്ങൾക്കു വേണ്ടി മാത്രമുള്ള പ്രവർത്തനങ്ങൾ ശ്രേഷ്ഠമായ പ്രവർത്തനങ്ങളുടെ ഭാഗമല്ലെന്നദ്ദേഹം വിശ്വസിച്ചിരുന്നു. "ഞാൻ ചെയ്യുന്ന കാര്യങ്ങൾ അതിൽത്തന്നെ നന്മയാണെന്ന ബോദ്ധ്യമാണ് എന്നെ അതിനു പ്രേരിപ്പിക്കുന്നത് നിഷ്കാമ കർമ്മം എന്ന ആശയത്തെ ഞാൻ മനസ്സിലാക്കിയിരിക്കുന്നത് ഈ അർത്ഥത്തിലാണ്. സർവ്വമനുഷ്യരുടെയും നന്മയെക്കുറിച്ചു ബോധവാനാകാതെ ഒരുവന് നന്മയെക്കുറിച്ച് ബോധവാനാകാനാകില്ല." (1980 ജനുവരി 10 ന് ഗ്രന്ഥകാരനുമായി നടത്തിയ അഭിമുഖത്തിൽപ്പറഞ്ഞത്)

ശ്രീനാരായണ ഗുരു തന്റെ മരണക്കിടക്കയിൽ വെച്ച് താൻ കുടിച്ചു ബാക്കിയാക്കിയ കാപ്പിക്കപ്പ് തനിക്കു കുടിക്കാൻ നീട്ടിത്തന്ന സംഭവം സ്വാമി ആനന്ദതീർത്ഥൻ അനുസ്മരിക്കുന്നു. ക്രിസ്തു തന്റെ ശിഷ്യന്മാരുമായി അപ്പവും വീഞ്ഞും പങ്കുവെച്ച സംഭവത്തെ അനുസ്മരിക്കുന്ന തരത്തിലുള്ള ഒരു പ്രതീകാത്മക സംഭവമായിരുന്നു അത്. ഗുരുദേവൻ അന്നു പറഞ്ഞു. "ഭയപ്പെടരുത്. ധാരാളം പ്രവർത്തിക്കാനുണ്ട്." ഹരിജനങ്ങളുടെ ഉദ്ധാരണത്തിനുവേണ്ടി അതിനകം സമർപ്പിക്കപ്പെട്ടു കഴിഞ്ഞിരുന്ന തന്റെ ജീവിതത്തെ ഗുരുദേവൻ പരാമർശിക്കുകയായിരുന്നു എന്ന കാര്യം ആനന്ദതീർത്ഥനു ബോദ്ധ്യമായി. അവിടം മുതൽ ആനന്ദതീർത്ഥന്റെ ജീവിതം 'പ്രവർത്തിക്കുക അല്ലെങ്കിൽ മരിക്കുക' എന്ന മുദ്രാവാക്യത്തോടെ ഹരിജനോദ്ധാരണത്തിനു വേണ്ടി സമർപ്പിക്കപ്പെട്ടതായിരുന്നു.

സ്വാമി ആനന്ദതീർത്ഥൻ പരക്കെ അറിയപ്പെട്ടിരുന്നത് അയിത്തത്തിനെതിരായി അദ്ദേഹം നടത്തിയിരുന്ന പൊതു പ്രചരണത്തിന്റെയും ക്ഷേത്രങ്ങൾ, ഹോട്ടലുകൾ, തുടങ്ങിയ പൊതു സ്ഥലങ്ങളിൽ അയിത്തം പാലിച്ചിരുന്നവർക്കെതിരെ നടത്തിയിരുന്ന കേസുകളുടെയും പേരിലാണ്. എന്നാൽ, സ്വാമിജി ഹരിജനങ്ങളുടെ സാമ്പത്തികവും വിദ്യാഭ്യാസപരവുമായ വികസനത്തിനും തുല്യ പ്രാധാന്യം കല്പിച്ചിരുന്നു. നൂറുകണക്കിനു ഹരിജൻ കുട്ടികളെ ശ്രീനാരായണ വിദ്യാലയത്തിലെ ഹോസ്റ്റലുകളിൽ താമസിപ്പിച്ച് വിദ്യാഭ്യാസം ചെയ്യിച്ചു. 1922 മുതൽ ഹരിജന ക്ഷേമത്തിനുവേണ്ടി രൂപീകരിച്ചിരുന്ന എല്ലാ ഔദ്യോഗിക അനൗദ്യോഗിക കമ്മറ്റികളിലും സ്വാമിജി സേവനം അനുഷ്ഠിച്ചിരുന്നു. ഹരിജനങ്ങളുമായി അദ്ദേഹത്തിനുണ്ടായിരുന്ന ആത്മാർത്ഥമായ അടുപ്പം ഇത്തരം സമിതികളിലെ

ഏറ്റവും മികച്ച അംഗം എന്ന ബഹുമതി അദ്ദേഹത്തിനു നേടിക്കൊടുത്തു, ഹരിജനങ്ങളിലെ ചില പ്രത്യേക വിഭാഗങ്ങൾക്കു സംവരണാനുകൂല്യം നിഷേധിക്കാൻ ചില കേന്ദ്രങ്ങളിൽ നിന്നുണ്ടായ നീക്കത്തെ സ്വാമിജി വീറോടെ എതിർത്തു. ബ്രാഹ്മണർക്കു പ്രത്യേക ആനുകൂല്യങ്ങൾ ഉറപ്പു നല്കിയിരുന്ന കേരള ക്ഷേത്രഭരണച്ചുമതലനിയമം ഭേദഗതി ചെയ്യിക്കാനും ഇത്തരം ആനുകൂല്യങ്ങളും മുൻഗണനകളും എടുത്തു കളയിക്കുവാനും സ്വാമിജി മുൻകൈ എടുത്തു നടത്തിയ പരിശ്രമങ്ങൾക്കു കഴിഞ്ഞു.

എല്ലാറ്റിനും ഉപരി വടക്കെ മലബാറിലെ മാത്രമല്ല, തെക്കൻ കേരളത്തിലും തമിഴ്നാട്ടിലും തെക്കൻ കാനറയിലുമുള്ള ഹരിജൻ ജനവിഭാഗം കൂട്ടമായി അവരുടെ പ്രശ്ന പരിഹാരാർത്ഥം സ്വാമിജിയുടെ അടുക്കലേക്ക് ഓടിയെത്തുമായിരുന്നു. അദ്ദേഹം അവരുടെ ആശാകേന്ദ്രവും സംരക്ഷകനുമായിരുന്നു. തന്റെ സജീവമായ പ്രവർത്തനകാലഘട്ടത്തിലുടനീളം അതായത് ഏതാണ്ട് 1980 അവസാനംവരെയും സ്വാമിജി നിരന്തരമായി യാത്രയിലായിരുന്നു. ഗ്രാമങ്ങളിൽ നിന്ന് ഗ്രാമങ്ങളിലേക്കും പട്ടണങ്ങളിൽ നിന്ന് പട്ടണങ്ങളിലേക്കും ദുരിതമനുഭവിക്കുന്നവരുടെ പരാതികൾ ശ്രദ്ധിച്ചുകേട്ടുകൊണ്ട് അവയ്ക്ക് അടിയന്തര പരിഹാരമാരാഞ്ഞുകൊണ്ട് അദ്ദേഹം സഞ്ചരിച്ചു.

സ്വന്തം ജീവിതത്തെക്കുറിച്ച് അദ്ദേഹം പറയുന്നു. "ഞാൻ സന്തുഷ്ടനാണ്. ഞാൻ ഭംഗിയായി ജോലി ചെയ്തു. എന്നാൽ, എന്റെ നേട്ടങ്ങളിൽ ഞാൻ തൃപ്തനല്ല." ആ മഹത്തായ ജീവിതവുമായി പരിചയപ്പെട്ടിട്ടുള്ള ആരേയും അത് ഉത്തേജിപ്പിക്കുന്നതായിരുന്നു. അദ്ദേഹം അവശേഷിപ്പിച്ച ജോലി ഏറ്റെടുത്തു പൂർത്തിയാക്കുക നമ്മുടെ ജോലിയാണ്. ഹരിജന പീഡനം, അയിത്തം തുടങ്ങിയ തിന്മകൾ ഈ മഹത്തായ രാജ്യത്തിന്റെ മുഖത്തു നിന്നു തുടച്ചു നീക്കാൻ നമ്മൾ നടത്തുന്ന പരിശ്രമം ഒന്നു മാത്രമായിരിക്കും ആനന്ദതീർത്ഥന് സമർപ്പിക്കാവുന്ന ആദരാഞ്ജലി.

ഭരതവാക്യം

ഇന്ത്യയിലെ ദളിതുകളോട് ഒരഭ്യർത്ഥന

നമ്മുടെ പ്രിയപ്പെട്ട സുഹൃത്ത് സ്വാമി ആനന്ദതീർത്ഥൻ 1987 നവംബർ 21 ന് ശനിയാഴ്ച പ്രഭാതത്തിൽ നമ്മെ വിട്ടുപിരിഞ്ഞു. അദ്ദേഹം സ്വന്തം ജീവരക്തം ഊറ്റിക്കൊടുത്തു വളർത്തിയെടുത്ത ശ്രീനാരായണ വിദ്യാലയത്തിലെ പ്രാർത്ഥനാമുറിയിൽ ഭൗതികശരീരം പൊതു ദർശനത്തിനു വെച്ചു. അടുത്ത ദിവസം മൃതശരീരം പ്രത്യേകം തയ്യാറാക്കിയ സമാധിമണ്ഡപത്തിൽ ജീവിതത്തിന്റെ നാനാതുറകളിൽ നിന്നും ഓടിയെത്തിയ അനേകായിരങ്ങളുടെ സാന്നിദ്ധ്യത്തിൽ സംസ്കരിച്ചു. ഇന്ത്യൻ മണ്ണിൽ മനുഷ്യന്റെ സാമൂഹ്യ സമത്വത്തിനുവേണ്ടി അനുസ്യൂതം പോരാടിയ ഒരു മഹാത്മാവിന്റെ ജീവിതയാത്രയ്ക്കന്ത്യം കുറിച്ച നിമിഷമായിരുന്നു അത്. 83 വർഷം മുമ്പ് പ്രതിസന്ധികളുടെ പ്രളയജലത്തിലൂടെ യാത്ര ആരംഭിച്ച ആ ജീവിതനൗക എത്രയോ തവണ ജാതിയെന്ന ദുർഭൂതവുമായി ഏറ്റുമുട്ടിയിരിക്കുന്നു. ശ്രീബുദ്ധന്റെ കാലം മുതൽ തുടർന്നുവരുന്നതും നാരായണഗുരുവിനാലും ഡോക്ടർ അംബേദ്കറാലും എതിർക്കപ്പെട്ടതുമായ ജാതിവ്യവസ്ഥ ഇന്ത്യൻസാമൂഹ്യഘടനയുടെ ഭാഗമായി മാറിക്കഴിഞ്ഞിരിക്കുകയാണല്ലോ. ഇതിനെ പൊളിച്ചുപണിയുന്നതിനുവേണ്ടിയായിരുന്നു ശ്രീനാരായണ ഗുരുവിനെപ്പോലെയും ഡോക്ടർ അംബേദ്കറെപ്പോലെയും സ്വാമി ആനന്ദതീർത്ഥനും പോരാടിയത്.

അല്ലയോ ദളിത് സഹോദരങ്ങളെ; നിങ്ങളറിയുന്നുണ്ടോ ഈ മഹാത്മാക്കൾ നടത്തിയ പോരാട്ടം നമ്മുടെ പോരാട്ടമായിരുന്നു. അവരുടെ വിജയം നമ്മുടെ വിജയമായിരുന്നു. അവരുടെ പരാജയം നമ്മുടെ പരാജയവും. മനുഷ്യരെന്ന നിലയിൽ നമുക്കുള്ള മഹത്വത്തെക്കുറിച്ച് യാതൊരു തിരിച്ചറിവും ലഭിക്കാതെ അസ്പൃശ്യരെന്ന മുദ്രകുത്തി മാറ്റിനിർത്തപ്പെട്ടവരാണ് നമ്മളെന്ന കാര്യം നമ്മളറിയുന്നുണ്ടോ? നമ്മൾ അനുനിമിഷം

ചൂഷണത്തിനു വിധേയരാകുന്നു. നമ്മുടെ രക്തവും മാംസവും പോലും ചൂഷണത്തിനും ബലാല്ക്കാരത്തിനും വിധേയമാകുന്നു. 150 ദശലക്ഷം വരുന്ന ഒരു വൻ ജനസഞ്ചയമാണ് നമ്മളെന്നും. നമ്മളീ മണ്ണിൽ ജനിച്ചു വളർന്നവരാണെന്നുള്ള ബോധം നമുക്കുണ്ടാവേണ്ടതുണ്ട്. ഈ രാജ്യത്തിന്റെ സാമ്പത്തിക, രാഷ്ട്രീയ മതപര നേതൃത്വങ്ങളിൽ നിന്നു പുറം തള്ളപ്പെട്ടവരാണ് നമ്മളെന്നും നമുക്കു പൊതുവായി ഒരു അതിർത്തിയോ, ഭാഷയോ, മതമോ ഇല്ലെന്നും നമുക്കുള്ളത് കേവലം പൊതുവായ ഒരു ഭൂതകാലം മാത്രമാണെന്നും നമ്മളറിയേണ്ടതുണ്ട്. അടിമത്തത്തിന്റെയും അടിച്ചമർത്തലിന്റേതുമായ ഒരു ഭൂതകാലം! നമ്മൾക്കൊരു ദേശീയതയുണ്ട്. കാരണം നമ്മുടെ സാമ്പത്തികവും സാമൂഹ്യവുമായ പിന്നോക്കാവസ്ഥ നമ്മുടെ പൊതു അനുഭവമാണ്. കൂടാതെ, നമ്മുടെ ആത്മാഭിമാനവും അന്തസ്സും നമുക്കു വീണ്ടെടുക്കുവാനും ഒരു പൊതുവായ പ്രത്യാശയും നമ്മൾ പങ്കുവയ്ക്കുന്നു.

സ്വാമി ആനന്ദതീർത്ഥൻ ജീവിച്ച ചരിത്രസാഹചര്യങ്ങൾ അദ്ദേഹത്തെ ഒരു സാധു മനുഷ്യനെന്ന മുദ്രകുത്തി വേർതിരിച്ചു നിർത്തി. ജീവിച്ചിരുന്നപ്പോൾ അദ്ദേഹത്തെ അവഗണിച്ചിരുന്നവർ തന്നെ മരിച്ചുകഴിഞ്ഞപ്പോൾ സ്മാരകശിലകൾ ഉയർത്താനുള്ള വ്യഗ്രതയുമായി ഓടിക്കൂടി. അവർക്കാവശ്യം ആ വലിയ മനുഷ്യനെ ഒരു പൂജാ വിഗ്രഹമാക്കി മാറ്റുകയാണ്. അദ്ദേഹത്തിന്റെ ചരമവേളയിൽ സ്തുതിഗീതങ്ങൾ ആലപിക്കാനെത്തിയവർ അവരായിരുന്നു. ജീവിക്കുന്ന മഹാത്മാക്കളെക്കാൾ മരിച്ച മഹാത്മാക്കളെയാണ് ഇവർക്കാവശ്യം ശവക്കല്ലറകളിലിരുന്നിവർക്കെതിരെ അട്ടഹസിക്കുവാൻ ഒരു മഹാത്മാവിനും കഴിയില്ലെന്നവർക്കറിയാം. ബൂർഷ്വാപത്രങ്ങളുടെ പേജുകളിൽ ആനന്ദതീർത്ഥന്റെ ആരാധകരായി പ്രത്യക്ഷപ്പെട്ടതും ഈ പ്രതിലോമശക്തികൾ തന്നെ. നമ്മൾ! അദ്ദേഹത്തിനു പ്രിയപ്പെട്ടവരായിരുന്ന ദളിതുകൾ! പതിവിൻപടി അദൃശ്യരായി ത്തന്നെ കഴിഞ്ഞു.

അല്ലയോ ദളിതുകളെ, ഇതിൽ ചരിത്രം നമ്മൾക്കെതിരെ കുറ്റം വിധിക്കും. ചരിത്രത്തിന്റെ വേദിയിലേക്ക് ആദ്യമായി നമ്മളെ കൈപിടിച്ചു നടത്തിയത് ഈ മഹാപുരുഷനാണ്. അധികാരമില്ലായ്മയും വിധേയത്വവും ആണ് ഇപ്പോഴും നമ്മൾ അഭിമുഖീകരിക്കുന്ന പ്രശ്നം. ഇതു തുടർന്നാൽ നമ്മുടെ ജീവിതം അർത്ഥശൂന്യമായിത്തീരും. അറിയപ്പെടാത്തവരും ഉപേക്ഷിക്കപ്പെട്ടവരുമെന്ന നിലയിൽ നമുക്കു നമ്മുടെ ദയനീയ നാശത്തെ നേരിടേണ്ടിവരും. സങ്കുചിതമായ രാഷ്ട്രീയ നേട്ടങ്ങളെ വിസ്മരിച്ചുകൊണ്ട് നമുക്കൊരുമിക്കാം. പോയകാലത്തിലെ ഇടുങ്ങിയ ചിന്തകളും ഗോത്രവംശപാരമ്പര്യങ്ങളും നമുക്കുപേക്ഷിക്കാം. നമ്മളെ അടിച്ചമർത്തിയിരുന്നവർ നമുക്കു സമ്മാനിച്ച അന്ധവിശ്വാസജടിലമായ മതസങ്കല്പങ്ങളെ നമുക്കു കൈവെടിയാം. നമുക്കൊരുമിച്ചു മോചനത്തിനായുള്ള യോജിച്ച പോരാട്ടം തുടരാം. 150 ദശലക്ഷങ്ങളെ ഉൾക്കൊള്ളുന്ന ഒരു വൻ ദേശീയതയാണ് നമ്മൾ ധീരമായ രാഷ്ട്രീയ തീരുമാനങ്ങൾ എടുക്കാൻ ചരിത്രം നമ്മോട്

ആഹ്വാനം ചെയ്യുന്നു. മറ്റുള്ളവർ അടിച്ചേല്പിച്ച ജാതി-ഉപജാതി വേർതിരിവുകൾ ഇനിമേൽ നമുക്കാവശ്യമില്ല. നമ്മുടെ വിരോധികൾ നമ്മുടെ മേൽ അടിച്ചേല്പിച്ച മതപാരമ്പര്യങ്ങളും രാഷ്ട്രീയ നേതൃത്വവും ഉപേക്ഷിച്ചിട്ട് നമുക്ക് യോജിച്ചു പാടാം.

ദളിതുകൾ മുന്നോട്ട്
അവർക്ക് വഴിയൊരുക്കുക
അധികാരം നമ്മുടെ കരങ്ങളിലമരട്ടെ.

ഇതിനുശേഷം നമുക്കഭിമാനത്തോടെ ബുദ്ധനും നാരായണഗുരുവിനും അംബേദ്ക്കർക്കും സ്വാമി ആനന്ദതീർത്ഥനും സ്മാരകങ്ങൾ ഉയർത്താം. നമ്മൾ ഒരു സ്വതന്ത്ര ജനതയായിത്തീരുമ്പോൾ മാത്രമേ, മേല്പറഞ്ഞ മഹാത്മാക്കളുടെ ചരിത്രപരമായ ദൗത്യം പൂർത്തിയാകുന്നുള്ളൂ എന്ന കാര്യം പ്രത്യേകം ഓർമ്മിക്കുക.

റവ. എ എം അയിരൂക്കുഴിയിൽ

www.ingramcontent.com/pod-product-compliance
Lightning Source LLC
LaVergne TN
LVHW040748051026
849519LV00007BA/2475
* 9 7 8 9 3 8 7 8 4 2 0 5 2 *